ஒன்றே சொல்!
நன்றே சொல்!

தொகுதி-2

D1770823

சுப. வீரபாண்டியன்

உங்கள் ரசனை மேம்பட
வானவில் புத்தகாலயம்

10/2 (8/2) போலீஸ் குவார்ட்டர்ஸ் சாலை (முதல் தளம்)
(தியாகராயநகர் பேருந்து நிலையத்திற்கும் காவல் நிலையத்திற்கும் இடைப்பட்ட சாலை)
தியாகராயநகர், சென்னை – 600 017
Phone: 2986 0070, 2434 2771 Cell: 72000 50073
Vanavil Puthakalayam 6 th sense_karthi
e-mail : vanavilputhakalayam@gmail.com
Website: www.sixthsensepublications.com

Title:
ONDRE SOL NANDRE SOL PART - 2

Author:
Suba Veerapandian

Address:
Vanavil Puthakalayam
10/2(8/2) Police Quarters Road(1st Floor),
(Between Thiyagaraya Nagar Bus Stop & Police Station)
Thiyagaraya Nagar, Chennai - 17
Phone: 2986 0070, 2434 2771
Cell: 72000 50073
Vanavil Puthakalayam
6 th sense_karthi
e-mail : vanavilputhakalayam@gmail.com
Website: www.sixthsensepublications.com

Edition:
First   : April, 2009
Second   : December, 2009
Third   : September, 2010
Fourth   : August, 2014
Fifth   : March, 2022

Pages : 160
Price : Rs. 188

© Suba Veerapandian

Publisher
Karthikeyan Pugalendi

Managing Editor
P. Karthikeyan

Layout
Shrusti Graphics

No part of this book may be reproduced or transmitted in any form without permission in writing from the author or publisher

நீங்கள் Smart Phone உபயோகிப்பவராக இருந்தால் QR Code Reader Application மூலம் இதை Scan செய்தால் நேரடியாக எமது இணையதளத்திற்கு சென்று மேலும் எங்கள் வெளியீடுகள் பற்றிய விவரங்களைப் பெறலாம்.

A1   ISBN :978-81-92465-85-2

தலைப்பு	:	ஒன்றே சொல்! நன்றே சொல்! (பகுதி – 2)
நூலாசிரியர்	:	சுப. வீரபாண்டியன்
பக்கங்கள்	:	160
விலை	:	**ரூ.188**
உரிமை	:	சுப. வீரபாண்டியன்

முதற்பதிப்பு	:	ஏப்ரல், 2009
இரண்டாம் பதிப்பு	:	டிசம்பர், 2009
மூன்றாம் பதிப்பு	:	செப்டம்பர், 2010
நான்காம் பதிப்பு	:	ஆகஸ்டு, 2014
ஐந்தாம் பதிப்பு	:	மார்ச், 2022

வானவில் புத்தகாலயம்
10/2 (8/2) போலீஸ் குவார்ட்டர்ஸ் சாலை(முதல் தளம்)
(தியாகராயநகர் பேருந்து நிலையத்திற்கும் காவல் நிலையத்திற்கும் இடைப்பட்ட சாலை)
தியாகராயநகர், சென்னை – 600 017
தொலைபேசி : 29860070, 24342771
கைபேசி: 72000 50073
மின்னஞ்சல்: subavee11@gmail.com

இந்தப் புத்தகத்திலுள்ள எந்த ஒரு பகுதியையும் பதிப்பாளர் மற்றும் எழுத்தாளர் அனுமதியை எழுத்து மூலம் பெறாமல் பதிப்பிக்கவோ, நாடகமாக்கவோ, திரைப்படமாக்கவோ கூடாது

மு. கருணாநிதி
முதலமைச்சர்

தலைமைச் செயலகம்
சென்னை - 600 009

நாள் 26-03-2009.

வாழ்த்துரை.

"கலைஞர் தொலைக்காட்சி"யில் காலை வேளையில் எந்தவொரு நிகழ்ச்சியை நான் பார்த்தாலும் – பார்க்கா விட்டாலும் – தம்பி சுப. வீரபாண்டியன் அவர்களின் "ஒன்றே சொல்! நன்றே சொல்!" என்ற நிகழ்ச்சியைப் பார்க்கத் தவறு வதில்லை.

அவர் நம்மை அழைத்து "ஒன்றே சொல்! நன்றே சொல்!" எனச் சொல்வது ஒரு சொல் அல்ல! அது ஒரு வைரக் கல்! ஆம், பட்டை தீட்டப்பட்ட வைரக் கல்!

பகுத்தறிவு பற்றி மேற்கோள்கள் பலவற்றுடன் அவர் அளிக்கும் மருந்து – தமிழ்ச் சமுதாயத்தின் மூட நம்பிக்கை நோய் தீர்க்கும் மருந்து.

வரலாறுகளைப் புரட்டி – அவர் நம் கண் முன்னால் விரித்து வைக்கும் செய்திகள், நிகழ்வுகள் அனைத்தும் தெவிட்டாத விருந்து.

அழகான தமிழ் –
ஆணித்தரமான குரல் –
அடுக்கடுக்கான உவமைகள் –
அத்தனையும் அறிவுக்கடலின் ஆழத்திலிருந்து
எடுத்த முத்துக்கள்.

அந்த முத்தாரம் அணிந்து – தொலைக்காட்சியில் தம்பி, "சுப.வீ" எப்போது தோன்றுவாரென்று நான் நாள்தோறும் காலை நேரத்தில் எதிர்பார்க்கிறேனே, அது தான் அவரது கருத்துகளைத் தாங்கி வெளி வரும் "ஒன்றே சொல்! நன்றே சொல்!" என்ற இந்தத் தொகுப்புக்கு நான் எழுதிய சிறப்புரை என்று எடுத்துக் கொள்ளலாம்.

என்றும்

அன்புள்ள,

(மு. கருணாநிதி)

நன்றியுரையே
முன்னுரையாக...

காடுகள், மலைகள், கவின்மிகு கடல்களில் மட்டுமின்றி, வெளிகளில்கூட விரிந்து கிடக்கிறது உலகம். அள்ள அள்ளக் குறையாமல் ஆயிரம் கோடிப் புதையல், காலம் தோறும் காத்துக் கிடக்கிறது நம் முன்னால்!

எடுக்கப் புறப்பட்டவர்கள் ஏராளமாய் ஏந்தி வருகின்றனர். சோம்பிக் கிடப்பவர்கள், சுற்றுச் சுவர்களுக்குள் முடங்கிப் போகின்றனர்.

அள்ளிவர முடியாவிட்டாலும், அங்கு கொஞ்சம், இங்கு கொஞ்சமாய்க் கிள்ளி வரும் வாய்ப்பினை எனக்கு வழங்கியது இரண்டாண்டுகளுக்கு முன், கலைஞர் தொலைக்காட்சி.

2007 ஆகஸ்ட் மாதத் தொடக்கத்தில், ஒரு விபத்திற்குள்ளாகி, காலில் எலும்பு முறிந்து, கட்டிலில் படுத்திருந்த நேரம், தொலைபேசியில் அழைத்தார் நண்பர் ரமேஷ் பிரபா. செப்டம்பர் 15 முதல் தொடங்கப்படவிருக்கும் கலைஞர் தொலைக்காட்சியில் ஒவ்வொரு நாளும் ஒரு செய்தி குறித்து நீங்கள் பேச வேண்டும் என்றார்.

உவகையில் உள்ளம் அசைந்தது. ஆனால், கடுகளவும் கால் அசைக்க முடியவில்லை. அதனால் தயங்கித் தயங்கி மறுத்தேன். தடுமாற்றம் வேண்டாம், இன்னும் இரண்டு வாரம் காத்திருக்கிறேன், குணப்படுத்திக் கொண்டு கூடிய விரைவில் வாருங்கள் என்றார்.

அந்தக் காத்திருத்தலுக்கு என் முதல் நன்றி.

தொலைக்காட்சியைப் பார்க்கத் தொடங்கிய பின், வானொலியைக் கேட்பது குறைந்துதான் போயிற்று. ஆனாலும், காலை 7.35 மணி முதல் 7.40 வரை, 'இன்று ஒரு தகவல்' பகுதியை மட்டும் கேட்கத் தவறுவதில்லை நான். ஆயிரம் சிங்கக் குரல்கள் இருந்தாலும், தென்கச்சியாரின் அந்த கிராமியக் குரல் ஒரு தனி சுகம். ஐந்து நிமிடங்களுக்குள்ளாகக்கூட, 'ஒரு செய்தியைச் சொல்லிவிட முடியும் என்கிற நம்பிக்கையை அந்த நிகழ்ச்சி தந்தது. அதுவும், அந்தக் குறுகிய நேரத்திற்குள் ஒரு எடுப்பு, ஒரு தொடுப்பு, ஒரு முடிப்பு என ஒரு வடிவத்தையே அவர் உருவாக்கி வைத்திருந்தார்.

தமிழ்நாட்டில் எத்தனையோ பேரைப் பாதித்ததைப்போல, என்னையும் தென்கச்சியார் பாதித்தார். அந்தப் பாதிப்பு எனக்குள் படிந்து கிடந்திருக்கிறது. அந்தத் தாக்கம்தான் இப்போது ஒன்றே சொல்லவும், அதனை நன்றே சொல்லவும் எனக்கு உதவியுள்ளது.

எப்போதும் நான் மதிக்கும் அந்தத் தென்கச்சியாருக்கு என் நன்றி.

நிகழ்ச்சி தொடங்கிய சில வாரங்களிலேயே, நண்பர்களிடமிருந்து பாராட்டும், ஊக்கமும் கிடைத்தன. புகழ்பெற்ற பெருமக்கள் சிலரும் தொலைபேசியில் அவ்வப்போது அழைத்துப் பாராட்டினர். திராவிடர் கழகத் தலைவர் ஐயா கி.வீரமணி, திரு. ஏவி.எம். சரவணன், ஐயா ஆர்.எம்.வீ., திரு.வலம்புரி சோமநாதன் போன்றவர்கள் அளித்த பாராட்டுரைகள், என்னை நான் மேலும் நெறிப்படுத்திக் கொள்ள உதவிற்று.

ஒருநாள், நிகழ்ச்சி முடிந்த சில நிமிடங்களில், ஒரு தொலைபேசி வந்தது.

"முதலமைச்சர் வீட்ல இருந்து பேசுறோம், ஐயா பேசுறாங்க" என்று சொன்னவுடன், பதற்றம் என்னைப் பற்றிக் கொண்டது.

அந்தக் கரகரப்பான குரலில், கலைநயம் மிகுந்த தமிழில், கலைஞர் என்னைப் பாராட்டினார்.

என் கல்லூரி நாள்களில், காரைக்குடி, காந்தி திடலில் ஆயிரமாயிரம் மக்களில் ஒருவனாய்த் தொலைவில் நின்று, கேட்கக் காத்திருந்த குரல் அன்றோ அது! இன்று என்னோடு நேரிடையாகப் பேசுகின்றபோது, எத்தனை இன்பம் என்நெஞ்சுக்குள்!

இப்படி இன்னும் ஓரிரு முறைகள், அவருடைய பாராட்டைப் பெற்றேன். சென்னை, இராமச்சந்திரா மருத்துவமனையில், பிப்ரவரி 25 காலை, அவரைப் பார்க்கச் சென்றிருந்தபோதும், "இன்று காலை, மெக்சிகோ போராளிப் பெண்களைப் பற்றி நீ பேசிய செய்தி நன்றாக இருந்தது" என்றார்.

இந்த நிகழ்ச்சிகளுக்குப் பிறகுதான், அந்தச் சிற்றுரைகள் நூல் வடிவம் பெறத் தொடங்கிய வேளையில், கலைஞரிடமே ஒரு வாழ்த்துரை கேட்கலாமே என்று தோன்றியது. கேட்டேன். நூலைக் கொண்டு வந்து கொடு என்றார்.

25-03-09 மாலை நான்கு மணிக்கு, கோபாலபுரம் வீட்டில் கொண்டு போய்க்கொடுத்தேன். 26ஆம் தேதி காலையில் தொலைபேசி

வந்தது. ''வாழ்த்துரை தயாராக உள்ளது. வாங்கிக் கொண்டு போகலாம்'' என்றார், உதவியாளர் மருதநாயகம்.

எல்லோருக்கும் நன்றி சொல்லலாம். எப்படி நான் நன்றி சொல்வேன் தலைவர் கலைஞருக்கு!

இடையிடையே சில நூல்களை இந்நிகழ்ச்சியில் நான் அறிமுகப் படுத்தினேன். எழுத்தாளர்கள் பலருடன் எனக்குத் தொடர்பு ஏற்பட அது உதவிற்று. நல்ல நூல்கள் பலவும் எனக்கு வந்து சேர்ந்தன. தேடித் தேடிப் படைப்பிலக்கிய நூல்கள் பலவற்றை அனுப்பி வைத்தார். அன்பே உருவான ஆங்கரை பைரவி.

அப்பா என்று என்னை அழைக்கும் அந்தப் பிள்ளைக்கும், என்னை மதித்துத் தம் நூல்களை அனுப்பிய எழுத்தாளர் பலருக்கும் என் நன்றி உரியது.

தொடர் வண்டிப் பயணத்தில் ஒரு பெரியவர் என்னைப் பார்த்து, ''ஏம்ப்பா, இவ்வளவு நல்ல விஷயத்தை எல்லாம் சொல்றியே, இத்தனை நாள் எங்கிருந்தே?'' என்றுகேட்டார்.

''இருபது வருடங்களாக நான் இப்படித்தான் பேசிக் கொண்டிருக் கிறேன். ஆனாலும் ஊடகம்தான் என்னை உங்கள் வீட்டிற்குக் கொண்டு வந்திருக்கிறது'' என்றேன்.

இப்படி உலகெங்கும் உள்ள தமிழர்களின் வீடுகளுக்கு என்னை அழைத்துச் சென்றிருக்கும் கலைஞர் தொலைக்காட்சிக்கும், காணும்போதெல்லாம் ஊக்குவித்துப் பாராட்டும், திரு.அமிர்தம், திரு.இராம.நாராயணன் ஆகியோருக்கும் நன்றி.

அறிமுகம் அதிகமில்லை. ஆனாலும் தொடர்பு கொண்டு, உங்கள் குரலை நூல் வடிவில் கொண்டு வருகிறேன் என்றார் வானவில் புத்தகாலய உரிமையாளர் சுப.புகழேந்தி. இசைந்தேன். தினந் தோறும் நான் கலைஞர் தொலைக்காட்சியில் ஆற்றும் உரைகளைப் பதிவு செய்யத் தொடங்கினார். நண்பர் பாலகிருஷ்ணனின் வித்தக விரல்கள் விரைந்து அதனைத் தட்டச்சு செய்தன.

எனக்கே மலைப்பாக உள்ளது. இப்போது ஏறத்தாழ ஈராயிரம் பக்கங்கள் அணியமாய் உள்ளன. அவற்றுள் சிலவற்றைத் தேர்ந்தெடுத்து, ஏறத்தாழ 500 பக்கங்கள், மூன்று தொகுதிகளாய் முதலில் வெளியிடப்படுகின்றன. தொடர்ந்தும் தொகுதிகளைக் கொண்டு வர இருக்கின்றோம்.

இயந்திரத் தனமில்லாமல், ஓர் ஈடுபாட்டோடு இந்தத் தொகுதிகளை வெளிக் கொண்டு வந்துள்ள வானவில் புத்தகாலயக் குழுவினருக்கும், அழகிய அட்டை வடிவமைப்பை வழங்கியுள்ள அருமை நண்பர் விஜயனுக்கும் என் நன்றி.

கருஞ்சட்டைத் தமிழரின் உதவி ஆசிரியர் உமாவின் ஒத்துழைப்பு இல்லையென்றால், உரிய நேரத்தில் இந்த நூல் வெளிவந்திருக்காது. சலிக்காமலும், முகம் சுளிக்காமலும், மெய்ப்புத் திருத்தி, சிலவிடங்களில் திருத்தம் சொல்லி உதவிய உமாவிற்கு நன்றி.

தோழர் எழில் இளங்கோவனின் இணையற்ற துணைக்கும், கருஞ்சட்டைத் தமிழர் உதவி ஆசிரியர் மயில்வாகனனின் உதவிகள் பலவற்றிற்கும் என் நன்றி.

என் பணிகள் அனைத்திலும் உடனிருந்து, தொய்வின்றி அவை நடைபெறத் தோள்கொடுத்து, ஒவ்வோர் அரங்கிலும் என்னை உயர்த்திப் பிடிக்கும், நான் சார்ந்திருக்கும் திராவிட இயக்கத் தமிழர் பேரவைத் தோழர்கள் அனைவருக்கும் நன்றி.

வீட்டிலிருக்கும் நேரம் மிகக் குறைவு. இருக்கும்போதும், புத்தகம் படித்துக் கொண்டும், தொலைபேசியில் உரையாடிக் கொண்டும் உள்ள ஒரு மனிதனை எந்த மனைவி சகித்துக் கொள்வார்?

அந்தச் சகிப்புத் தன்மையால்தான், என்னால் இப்படிப் பல செயல்களைச் செய்ய முடிகிறது. என் வாழ்க்கைத் துணைவர் வசந்தாவிற்கும், நாள் தவறாமல் இந்நிகழ்ச்சி பற்றித் தன் கருத்தைச் சொல்லும் என் மூத்த மகன் இலெனினுக்கும் என் நன்றி.

எவ்வளவுதான் நினைந்து நினைந்து எழுதினாலும், விட்டுப் போனவர்களின் பட்டியல் ஒன்று இருந்தே தீரும். அப்படி இருந்தால், அவர்கள் என்னை மன்னிக்கட்டும்.

- சுப.வீரபாண்டியன்

பதிப்புரை

இன்றைய தலைமுறைக்குப் படிப்பதற்கு நேரம் ஒதுக்குவதற்கு முடிவதில்லை. எவற்றைப் படிக்க வேண்டும் என அவர்களுக்கு வழிகாட்டுவதற்கும் யாருமில்லை. அவர்களுடைய அறிவுப் பசியைத் தீர்க்கும் விதத்தில், தான் பெற்ற உலக அனுபவங்கள், தான் படித்த புத்தகங்களின் சாரங்கள் இவற்றைக் கலைஞர் தொலைக்காட்சியின் 'ஒன்றே சொல்! நன்றே சொல்!' உரைத் தொகுப்பின் மூலமாக நமக்குத் தருகிறார் ஐயா சுப.வீரபாண்டியன் அவர்கள். அந்த உரைத் தொகுப்பின் ஒரு பகுதி புத்தக வடிவில் மூன்று தொகுதிகளாக இப்போது உங்கள் கரங்களில் தவழ்கிறது. மற்ற தொகுதிகளும் தொடர்ந்து வெளி வரும்.

காலை 8.45 மணிக்கு எல்லார் வீட்டிலும் கலைஞர் தொலைக் காட்சியின் ஒன்றே சொல்! நன்றே சொல்! நிகழ்ச்சியைத்தான் பார்த்துக் கொண்டிருப்பார்கள்.

எங்கள் வீட்டில் அந்த நேரம் கூடுதல் பரபரப்பு நிலவும் நேரம். நாங்கள் அந்த நிகழ்ச்சியை விரும்பிப் பார்ப்பது மட்டுமல்ல அந்தப் பரபரப்புக்குக் காரணம், அதை கவனமாக தினமும் ஒலிப்பதிவு செய்து கொண்டு வந்து புத்தக வடிவில் வருவதற்கு ஒளி அச்சுக்கோர்வை செய்யவும் வேண்டும்.

நாங்கள் உலக வரலாற்றை, இலக்கியங்களை, சமூக மாற்றங் களைப்பற்றித் தெரிந்து கொள்வதற்கு அது பெரிதும் உதவியிருக் கிறது. இப்போது உங்களுக்கும் புத்தக வடிவில் இருந்து உதவப் போகிறது.

ஐயா சுபவீ அவர்கள் தன் இடையறாத பணிகளுக்கிடையில் புத்தகம் வெளிவருவதற்கு உதவி புரிந்துள்ளார்கள். அவர்களுக்கு எங்கள் நன்றி.

முத்தமிழ் அறிஞர் தமிழக முதல்வர் டாக்டர் கலைஞர் அவர்கள் எங்கள் பதிப்புத்துறைக்கு செய்துள்ள நன்மைகள் ஏராளம். அவர்கள் இந்த நூலுக்கு அருமையானதொரு வாழ்த்துரை தந்து சிறப்பித்திருக்கிறார்கள். அவர்களுக்கும் எங்கள் மனமார்ந்த நன்றியைத் தெரிவித்துக்கொள்கிறோம்.

சுப.புகழேந்தி
வானவில் புத்தகாலயம்

பொருளடக்கம்

1. ஒரு கிறிஸ்துமஸ் கதை........................... 11
2. வெற்றியை பெற்றுக்கொள் தோல்வியை கற்றுக்கொள்... 17
3. மார்லன் பிராண்டோ............................. 22
4. நற்றிணை காட்டும் காதல்....................... 27
5. விவேகானந்தரின் கடிதம்........................ 32
6. அழகும் பயன்பாடும்............................. 37
7. காதலர் தினம்................................... 41
8. அற்றைத் திங்கள்................................ 46
9. எந்தத் தொழிலும் இழிவில்லை................... 49
10. கர்ண மோட்சம்................................. 54
11. தமிழர் வகுத்த திணைகள்....................... 59
12. பிரகஸ்பதி யார்?................................ 63
13. பெண்ணுரிமை பேசும் பெரியய்யா.............. 67
14. சாதனை வெறி தவிர்ப்போம்..................... 73
15. பாராட்டி மகிழ்வோம்............................ 77
16. தொடர் வண்டி வந்த கதை..................... 81
17. இசைக்கலைஞர் பீத்தோவன்..................... 86
18. வள்ளுவரின் சொல்லாக்கம்..................... 91
19. இரைச்சலில் வாழ்கிறோம்....................... 95
20. வள்ளலார் ஜோதியிலா கலந்தார்?............... 100
21. குறளில் கேட்கும் சில குரல்கள்................. 104
22. மூட நம்பிக்கைகள்.............................. 107
23. பகத்சிங் புகழ்................................... 111
24. நிலத்தைக் குளிர்விப்போம்...................... 116
25. கமால் பாட்ஷா.................................. 120
26. பறவைகளும் விலங்குகளும்..................... 125
27. தமிழ் மொழியும் சமய உணர்வாளர்களும்...... 129
28. ஆங்கிலமாகிப் போன தமிழ்ச் சொற்கள்......... 133
29. சமூகப் பார்வையில் வ.உ.சி.யும், சிவாவும்...... 137
30. நுப்போல் வளை................................ 143
31. முதியோர் காதல்................................ 146
32. மாவோவின் எட்டுக் கட்டளைகள்............... 151
33. அகத்தியர் யார்?................................. 156

ஒரு கிறிஸ்துமஸ் கதை

*நா*ன் அந்தப் பிள்ளைகளைக் குளிரிலே கொல்லப்போவதில்லை. ஏன் கொல்லவேண்டும். அந்தப் பிள்ளைகள் அவர்களின் இயல்புப்படி எப்படி இருக்கிறார்கள் என்பதை மட்டும் இந்தக் கதையிலே படம் பிடித்திருக்கிறேன்'

சோவியத் நாட்டின் மிகச் சிறந்த எழுத்தாளர்களில் மாக்சிம் கார்க்கியும் ஒருவர். அவருடைய கதைகள் உலகப் புகழ் பெற்றவை. அவற்றில் ஒன்றுதான் இரண்டு குழந்தைகள் என்கிற ஒரு சிறு கதை. அதை ஒரு கிறிஸ்துமஸ் கதை என்று அவர் குறிப்பிடுவார். இரண்டு குழந்தைகளைப் பற்றிய அந்தக்கதை புரட்சிக்கு முந்திய காலத்திலே நடைபெற்றது. 1895-ஆம் ஆண்டு அந்தக் கதையை அவர் எழுதி இருக்கிறார். 1917-இல் புரட்சி நடந்தது என்பதை நாம் அறிவோம். அதற்கு ஏறத்தாழ 20 ஆண்டுகளுக்கு முன்பு நடைபெற்ற ஒரு நிகழ்ச்சியை அந்தக் கதையிலே அவர் குறிப்பிடுகிறார்.

அன்றைக்குச் சமூகம் எப்படி இருந்தது, புரட்சிக்கு முந்திய சமூகத்திலே சிறுவர்கள் என்ன நிலையிலே இருந்தார்கள், அவர்களுடைய சுத்தம் சுகாதாரம், அவர்களுடைய குண நலன்கள் எல்லாம் சமூகத்தாலே எப்படிச் சீரழிக்கப்பட்டு வந்தன என்பதைத்தான் அந்தக்கதை நமக்குச் சொல்கிறது.

ஒரு கிறிஸ்துமசுக்கு முந்திய நாள் மாலை 6 மணிக்கு அந்தக் கதை தொடங்குகிறது. டிசம்பர் மாதத்து இரவு, மிகக் கடுங் குளிருக்கு உள்ளாகி யிருக்கிற நேரம். மனிதர்கள் நடமாடவே முடியாத

அளவிற்குப் பனி மொழிகிற நேரத்திலேதான் மேலை நாடுகளிலே கிறிஸ்துமஸ் வருகிறது. அவர் தொடங்குகிறபோதே என்ன சொல்கிறார் என்றால் பெரும்பாலும் கிறிஸ்துமஸ் கதைகளில் கிறிஸ்துமசுக்கு முந்திய இரவுகளில், பனிகொட்டும் இரவுகளில், குளிரில் விறைத்துப்போய் ஏழைப் பிள்ளைகள் இறந்து கிடப்பதைக் காட்டி, இன்னொரு பக்கத்திலே பணக்காரக் குழந்தைகள் கிறிஸ்துமசைக் கொண்டாடுவதைக் காட்டி எழுத்தாளர்கள் கதைகளை எழுதுவார்கள். இதைப் பார்த்தாவது அடுத்த கிறிஸ்துமசில் இரண்டு ஏழைக் குழந்தைகள் இறந்து போகாமல் இருப்பதற்கு இந்தக் கதை உதவட்டும் என்று அவர்கள் நினைத்திருக்கக் கூடும். 'ஆனால் நான் அந்தப் பிள்ளைகளைக் குளிரிலே கொல்லப்போவதில்லை. ஏன் கொல்லவேண்டும். அந்தப் பிள்ளைகள் அவர்களின் இயல்புப்படி எப்படி இருக்கிறார்கள் என்பதை மட்டும் இந்தக் கதையிலே படம் பிடித்திருக்கிறேன்' என்று கார்க்கி சொல்வார்.

மிஸ்கா, காட்கா என்கிற ஒரு பையனும் பெண்ணும்தான் அந்தக் கதையிலே வருகிற இரண்டு குழந்தைகள். அவர்கள் அன்றைய இரவுப் பொழுதின் உணவுக்காக எப்படிப் பிச்சை எடுக்கிறார்கள், எப்படியெல்லாம் திருடுவதற்குத் திட்டமிடுகிறார்கள் என்று அந்தக் கதை சொல்லும். அதைக் கதை என்று சொல்வதைவிட ஒரு மாலையில் நடந்த ஒரு நிகழ்வை அவர் அப்படியே படம் பிடித்துத் தந்திருக்கிறார் என்று நாம் சொல்லலாம். அந்த இரண்டு பிள்ளைகளும் ஒரு கனவானுக்குப் பின்னால் ஓடுகின்றன.

ஒரு மிகப்பெரிய பணக்காரர். கோட்டு சூட்டுமாகப் போய்க் கொண்டிருக்கிறவரிடத்திலே போய் ஐயா கனவானே, எங்களுக்காக ஒருசில கோப்பீட்சுக்களை நீங்கள் ஒதுக்கக் கூடாதா என்று அந்தப் பிள்ளைகள் கேட்கிறார்கள். அவர் அவர்களைப் பார்க்கவே இல்லை. பிறகு ஒரு கட்டத்தில் இந்தப் பிள்ளைகளினுடைய தொல்லை தாங்காமல் தன் கையிலே இருந்த சில கோப்பீட்சுகளை எடுத்துக் கொடுக்கிறார். கோப்பீட்சு என்றால் நம்முடைய பைசா என்பதுபோல. அந்தப் பிள்ளைகள் பார்க்கிறார்கள், 10 கோப்பீட்சு இருக்கிறது. அதாவது நம்முடைய ஊரிலே சொல்ல வேண்டுமென்றால் 10 பைசா மாதிரி. அந்தச் சின்னப்பெண் காட்கா சொல்கிறாள் அந்தக் கிழப்பிசாசு நம்மைப் பார்க்கவே இல்லை.

போகிற போக்கில் வெறும் 10 கோப்பீட்சுகளை மட்டும்தான் கொடுத்து விட்டுப் போயிருக்கிறான் என்று. அவனுக்கு முன்னால் கனவானே மிகப்பெரிய கனவானே என்று சொன்ன பிள்ளைகள் போனதற்குப் பிறகு கிழப் பிசாசு என்று திட்டுகின்றன. பிச்சை எடுக்கிறார்கள், சின்னக் குழந்தைகள் பிச்சை எடுப்பது என்பது ஒரு தேசத்தினுடைய கடைசி அவமானம் என்று கார்க்கி கருதுவதால்தான் அதைக் காட்சியாகக் காட்டுகிறார்.

பிறகு அடுத்தடுத்து வருகிறவர்களிடத்திலேயும்போய் இந்தப் பிள்ளைகள் பிச்சை எடுக்கின்றன. 10-ம், 15-ம், 20-வதுமாக அந்தக் கோப்பீட்சுகள் சேருகின்றன. ஏறத்தாழ அரை ரூபிளுக்கு மேலே சேர்ந்து விட்டன. ஒரு ரூபிள்என்பது 100 கோப்பீட்சுகளை கொண்டது. எனவே 50 கோப்பீட்சுகளுக்கு மேல், அரை ரூபிளுக்கு மேலே பணம் சேர்ந்து விட்டது.

இனிமேல் நாம் சாப்பிடப் போகலாமா அல்லது வீட்டுக்குப் போகலாமா என்று பிள்ளைகள் பேசுகிறார்கள். வீட்டுக்குப் போனால் அங்கு அந்த அஞ்சு பிசாசு இருக்கே. (அத்தையினுடைய பெயர் அஞ்சு.) அந்த அஞ்சுகா அத்தை இன்னைக்கும் குடித்திருப்பாளோ? என்று மிஸ்கா கேட்கிறபோது, காட்கா சொல்வாள் கண்டிப்பாய்க் குடித்திருப்பாள். அவளைக் குடிக்க விடாமல் தடுப்பது எது? அவள் ஏன் குடிக்காமல் இருக்க வேண்டும்? அவள் எந்த நேரமும் குடித்துக் கொண்டுதான் இருப்பாள். அப்படியானால் நாம் போகிறபோது நன்றாக பூஜை கொடுப்பாளே என்று காட்கா கேட்கிறாள். இருக்கிற பணத்தைப் பறித்துக் கொண்டு நம்மை அடிக்கவும் செய்வாள்.

அப்படியானால் என்ன செய்யலாம் எங்காவது ஒரு பொது விடுதியில் போய் நாம் வயிறார உண்ணலாம் என்று அந்த மிஸ்கா சொல்கிறான். அப்போது அங்கே இரண்டு போலீஸ்காரர்கள் வருகிறார்கள். வந்தவுடனேயே இரண்டு பிச்சைக்காரப் பிள்ளைகளும் ஓடி ஒளிந்து கொள்கிறார்கள். உடனே அந்தப் போலீஸ்காரர் சொல்கிறார் குட்டிப்பிசாசு என்னைப் பார்த்தவுடன் பயந்து விட்டது. என் முன்னால் வந்தால் இந்தத் தடியால் அடித்து நொறுக்கி விடுவேன் என்கிறான். அவனுக்கு இருக்கிற மகிழ்ச்சியும், பெருமிதமும் அவ்வளவுதான். பெரிய திருடர்களைப் பெரிய

ரவுடிகளையெல்லாம் அவனால பிடிக்க முடியாது. இந்த பிச்சைக்காரச் சிறுவர்களை துரத்துவதிலே அன்றைய போலீஸ்காரன் மகிழ்ச்சி அடைகிறான். அவனிடத்திலே இருந்து தப்பித்து ஒரு பொது விடுதிக்குள்ளே ஒளிந்து கொள்கிற இந்தப் பிள்ளைகள் என்ன சாப்பிடலாம் என்று முடிவு செய்கிறார்கள். முதலில் ஒரு வெள்ளை ரொட்டியை வாங்கிக் கொள்கிறார்கள். பிறகு வெண்ணெய் தடவிய அரை ராத்தல் இறைச்சியை வாங்குகிறார்கள். இந்த இரண்டும் போதுமா என்று ஒரு கேள்வி வருகிறது. இரண்டு இனிப்பு பன்களையும் வாங்கிக் கொள்கிறார்கள். ஏறத்தாழ அரை ரூபிள் ஆகிறது.

இப்போது அந்தப் பெண் சொல்கிறாள் மொத்தமும் காலியாகி விட்டதே? நான் ஒருஜோடி பூட்ஸ் வாங்கலாம் என்று இருந்தேன். மிஸ்கா சொல்கிறான் பூட்செல்லாம் நீ வாங்காதே. நான் ஒரு ஜதை பூட்ஸ் பார்த்து வைத்திருக்கிறேன். நல்ல அருமையான பூட்ஸ் அதை எப்படியாவது உனக்குத் திருடித் தருகிறேன். நான் இரண்டு மூன்று

இடங்களிலே பார்த்து வைத்திருக்கிறேன். ஒரு ஜோடி பூட்சை உனக்குத் திருடித் தந்து விடுகிறேன் என்று அந்த மிஸ்கா சொல்கிறான். பிறகு இரண்டு பேரும் சாப்பிடத் தொடங்குகிறார்கள். அந்த இடம் எப்படி இருக்கிறது என்று கார்க்கி வர்ணிக்கிற போதுதான் அந்த நாடு எப்படி இருந்தது என்று நம்மாலே புரிந்து கொள்ள முடிகிறது.

எங்கே பார்த்தாலும் ஈரக் கசிவு, ஒரு புளிப்பு வாடை, அரைகுறை இருட்டு, உடம்பு முழுவதும் அழுக்கேறிப்போயிருக்கிற ஏழை நாடு அது. மிகக் கெட்ட வார்த்தைகளால் பேசிக் கொண்டிருக்கிற அந்த ஊர் மனிதர்கள், பின்னாலிருந்து ஆபாசமாக ஒலித்துக் கொண்டிருக்கிற ஒரு பின்னணிப்பாட்டு. இப்படி ஒரு மோசமான சூழலில் அந்த இடமும் அந்த நாடும் இருந்தன என்பதைக் கார்க்கி சொல்வார். இங்கேதான் அந்தப் பிள்ளைகள் சாப்பிடுகிறார்கள். பிள்ளைகள் உண்பதற்கான இடம் எப்படி இருக்கிறது பாருங்கள். ஒரு பக்கத்திலே நாற்றம், இன்னொரு பக்கத்திலே ஆபாசம், மறு பக்கத்திலே கெட்ட வார்த்தைகள், எதைப் பற்றியும் கவலை இல்லாமல் அந்த ரொட்டியும் அந்த இறைச்சியுமாக அவர்கள் தங்கள் வயிற்றை நிரப்பிக் கொண்டிருக்கிறார்கள். மறுபடியும் அந்தக் குழந்தைக்கு அஞ்சு அத்தை ஞாபகம் வருகிறது. மிஸ்கா சொல்கிறான் இப்பொழுதெல்லாம் அவளைப் பற்றி நினைக்காதே... சாப்பிடு... இந்த நேரத்திலே சாப்பிடு. அத்தையிடம் நீ எப்படி நடந்து கொள்ள வேண்டும் என்று உனக்குத் தெரியவில்லை. நீ என்ன செய்ய வேண்டும் தெரியுமா? அத்தை நீங்கள் சொல்கிற பேச்சுப்படி நான் நடந்து கொள்கிறேன் என்று அவளைத் தாஜாப்பண்ணு. பிறகு உன் இஷ்டப்படி நட. ஒரு பக்கத்திலே ஏமாற்று, மறுபக்கத்திலே மகிழ்ச்சியாக இரு. இவ்வளவுதான் வாழ்க்கை என்று மிஸ்கா காட்காவுக்குச் சொல்லிக் கொடுக்கிறான்.

எனவே ஒரு சமூகம் எப்படி இருந்தது என்பதைப் படம் பிடித்துக் காட்டுவதற்கு இந்த இரண்டு குழந்தைகளைவிட வேறு என்ன தேவை இருக்கிறது. அது ஒரு சமுதாயத்தினுடைய படம். கார்க்கி சொல்கிறார் இந்தப் பிள்ளைகளை நினைத்துக் குளிரிலே நடுங்கிச் செத்துபோக நான் விரும்பவில்லை. இப்படித்தான் மனிதர்கள்

வாழ்ந்து கொண்டிருக்கிறார்கள். இந்தப் பிள்ளைகளுக்கான இயல்பான மரணம் வரும். அது வருகிறபோது வரட்டும், இப்படித்தான் குழந்தைகள் இருந்தார்கள். இப்படித்தான் அந்த சமூகம் இருந்தது என்பதை நான் அப்படியே படம் பிடிக்கிறேன் என்று கார்க்கி சொல்வது, அந்த சமூகம் அப்படியே இருக்க வேண்டும் என்பதற்காக அல்ல. புரட்சிக்கு முந்திய சமூகம் எப்படி இருந்தது என்பதைச் சொல்கிற அந்தக் கதையின் மூலமாகத்தான் ஒரு புரட்சி என்பது ஒரு சமூகத்தை எப்படி மாற்றியிருக்கிறது என்பதை நாம் ஒப்பிட்டுப் பார்த்துக் கொள்வதற்கு வசதியாக இருக்கிறது. அந்தப் பிள்ளைகள் இரண்டுபேரும், அந்த நாற்றம் பிடித்த இடத்தில் மகிழ்ச்சியாக சாப்பிட்டுக் கொண்டிருந்தார்கள் என்பதோடு அந்தக் கதை முடிகிறது. ஒரு நாற்றம் பிடித்த ஒழுக்கமற்ற ஒரு சமூகத்தில் இந்த மக்கள் எப்படி மன நிறைவோடு இருக்கிறார்கள் என்பதை அந்த கிறிஸ்துமஸ் கதை நமக்குத் தெளிவாக எடுத்துக் காட்டுகிறது. ❑

வெற்றியைப் பெற்றுக்கொள் தோல்வியில் கற்றுக்கொள்

எளிமையாய், இனிமையாய், ஒரு மாலை நேரத்திலேகூட கவனம் முழுவதையும் அந்தப் பாடத்திலே செலுத்தி படித்துப் பாருங்கள். எல்லாப்படிப்பும் எல்லோருக்கும் இயல்பாக வரும்.

10

ஆம் வகுப்பு படிக்கிற ஒரு மாணவி, தன் அம்மா விடத்திலே அம்மா நான் ரொம்ப கஷ்டப்பட்டுத் தான் படிக்கிறேன், ஆனாலும் மார்க் வரவில்லை என்னம்மா பண்றது என்று கேட்கிறாள். அந்தப் பெண் கேட்டது என் காதுகளிலே விழுந்தது.

ஒரே ஒரு சிக்கல்தான். படிக்கிறபோது கஷ்டப் பட்டுப் படிக்கக் கூடாது. கஷ்டப்பட்டுத்தான் படிக்கிறேன் ஆனால் மார்க் வரவில்லையே என்று அந்தப்பெண் கவலைப்பட்டதிலே ஒரு நியாயம் இருக்கிறது. ஆனால் அந்தப் பெண் மட்டுமல்ல... பொதுவாக படிக்கிற மாணவ- மாணவிகள் எல்லோரும் தெரிந்து கொள்ளவேண்டிய ஒரு செய்தி, "ரொம்பச் சிரமப்பட்டுப் படிக்கக் கூடாது" இதன்மூலம் நான் படிக்கவே கூடாது என்று சொல்லவரவில்லை. படிக்கிறபோது, ஒரு பயத்தோடும், கவலையோடும் படிக்கிற நிலைமை அல்லது பதற்றத்தோடு படிக்கிற நிலைமை இருக்குமானால், அந்தப் படிப்பு உங்கள் மனத்தில் பதியாது என்பதுதான் உண்மை.

இதை இந்த நேரத்திலே நாம் நினைவு படுத்திக் கொள்வது என்பது மிகவும் தேவையான ஒன்று. ஏனென்றால் ஜனவரி மாதம் பிறந்து விட்டாலே

பிள்ளைகளுக்கு மட்டுமல்ல பெற்றவர்களுக்கே ஒரு பதற்றம் பற்றிக்கொள்ளும். நான் பல நண்பர்களுடைய வீடுகளிலே பார்க்கிறேன், ஜனவரி மாதம் வந்து விட்டாலே தொலைக் காட்சிகளையெல்லாம் நிறுத்தி விடுகிறார்கள், இணைப்பைத் துண்டித்து விடுகிறார்கள் தேர்வு முடிகிற வரையில். பிள்ளைகளுடைய படிப்பை அது கெடுத்து விடும் என்று அச்சப்படுகிறார்கள். அச்சம் தேவைதான், கவனம் தேவைதான், எதுவுமே அளவுக்கு மீறிப் போகிறபோது அந்த அச்சமேகூட நமக்குக் கெடுதலாக ஆகி விடுகிறது. படிப்பு மிகமிகத்தேவை, அதை மறுக்கவில்லை. ஆனால் படிப்புதான் எல்லாம் என்கிற நிலை வரக்கூடாது. தேர்விலே ஒரு மாணவி தோற்றுப்போனால் அல்லது குறைந்த மதிப்பெண் வாங்கினால் அதனாலே அவளுடைய வாழ்க்கை அழிந்து போகிறது என்று பொருளல்ல. நேற்றைக்குத் தான் ஒரு நண்பர் பேசுகிறபோது சொன்னார், ''வெற்றி என்பது பெற்றுக் கொள்வது, தோல்வி என்பது கற்றுக் கொள்வது'' என்று சொன்னார். இரண்டுமே வாழ்க்கையிலே வரும்.

எனவே தோல்வி வருகிறபோது கற்றுக் கொள்ளவேண்டுமே தவிர, தோல்வி வந்துவிடுமோ என்கிற அச்சத்திலே தோற்றுப் போய்விடக்கூடாது. கோவையில் ஏறத்தாழ 10 நாள்களுக்கு முன்னால் செய்தித்தாள்களிலே வந்த செய்தி. பலரும் படித்திருப்பீர்கள். உண்மையான செய்தி இது. ஒரு அம்மா தூக்க மாத்திரை சாப்பிட்டு விட்டார். எதற்காக என்றால், அவருடைய மகள், ஏழாம் வகுப்பிலோ... எட்டாம் வகுப்பிலோ எப்போதும் 95 மதிப்பெண்களுக்கு மேலே வாங்குகிற அவருடைய மகள், கடந்த தேர்விலே 85 மதிப்பெண்கள்தான் பெற்றிருந்தாளாம். முன்பெல்லாம் 60 வந்தாலே முதல் வகுப்பு என்று பெயர். 75 என்றால் DISTINCTION என்று சொல்லுவார்கள். 85 என்பது மிகப்பெரிய மதிப்பெண்தான். 95 வாங்கிய பிள்ளை 85 வாங்கி விட்டாளே என்று கவலைப்படுவது சரி. ஆனால் அதற்காக அந்தப் பெண்ணினுடைய தாயார் தூக்க மாத்திரைகளைச் சாப்பிட்டுத் தற்கொலை முயற்சிகளிலே இறங்கியிருக்கிறார். அவர் பிழைக்க வைக்கப்பட்ட பிறகு தொலைக்காட்சிகள் எல்லாம் அவரிடத்திலே பேட்டி காண்கின்றன. ஏன் இப்படிச் செய்து விட்டீர்கள் என்றால் அந்த அம்மா அப்போதும் சொல்கிறார் ஆமா! 95 வாங்குகிற

பிள்ளை 85 வாங்குவாள், அடுத்த தேர்விலே 75 வாங்குவாள், பிறகு 60 வாங்கும். நான் ஏன் உயிரோடு இருக்கணும் என்று அப்போதும் அந்த அம்மா கேட்கிறார்.

அவர்கள் படிக்காதவர்களோ சாதாரண சிற்றூரைச் சேர்ந்தவர்களோ அல்ல. நகரத்தில் கோவையிலே வாழ்கிற, வங்கியிலே வேலை பார்க்கிற ஒருவருடைய துணைவியார். படித்த நடுத்தர வர்க்கத்திலேகூட படிப்பு என்பது பெரிய அச்சத்தை நமக்குள் ஏற்படுத்தி விடுகிறது. படிப்பு என்பது என்னவாக இருக்கிறது என்பதும், அதை எப்படி உள்வாங்கிக் கொள்வது என்பதும்தான் நாம் நம் பிள்ளைகளுக்குச் சொல்லிக்கொடுக்க வேண்டிய செய்தியே தவிர, அவர்களை அச்சுறுத்துவது நம்முடைய வேலை அன்று.

நான் தொடக்கத்தில் சொன்னேன். நான் கஷ்டப்பட்டுப் படிக்கிறேன் என்று ஒரு பெண் சொன்னாள். மகிழ்ச்சியாகப்படி என்றுதான் நாம் அவளுக்குச் சொல்லிக்கொடுக்க வேண்டும். நாமேகூடச் சின்ன வயதில் மிதி வண்டியை ஓட்டக் கற்றுக் கொண்டோம். அந்த அனுபவத்தைக்கூட இப்போது நினைத்துப் பார்க்கிறேன். மகிழ்ச்சியாகத்தான் இருந்ததே தவிர, அது துன்பமாகவா இருந்தது. அதில் கீழேகூட விழுந்திருக்கிறோம், அடிபட்டிருக்கிறது, ஆனாலும்கூட அந்த அனுபவம் மகிழ்ச்சியாக இருந்தது. புதிதாக ஒன்றைக் கற்றுக் கொள்கிறோம் என்ற ஆர்வம் இருந்தது. மிதி வண்டி ஓட்டக் கற்றுக்கொள்கிறபோது நமக்கு இருக்கிற மகிழ்ச்சி, ஆர்வம் விளையாட்டுக்களை விளையாடுகிறபோது நமக்கு இருக்கிற மகிழ்ச்சி, ஆர்வம், ஒவ்வொரு புதிய துறையிலேயும், கணிப்பொறித் துறையிலே நாம் ஒன்றைக் கற்றுக் கொள்கிறோம் என்றால் நமக்கு இருக்கிற மகிழ்ச்சி, அதிலே இருக்கிற ஆனந்தம் ஏன் பாடப்புத்தகத்தைப் படிக்கிறபோது வரமாட்டேன் என்கிறது என்பது தான் கேள்வி.

இது ஒருமாதிரித் திணிக்கப்படுகிறதோ என்று ஒரு ஐயம் வருகிறது. எனவே இன்றைக்கு நாம் ஒன்றைப் புதிதாக கற்றுக் கொள்கிறோம் என்கிற மகிழ்ச்சியோடு படிக்கத் தொடங்கி விட்டால் எந்தப் படிப்பும் நமக்கு வந்து சேரும். நமக்குப் புரியாத, நம்முடைய மூளைக்கு எட்டாத படிப்பு என்பது உலகத்திலே ஒன்றுமில்லை.

அதை நாம் எப்படிப் புரிந்து கொண்டு படிக்கிறோம் என்பதுதான் முக்கியம். பல பிள்ளைகள் உரக்கச் சத்தம்போட்டுப் படித்துக் கொண்டிருப்பார்கள். அந்தச் சத்தம் மற்றவர்களுக்கு கேட்குமே தவிர அவர்களுக்கு கேட்கும் என்று சொல்ல முடியாது. சில பாடங்கள் மவுன வாசிப்புக்கு உரியவை. கவிதை போன்றவைகள் உரத்து படிக்கக்கூடிய தன்மை கொண்டவை. இவைகளையெல்லாம் பிள்ளைகளுக்குப் பிரித்துச் சொல்லிக் கொடுக்க வேண்டும். எனவே படிப்பு என்பது எப்படிப் படிக்கிறோம் என்பதைப் பொறுத்துத்தான் அமைகிறது. அதில் நாம் அரை மணி நேரம், கால் மணி நேரம் படித்தால்கூடப்போதும். படிக்கிற நேரத்திலே முழுக் கவனமும் அங்கே இருந்தது, படிக்கிறபோது மனம் மகிழ்ச்சியாக இருந்தது. நமக்கு எந்தப் பதற்றமும் இல்லாமல் இருந்தது. நாளைக்கு வருகிற தேர்வு பற்றி அச்சமில்லாமல் இருந்தது என்று சொன்னால் அதுவே போதுமானது. படிப்பு ஒருவேளை இவ்வளவு எல்லாம் சொல்லியும் வரவில்லை என்று வைத்துக் கொள்ளலாம்... பெரிய நஷ்டம் ஒன்றுமில்லை. படிக்காதவர்கள் எல்லாம் இந்த உலகத்திலே மாண்டுபோய் விட்டார்களா? இதிலேயும் பலருக்கு நம் பிள்ளைகள் மருத்துவராகவோ, பொறியாளராகவோ அதிலும் சிறப்பாக கணிப்பொறியாளராகவோ வந்தாக வேண்டும். வேறு எந்த வேலைக்குப் போனாலும் அது வேலையே அல்ல... அது படிப்பே அல்ல... இப்படிக் கருதுகிற எண்ணம் இன்றைக்கு மிகையாக வளர்ந்து கொண்டேயிருக்கிறது.

எல்லோரும் கணிப்பொறித் துறைக்கு வந்து விடுவது என்று சொன்னால், யார் வீடு கட்டுவார்கள்? யார் மின்சார வேலையைப் பார்ப்பார்கள்? யார் விவசாயம் செய்வார்கள்? ஒரு துறையினர் வீடு கட்ட வேண்டும். ஒரு துறையினர் விவசாயம் பார்க்க வேண்டும். ஒருவர் கணிப்பொறித்துறைக்குப் போகவேண்டும். ஏன் எல்லோரும் கணிப்பொறித்துறைக்குப் போக ஆசைப்படுகிறார்கள் என்றால் அந்தத்துறையின் மீது இருக்கிற காதலால் அல்ல. அந்தத்துறையிலே வருமானம் கூடுலாக இருக்கிறது என்பதுதான் எதார்த்தமான உண்மை. எனவே அந்தத்துறையை நோக்கி போவது இயல்பு. போகலாம் ஆனால் எதைக் கவனத்தில் வைத்துக் கொள்ளவேண்டும் என்றால், ரொம்பவும் சிரமப்பட்டு, பதற்றப் பட்டு, தேர்வு நிலையிலே அச்சப்பட்டு அச்சப்பட்டு படித்தால்

நமக்குப் படிப்பு வராது. எளிமையாய், இனிமையாய், ஒரு மாலை நேரத்திலேகூட கவனம் முழுவதையும் அந்தப் பாடத்திலே செலுத்தி படித்துப் பாருங்கள். எல்லாப்படிப்பும் எல்லோருக்கும் இயல்பாக வரும். இதற்காகத் தொலைக்காட்சி இணைப்பையெல்லாம் துண்டித்து விட்டு, மாலை நேரத்திலே விளையாடக்கூடாது என்று தடைபோட்டு, அக்கம் பக்கத்திலே பார்க்கக்கூடாது என்று அச்சுறுத்தி, அப்படி அவர்களை ஒரே இடத்திலே நிறுத்தி வைப்பீர்களானால் அங்கேயிருந்து தப்பித்து விட வேண்டும் என்றுதான் பிள்ளைகளுக்குத் தோன்றுமே தவிர படிக்க வேண்டும் என்று தோன்றாது. படிப்பென்பது இனிமையானது, படிப்பென்பது எளிமையானது. படிப்பென்பது ஏறுகிற வேலைகளுக்கான ஏணி போன்றது என்கிற செய்திகளைப் பிள்ளைகளுக்கு நாம் உணர்த்தினால் போதும், அவர்கள் படித்து விடுவார்கள். ◻

சுப. வீரபாண்டியன்

மார்லன் பிராண்டோ

விருதுகள் பலவற்றைப் பெற்ற கலைஞர் என்னும் எல்லாவற்றையும் மீறி, மக்களின் மீதும் சமூகத்தின் மீதும் உலக நாடுகளின் மீதும் அக்கறை கொண்டவராக வாழ்ந்திருக்கிறார் என்பதுதான் அவருடைய மிகப்பெரிய பெருமையாக இருக்கிறது.

நம் மக்கள், அதிலும் குறிப்பாக இளைஞர்கள், திரைப்பட நடிகர்கள் மீது மிகுந்த ஈடுபாடு உடையவர்களாக இருக்கிறார்கள். கலைஞர்களை மதிப்பதோ, போற்றுவதோ குறைவானதில்லை. ஆனால் அவர்களுக்கே வாழ்க்கைப்படுவது என்பது அவ்வளவு சரியான காரியம் அன்று. நம்முடைய கதாநாயகன் அடி வாங்கினால்கூட இங்கே இருக்கிற இளைஞர்கள் கண்ணீர் விடுகிறார்கள். அந்த அளவுக்கு அவர்கள் மீது இவர்கள் அக்கறை யுடையவர்களாக இருக்கிறார்கள். ஆனால் திரைப்பட நடிகர்கள், அதே அளவுக்குச் சமூகத்தின் மீது அக்கறையுடையவர்களாக இருக்கிறார்களா என்று ஒரு கேள்வி எழுகிறது.

மார்லன் பிராண்டோ என்று ஹாலிவுட் நடிகர் ஒருவர் இருந்தார், நாம் மிக நன்றாக அறிவோம். உலகப் புகழ்பெற்ற நடிகர். இறுதியாக அவர் நடித்த காட்பாதர் என்கிற படம் உலகப் புகழ் பெற்ற படமாக இருந்தது. அவர் முதன் முதலாக மெக்சிகோவில் நடைபெற்ற ஒரு உழவர் புரட்சியை மையமாக வைத்து எடுக்கப்பட்ட படத்திலேதான்

நடித்தார். ஜபாட்டா என்கிற கூலி விவசாயிகளினுடைய தலைவன் பாத்திரத்தை மார்லன் பிராண்டோ ஏற்று நடித்தார். தோழர் எஸ்.வி.ராஜதுரை அவர்கள் மிக அண்மையிலே வந்திருக்கிற ஒரு புத்தகத்திலே மார்லன் பிராண்டோவைப் பற்றிய, அவருடைய சமூக அக்கறை பற்றிய பல செய்திகளை வெளிப்படுத்தியிருக்கிறார். யுவான் ஜபாட்டா (ஜபாட்டா வாழ்க) என்று அந்தப் படத்திற்குப் பெயர். அந்த விவசாயிகளினுடைய தலைவராக அவர் நடித்தார். அது வெறும் நடிப்பல்ல... உண்மை யிலேயே மக்களினுடைய பிரச்சினைகளில் அக்கறையுடையவராக போராட்டங்களிலே ஈடுபடுகிறவராகத் தன் காலம் முழுவதும் மார்லன் இருந்திருக்கிறார் என்பதுதான் ஒரு புதிய செய்தியாக இந்த நூலிலே கிடைக்கிறது. அவரை ஒரு மிகச் சிறந்த நடிகராக ஹாலிவுட் நடிகராக உலகப்புகழ் பெற்ற நடிகராக மட்டும்தான் நாம் அறிந்து வைத்திருந்தோமே தவிர, ஏழை மக்களினுடைய, ஒடுக்கப்பட்ட மக்களினுடைய போராட்டங்களிலே எல்லாம் தன்னை இணைத்துக் கொண்ட, அந்த ஊர்வலங்களில் பொதுக்கூட்டங்களில் அல்லது போராட்டங்களில் முன்னே நின்ற ஒருவராக மார்லன் பிராண்டோ இருந்திருக்கிறார் என்பது நமக்கு மிக வியப்பாகவும் அதே நேரத்திலே மகிழ்ச்சியாகவும் இருக்கிறது.

1963-ஆம் ஆண்டு ஒரு மிகப்பெரிய போராட்டத்திலே அவர் பங்கேற்கிறார். அந்தப் போராட்டம் யாருக்காக? அது திரைப்பட நடிகர்கள் சார்ந்த போராட்டமோ அல்லது அமெரிக்கர்களுக்கான போராட்டமோ இல்லை. தென்னாப்பிரிக்க கறுப்பின மக்களுக்குக் குடியுரிமை வழங்கப்பட வேண்டும். ஆப்பிரிக்கன் - அமெரிக்கன் என்று இன்றைக்கு வழங்கப்படுகிற அந்த மக்களுக்கான குடியுரிமை வழங்கப்பட வேண்டும் என்று நடத்தப்பட்ட போராட்டத்திலே பிராண்டோ முன்னணியிலே நிற்கிறார். அதைப்போலவே மார்ட்டின் கிங் ஜூனியரோடு சேர்ந்து ஊர்வலங்களிலே எல்லாம் பங்கெடுத்திருக்கிறார். 68-ஆவது ஆண்டு அவர் படுகொலை செய்யப்பட்ட நேரத்திலே அதற்காக நடந்த பேரணியிலே கலந்து கொள்வதற்காகத் தன்னுடைய படப்பிடிப்புகளையெல்லாம்கூட ரத்து செய்து விட்டு பிராண்டோ வந்திருக்கிறார்.

64-ஆவது ஆண்டு லண்டனுக்குப் போகிறார். அவர் லண்டனுக்கு போனது என்னவோ அவருடைய கலையுலகத் தொடர்பாகத்தான். ஆனால் அங்கேயும்கூட பிராண்டோ என்ன செய்கிறார் என்றால் அங்கே இருக்கிற தென்னாப்பிரிக்கக் கைதிகளை இங்கிலாந்து அரசாங்கம் விடுதலை செய்ய வேண்டும் என்று சொல்லி அங்கு நடைபெறுகிற மெழுகுவர்த்திப் போராட்டத்திலே பிராண்டோவும் பங்கேற்றுக்கொள்கிறார். இப்படி பல்வேறு போராட்டங்களில், பல்வேறு மக்களுக்காக நடந்த போராட்டங்களிலே எல்லாம் பிராண்டோ முன் வரிசையிலே நிற்கிறார். அதனாலே அவருக்கு எந்தவிதமான சொந்த லாபமும் இல்லை. அவருடைய இன மக்கள்கூட இல்லை. அல்லது அவர் சார்ந்திருக்கிற கலைத்துறையிலும்கூட இல்லை. ஒடுக்கப்பட்ட மக்கள் அவர்கள் யாராக இருந்தாலும், யாராலே ஒடுக்கப்பட்டாலும், தன் தாய்நாட்டாரால் ஒடுக்கப்பட்டாலும், ஒடுக்கப்பட்டவர்களின் பக்கம் தான் அவர் இருந்திருக்கிறார். இது ஒரு புதிய செய்தியாக நமக்கு இருக்கிறது.

இன்னொன்றையும் நாம் பார்க்க வேண்டும். அவர் காட்பாதர் படத்திலே நடித்ததற்காக ஆஸ்கர் விருது பெற்றார், அவரை நம்முடைய நடிகர் திலகம் சிவாஜியோடு அண்ணா அவர்கள் ஒப்பிட்டுக்கூறுவது வழக்கம். தமிழகத்தினுடைய மார்லன் பிராண்டோ சிவாஜி என்று சொல்வார். காட்பாதர் படத்திலே நம்முடைய நடிகர் திலகத்தைப்போலவே அவருடைய நடிப்பும் மிக ஆழமானதாக மிக அழுத்தமானதாக இருப்பதை நம்மாலே பார்க்க முடிகிறது. அந்தப் பாத்திரமாகவே மாறி அவர் நடித்திருக்கிற அந்த இயல்புக்காக அவருக்கு ஆஸ்கர் விருது இரண்டாவது முறையாக வழங்கப்பட்டிருக்கிறது. ஆனால் அந்த ஆஸ்கார் விருதை பிராண்டோ வாங்க மறுத்து விட்டார். என்ன காரணம் என்றால் அமெரிக்காவிலே இருக்கிற இந்தியர்கள் முறைப்படி நடத்தப்படவில்லை என்கிற தன்னுடைய எதிர்ப்பைப் பதிவு செய்வதற்காக, இந்தியர்களுக்காக ஆஸ்கார் விருதை அவர் மறுத்தார்.

இந்தியர்கள் முறைப்படி நடத்தப்பட வேண்டும். என் எதிர்ப்பை பதிவு செய்வதற்காகவே இந்த ஆஸ்கர் விருதை வாங்க மறுக்கிறேன் என்று 15 பக்கத்திலே அறிக்கை எழுதி ஒரு நடிகையிடத்திலே கொடுத்து நீ போய் என் சார்பிலே அந்த மேடையிலே படி என்றார். ஆனால் அவர்கள் அந்த அறிக்கையை முழுமையாகப் படிக்க அனுமதிக்கவில்லை. முதலில் பிராண்டோவிடம் இருந்து ஒரு அறிக்கை வந்திருக்கிறது என்றபோது என்னவோ ஏதோ என்று கேட்கத் தொடங்கினார்கள். அந்த அறிக்கை போகிறபாதை, அந்த அறிக்கையிலே சொல்லப்பட்டிருக்கிற செய்தி, கொஞ்சங் கொஞ்சமாகக் கேட்கிற நேரத்தில் இவர் நேரடியாக அமெரிக்கா வைத் தாக்குகிறார் என்று தெரிந்து கொண்டு அந்த அறிக்கையை முழுமையாகப் படிக்க விடாமல் கூச்சலிட்டுத் தடுத்து விட்டார்கள். கூச்சலிடுவது என்பது உலகம் முழுவதும் இருக்கிற ஒரு பழக்கமாகத்தான் இருக்கிறது.

எல்லாவற்றையும் தாண்டி தன்னுடைய 78-ஆவது வயதில் 2002-ஆம் ஆண்டு அமெரிக்கா ஈராக்கின் மீது போர் தொடுத்தபோது அதை எதிர்த்துக் குரல் கொடுத்தவர்களிலே பிராண்டோ ஒருவராக இருந்தார். தனக்கு வயதாகி விட்டது. உலகத்திலே மிகப்பெரிய புகழ் எல்லாவற்றையும் பெற்றாகி

விட்டது. இனி வரக்கூடிய புகழோ, பதவியோ, பணமோ எதுவுமே இல்லை என்கிற நிலையிலேயும்கூட ஒரு போர்க்குணம் உடையவராகவே அவர் இருந்திருக்கிறார். ஈராக் மீது தொடுக்கப்பட்ட யுத்தத்தை எதிர்த்து, கண்டித்து அறிக்கை விட்டதோடு மட்டுமில்லாமல், அந்தத் தள்ளாத வயதில், உலகெங்கும் மக்கள் ஊர்வலம் போனபோது அவர்களில் ஒருவராக மார்லன் பிராண்டோவும் போயிருக்கிறார் என்பதைப் படிக்கிற நேரத்தில், அவர் ஒரு திரைப்படக்கலைஞர், விருதுகள் பலவற்றைப் பெற்ற கலைஞர் என்னும் எல்லாவற்றையும் மீறி, மக்களின் மீதும் சமூகத்தின் மீதும், உலக நாடுகளின் மீதும் அக்கறை கொண்டவராக வாழ்ந்திருக்கிறார் என்பதுதான் அவருடைய மிகப்பெரிய பெருமையாக இருக்கிறது. எனவே நம் மக்கள் கலைஞர்கள் மீது வைத்திருக்கிற அன்பைப்போல, கலைஞர்களும் மக்களின் மீதும், சமூகத்தின் மீதும் அக்கறையுடையவர்களாக இருக்க வேண்டும். மார்லன் பிராண்டோவிடமிருந்த அந்தப் போர்க்குணத்தையும்கூட நம்முடைய கலைஞர்கள் கற்றுக்கொண்டால் அது அவர்களுக்கும் நல்லது, சமூகத்துக்கும் நல்லது.

நற்றிணை காட்டும் காதல்

2000 ஆண்டுகளுக்கு முந்தைய தமிழ்ச் சமூகத்தில் ஒரு மன்னன் மகனுக்கும் ஒரு மீனவனின் மகளுக்கும் காதல் வருகிறது. அதைச் சமூகம் ஏற்றுக்கொள்கிறது என்கிற போது இன்றைக்கு ஏற்பட்டதல்ல இந்தச் சாதி மறுப்புத் திருமணம், 2000 ஆண்டுகளுக்கு முந்திய பழமை வாய்ந்தது என்பதே நாம் அறியத் தகும் செய்தியாக உள்ளது.

இப்போதெல்லாம் கலப்புத் திருமணங்கள் மிகுதி யாகவே நடைபெற்றுக் கொண்டிருக்கின்றன. அவற்றைக்கூட கலப்புத் திருமணம் என்று சொல்வது பொருத்தமில்லை. தந்தை பெரியார் அவர்கள்தான் சொன்னார், என்ன மனிதனுக்கும் விலங்குக்குமா திருமணம் நடக்கிறது, ஏன் கலப்புத் திருமணம் என்கிறீர்கள்? என்று கேட்டார்.

எனவே அதை நாம் சாதி மறுப்புத் திருமணம் என்று சொல்கிறோம். அதுதான் சரி. இந்தச் சாதி மறுப்புத் திருமணங்கள் தமிழுக்கோ, தமிழனுக்கோ, தமிழ்நாட்டுக்கோ புதியதன்று என்பதுதான் ஒரு குறிப்பான செய்தி.

முன்பெல்லாம் சாதிகள் இருந்தனவா, இன்றைக்கு இருக்கிற அடிப்படையிலே இருந்தனவா என்கிற ஒரு கேள்வி இருக்கிறது. தொழில் அடிப்படை யிலே பிரிவுகள் இருந்தன. ஆனால் அவை சாதிகளாக உருப்பெற்று வளர்ந்தது பிற்காலத் திலேதான். சங்க காலத்திலேகூட பிரிவுகள்

இருந்தன. பல்வேறு குடிகள் இருந்தன. ஆனால் பல்வேறு குடிகளுக்குள்ளே திருமண உறவுகள் நடைபெற்றிருக்கின்றன என்பதை நம்முடைய சங்கப்பாடல் நற்றிணை மூலமாக நாம் அறிய முடிகிறது. நற்றிணை 45-ஆவது பாடல் மூலம் அன்றைக்கு வெவ்வேறு பிரிவுகளைச் சார்ந்தவர்களுக்கு இடையிலும், வெவ்வேறு வர்க்கங்களைச் சார்ந்தவர்களுக்கு இடையிலும் காதல் அரும்பியிருக்கிறது, அது திருமணமாகவும் மலர்ந்திருக்கிறது என்கிற செய்தியை நம்மாலே அறிந்து கொள்ளமுடிகிறது.

ஒரு மன்னன் மகனுக்குக் காதல் வருகிறது. மன்னன் மகனுக்குக் காதல் வருவதிலே வியப்பில்லை. அவன் இளவரசன், அவன் யாரை வேண்டுமானாலும் காதலிக்கலாம். ஆனால் பொதுவாக ஓர் இளவரசன், இன்னொரு இளவரசியைக் காதலித்தான் என்றுதான் இருக்குமே தவிர, இவன் காதலித்ததைப்போல வேறுபாடாக இருக்காது. இவன் யாரைக் காதலித்தான் என்றால், அவன் நாட்டிலே இருக்கிற குடிமக்களில் ஒருவராகிய, அதுவும் பரதவர் வீட்டுப் பெண், அதாவது மீனவப் பெண் ஒருத்தியைக் காதலித்தான். அது அந்தப் பாட்டிலேயே வருகிறது. அந்தப் பெண் மீனவ சமூகத்தைச் சார்ந்தவள். மீனவச் சமூகம் என்பது நெய்தல் நிலத்திலே வாழ்கிற சமூகம். ஒரு குறிப்பிட்ட தொழிலைச் செய்து வாழ்கிற ஒரு சமூகம். கண்டிப்பாக மன்னனுக்கு இணையான செல்வ வளம் உடைய சமூகமாக இருந்திருக்க வாய்ப்பில்லை. அவன் ஒரு குதிரையிலே கடற்கரையிலே உலா வருகிறபோது, அந்தப் பெண்ணைப் பார்க்கிறான். அவள் கிழிஞ்சல்களைப் பொறுக்கிக் கொண்டிருக்கிறாள் அல்லது அங்கே இருக்கிற மீனை உலர்த்திக் கொண்டிருக்கிறாள். சதைப்பிடிப்புள்ள அந்த விரால் மீன்களைத் தலையை அரிந்து காய வைத்துக் காக்கைகள் வந்து அதைக் கொத்தி விடாமல் பாதுகாத்துக் கொண்டிருக்கிற பணியிலே இருக்கிறாள்.

அப்போது அவன் அந்தப் பெண்ணைப் பார்க்கிறான். அவள் அழகைப் பார்க்கிறான். அவளும் அவனைப் பார்க்கிறாள். ஆனால் அவளுக்கு அவன் இளவரசன் என்று தெரியவில்லை. யாரோ ஒரு செல்வன் என்று புரிகிறது. அழகோடு இருக்கிறான், தோற்றப் பொலிவோடு இருக்கிறான் என்பது தெரிகிறதே தவிர இளவரசன்

என்று அவளாலே புரிந்து கொள்ள முடியவில்லை. எனவே அவளும் காதல் வயப்படுகிறாள்.

ஒரு கட்டத்திலே தோழி அதை உணர்த்துகிறாள். நீ யாரைக் காதலிக்கிறாய் தெரியுமா? அவன் இந்த நாட்டினுடைய மன்னன் மகன் என்று சொல்கிறபோது மகிழ்ச்சியாகவும் இருக்கிறது, கொஞ்சம் அச்சமாகவும் இருக்கிறது. மன்னன் மகனைக் காதலித்தால் பிறகு என்னாகுமோ என்ற அச்சமிருக்கிறது. அவன் அந்த அச்சத்தைத் தெளிவுபடுத்துகிறான். நீயும் நானும் எந்த வர்க்கத்திலே இருக்கிறோம், எந்த இடத்திலே வாழ்கிறோம் என்பதல்ல. நம்முடைய நெஞ்சம் இரண்டும் ஒன்றுபட்டிருக்கிறது என்கிற செய்தியை அவன் உணர்த்துகிறான். நான் உன்னை ஒரு நாளும் கைவிடமாட்டேன் என்றும் உறுதி சொல்கிறான்.

ஆனால் சில நாட்களுக்குப் பிறகு அரண்மனையிலே அவனுக்கு வேலைகள் கூடுதலாகின்றன. அதனால் கடற்கரைக்கு வரமுடிய வில்லை. ஒருநாளாயிற்று, இரண்டு நாளாயிற்று. சில நாள்கள் கடந்ததற்குப் பிறகு அவன் நம்மைக் கைவிட்டு விட்டானோ என்கிற கவலை இந்தப் பெண்ணுக்கு வருகிறது.

இந்தப் பெண்ணுக்கு ஒரு காதல் மனம் வந்திருக்கிறது என்பதைப் புரிந்து கொண்டு அவளுடைய பெற்றோர்கள் அவளை வீட்டில் சிறைப்படுத்துகிறார்கள். அதற்குப் பிறகு இரண்டு மூன்றுநாள் கழித்து அவன் கடற்கரைக்கு வருகிறான். அப்போது அந்தப் பெண்ணினுடைய தோழியைப் பார்க்கிறான். என்னாயிற்று என்று கேட்கிறான், அவள் திருப்பிக் கேட்கிறாள் இத்தனை நாளாக எங்கே போனாய்? இல்லை எனக்கு அரண்மனையிலே வேலை என்கிறான். சரி அரண்மனை வேலையைப் பார்த்துக் கொண்டு போ. அங்கே வேலை என்றால் பிறகு இங்கே ஏன் வருகிறாய் என்று கேட்கிறாள். அவன் சமாதானம் சொல்கிறான். அப்போதுதான் இந்தப் பெண் விளக்கிச் சொல்கிறாள்.

'இவளே பரதவர் மகளே' நீ யார் தெரியுமா? ஒரு கடைத்தேர்ச் செல்வன் காதல் மகனே. தேரோட்டிப் போகிற அந்த நாட்டு மன்னன் இருக்கிறானே அவனுடைய மகன் என்பது மட்டுமல்ல

காதல் மகன் நீ. எனவே உனக்கும் என் வீட்டுப் பெண்ணுக்கும் ஒத்து வராது, நாங்கள் எப்படிப்பட்ட பெண்கள் என்றால் இந்த மீன்களைக் காய வைத்துக் காக்கைகள் கொத்தி விடாமல் பார்த்துக் கொண்டிருக்கிறோம். நீயோ ஒரு நாட்டையே பாதுகாத்துக் கொண்டிருக்கிறாய். நாட்டைப் பாதுகாக்கிறவனும் இந்த வீட்டைகூடப் பாதுகாக்க முடியாதவர்களும் ஒன்றுபட முடியாது என்று கோபப்பட்டுச் சொல்லி, இறுதியாய் இன்னொன்றையும் சொல்வாள். 'எம்மனோரிலும் உண்டு செம்மல்' என்று சொல்வாள். எங்களுடைய பரதவர் இனத்திலேயும்கூட செம்மல்கள், செல்வர் கள் இருக்கிறார்கள். நேர்மையானவர்கள் இருக்கிறார்கள் என்று சொல்கிற நேரத்திலேதான் அவனுக்கு அது சுருக்கென்றுபடுகிறது.

இல்லை இல்லை நான் செல்வன் என்கிற காரணத்தினாலோ மன்னன் மகன் என்கிற காரணத்தினாலோ உன்னுடைய தோழியைப் புறக்கணித்து விட்டேன் என்று கருதாதே என்று சொல்கிறான். எனவே மன்னன் மகனாக இருந்தாலும், ஒரு மீனவப் பெண்ணை அவனால் காதலிக்க முடிகிறது. ஒரு மீனவப் பெண்ணுக்கும் ஒரு மன்னன் மகனுக்கும் இடையிலே காதல் மலர்வதை அன்றைய சமூகம் அனுமதித்திருக்கிறது என்பது இந்தப் பாட்டு நமக்குத் தருகிற செய்தி.

தோழி பேசுகிறபோது மிக நல்ல உவமையொன்றையும் சொல்கிறாள். எங்களுடைய வாழ்க்கை இருக்கிறதே சின்ன வாழ்க்கை என்றாலும் ஒரு நல்ல வாழ்க்கை. எப்படித் தெரியுமா? 'எழுநீர் முளையுள் சிறுநீர் வாழ்க்கை' என்கிறாள். இங்குக் கடல் இருக்கிறது... இதுதான் எங்களுக்கு விளை நிலம். இதுதான் எங்களுடைய வயல் என்று சொல்கிறாள். மருத நிலத்திலே இருக்கிற வயல் வேறாக இருக்கலாம். ஆனால் இந்த நெய்தல் நிலத்திலே கடல்தான் வயல். ஏனென்றால் இங்கே விளைகிற மீன்கள்தான் எங்களுடைய உணவு, எங்களுடைய வாழ்க்கை. எனவே இந்த சிறுநல் வாழ்க்கையைக் கெடுத்து விடாதே என்றும் அந்த இளவரசனை அவள் எச்சரிக்கிறாள். பிறகு அவர்களுக்குள்ளே காதல் மலர்கிறது... மணம் முடிக்கிறார்கள்

என்பது வேறு. நாம் அறிந்து கொள்ளவேண்டிய செய்தி, 2000 ஆண்டுகளுக்கு முந்தைய தமிழ்ச் சமூகத்தில் ஒரு மன்னன் மகனுக்கும் ஒரு மீனவனின் மகளுக்கும் காதல் வருகிறது. அதைச் சமூகம் ஏற்றுக்கொள்கிறது என்கிறபோது இன்றைக்கு ஏற்பட்டதல்ல இந்தச் சாதி மறுப்புத் திருமணம், 2000 ஆண்டுகளுக்கு முந்திய பழமை வாய்ந்தது என்பதே நாம் அறியத் தகும் செய்தியாக உள்ளது.

விவேகானந்தரின் கடிதம்

*ச*மயம் என்பது சமூகத்தை விட்டு விலகி இருக்கிற ஒன்றாக இருக்கக்கூடாது. மத நம்பிக்கை என்பதும் கடவுள் நம்பிக்கை என்பதும் அவரவர்களுடைய நம்பிக்கைதான். ஆனால் அந்த நம்பிக்கைகள் சமூகத்தை விட்டு விலகி நிற்கக்கூடாது.

ஒரு விதவையின் கண்ணீரைத் துடைப்பதற்கும், ஓர் அனாதையின் பசிக்கு ஒருவாய்ச் சோறு கொடுப்பதற்கும் முடியாத எந்த மதத்தின் மீதும், எந்தக் கடவுளின் மீதும் எனக்கு நம்பிக்கை இல்லை' என்கிற வரியைக் கேட்டவுடனேயே, யாரோ ஒரு புரட்சியாளர் சொன்னது, மதத்தையும் கடவுளையும் நம்பாத ஒருவர் சொன்னது என்று நமக்குத் தோன்றும். ஆனால் இந்த வரிகள் விவேகானந்தருக்குச் சொந்தமானவை. அவர் எழுதியுள்ள ஒரு கடிதத்தில் இந்த வரிகள் உள்ளன. விவேகானந்தர் தன்னுடைய நண்பர்களுக்கும் சீடர்களுக்கும் ஏராளமான கடிதங்களை எழுதி இருக்கிறார். அந்தக் கடிதங்களுள் 788 கடிதங்கள் தொகுக்கப் பட்டிருக்கின்றன. அத்தனைக் கடிதங்களும் பதிவு செய்யப்பட்டிருக்கின்றன. ஞானதீபம் என்கிற அந்த இலக்கிய வரிசையில் 11 மடலங்கள் வெளிவந்திருக்கின்றன. அதில் 9, 10, 11 ஆகிய மூன்று மடலங்களிலும் விவேகானந்தருடைய கடிதங்கள் இடம் பெற்றிருக்கின்றன.

1894-ஆம் ஆண்டு அக்டோபர் மாதம் 27-ஆம் தேதி பாரிசிலே இருந்து, சென்னையிலே இருக்கிற அழகிய பெருமாள் என்கிற ஓர் இளைஞனுக்கு அவர் கடிதம் எழுதி இருக்கிறார். ''என்னை எதிர்பார்க்காதீர்கள். நான் வந்துதான் உங்களோடு இருந்து மறுபடியும் தொடக்க வேண்டும் என்று நீங்கள் கருத வேண்டாம். நான் வெறும் ஊக்குவிக்கிற கருவிதான். இனி நீங்களே நடத்துங்கள்'' என்று அவருக்குச் சொல்கிற அந்த வேளையில், எப்படி நடத்திக் கொண்டு போகவேண்டும் என்கிற வழி முறையையும் அவர் சுட்டிக் காட்டுகிறார். அப்போதுதான் அவர் குறிப்பிடுகிறார். நீங்கள் மக்களுக்குத் தொண்டு செய்ய வேண்டும். அப்படிச் செய்யாமல் வெறும் கடவுள், சமயம் என்று சொல்லிக் கொண்டிருப்பீர்களேயானால், உங்கள் கடவுளின் மீதும் சமயத்தின் மீதும் அப்படிப்பட்ட மதங்களின் மீதும் எனக்கு நம்பிக்கை யில்லை என்று சொல்லுகிறார். அதாவது விவேகானந்தர் நாத்திகர் அல்லர். விவேகானந்தர் கடவுள் மறுப்பாளர் அல்லர். கடவுளை நம்பியவர். இந்து மதத்தை நம்பியவர். எல்லாம் உண்மைதான். ஆனால் மதம் என்பது மக்களை விட்டுப் பிரிந்து, தானாக மந்திரம் சொல்லிக் கொண்டு இருப்பதில்லை என்பதிலே அவர் மிக உறுதியாக இருந்தார் என்பதைத்தான் அழகிய பெருமாள் என்கிற அந்த இளைஞனுக்கு எழுதுகிறபோது அவர் எழுதுகிறார், நம்முடைய மதம் எதுவாக இருக்க வேண்டும் என்று சொன்னால், ஒரு விதவையின் கண்ணீரைத் துடைப்பதற்கும், ஓர் அனாதையின் பசிக்கு ஒருபிடி சோறு கொடுப்பதற்குமான ஒரு மதமாக இருக்க வேண்டும். அப்படி இல்லையென்றால் நீங்கள் சொல்லுகிற எந்த சமயத் தொண்டும், நீங்கள் செய்யும் எந்த சமயப் பணியும் சமூகப் பணியாக இல்லாமல் போய் விடும். அதிலே எனக்கு உடன்பாடு இல்லை என்று சொல்லவருகிறார்.

எனவே அவருடைய நோக்கம் மதத்தையும் தெய்வத்தையும் மறுப்பதன்று இரண்டையும் நம்பியவர்தான். ஆனால் மதமும் தெய்வமும் மக்களை நோக்கியதாக இருக்க வேண்டும் என்பதைப் பக்திமான்களுக்கு உணர்த்துகிற பாணியிலேதான் அவர் சொல்கிறார். மிகக் கடுமையாக அடுத்த வரியிலே சொல்கிறார் மற்றவர்களுக்கு உதவுவதால் நரகத்துக்குப் போகலாம் என்றாலும் அது நன்மைதான் என்று சொல்கிறார். ஏனென்றால் சமயத்

தொண்டை விட்டு விட்டு, கடவுள் பற்றிப் பேசுவதை விட்டு விட்டு, மக்களுக்குத் தொண்டு செய்கிற ஒன்றால் நரகத்துக்குத்தான் போவாய் என்று யாராவது சொன்னால், நல்லது, நரகத்துக்கேகூட போகிறேன். ஆனால் மக்கள் தொண்டை நிறுத்த மாட்டேன் என்கிற உறுதியான வரியை அங்கே அவர் சொல்கிறார். அந்தக் கடிதம் இரண்டு மூன்று பக்கங்கள் இருக்கிற கடிதம். மிக நல்ல செய்திகள் அந்தப் பக்கங்களிலே விவாதிக்கப்பட்டிருக்கின்றன. அவர் அழுத்தமாய்ச் சொல்கிறார், உலகத்தில் அன்புதான் மிக வலிமையானது. அன்பு நிச்சயமாக ஒரு நாள் வெல்லும். நீங்கள் அதிலே நம்பிக்கை வைக்க வேண்டும். ஒவ்வொரு மனிதனுள்ளும் இருக்கிற அன்பு என்கிற ஊற்றைத் தோண்டுங்கள். விவேகானந்தர் சொல்கிறார் ஒவ்வொரு மனிதனின் நெஞ்சத்துக்குள்ளேயும் ஒரு ஊற்று இருக்கிறது. அந்த ஊற்றைத் தோண்டி வெளியே கொண்டு வாருங்கள். அதுதான் அன்பு, அதுதான் இந்த உலகத்தை வாழ வைக்கும் என்று சொல்கிறார்.

அப்படியானால் நீங்கள் தொடர்ந்து மனிதர்களுக்கே செய்யுங்கள் என்று சொல்கிறீர்களே, கடவுளை நம்பவில்லையா என்று கேட்டால் அந்தக் கடிதத்திலே அதற்கும் விடை இருக்கிறது. நான் கடவுளை நம்புகிறேன். நான் மனிதனையும் நம்புகிறேன் என்று இரண்டு வரிகள் அடுத்தடுத்து இருக்கின்றன. கடவுளை நம்புகிறவர்கள் சிலர் மனிதர்களை நம்புவதில்லை. மனிதர்களை நம்புகிறவர்கள் கடவுளை நம்புவதில்லை. அவர் இருவரையும் நம்புகிறேன் என்கிறார்.

நான் ஒரு துறவி. எனக்கு எதுபற்றியும் எந்தத் தேவையும் எந்த விருப்பமும் எனக்கு இல்லை. ஆனால் இயன்றவரை மக்களுக்குத் தொண்டு செய்ய வேண்டும் என்பதுதான் மதம் என்று நான் கருதுகிறேன் என்று அதில் இன்னும் அழுத்தமாய்ச் சொல்கிறார். அது மட்டுமல்லாமல் அந்தக் கடிதத்தினுடைய இறுதிப் பக்கத்திலே உள்ள பல செய்திகள் மேலும் வியப்பைத் தருகின்றன. நான் அமெரிக்காவிலே இருக்கிறேன். எல்லோரும் இந்தியாவுக்கு வர வேண்டும் என்கிறார்கள். நான் இந்தியாவுக்கு வந்து விட்டால் கூடுதலாகப் பணி செய்யலாம் என்று நினைக்கிறார்கள். அப்படி இல்லை. அது தவறாக உணரப்படுகிறது. இங்கே இருந்து கொண்டே ஏராளமான காரியம் செய்யப்படுகிறது. இந்த நாட்டு

மக்கள் நிறைய உதவுகிறார்கள். மனிதரை மனிதர் மதிக்கிறார்கள். இங்கே இருந்து கொண்டு நான் எதை உண்மை என்று நம்புகிறேனோ அதனுடைய கருத்துக்களை உலகம் முழுவதும் பரப்புவதற்கான வாய்ப்புகள் இருக்கின்றன.

அவர் எழுதியது 19-ம் நூற்றாண்டினுடைய இறுதி நாட்களில் என்பதை நாம் கவனத்திலே வைத்துக் கொள்ளவேண்டும். ஆனால் என்னைப்போல் ஒரு மதப் பிரசாரகன் நம்முடைய நாட்டுக்கு வந்தால் நீங்கள் எல்லாம் என்ன செய்வீர்கள்? நம்முடைய நாட்டுக்கு வருகிற ஒரு வெள்ளைக்காரனோடு கைகுலுக்குவதற் குக்கூட உங்களுடைய ஆச்சாரம் இடம் கொடுப்பதில்லை. தீண்டாமை இருக்கிறது. அவனைத் தொட மறுக்கிற, மனிதனை வெறுக்கிற அந்த உள்ளத்திலே இருந்து, மதமும் அந்தச் சமயத் தொண்டும் எப்படி உருவாகும் என்று அவர் கேட்கிறார். ஆனால் இந்து மதப் பிரசாரகனாக வந்திருக்கிற என்னை இங்கே இருக்கிற கத்தோலிக்கர்கள் உள்பட அத்தனை பேரும் வரவேற்கிறார்கள், இடம் தருகிறார்கள், எழுதுவதற்கான உதவிகளையெல்லாம் செய்கிறார்கள். எனவே மனிதர்களை வெறுப்பதை முதலில் விட்டு விடவேண்டும். மதத்திலிருந்து நாம் கற்றுக் கொள்ள வேண்டிய

முதல் செய்தி அதுதான் என்று எழுதி வைத்து விட்டு இறுதியில் அந்தக் கடிதத்தை இப்படி முடிக்கிறார். நான் தொடர்ந்து இந்த இடத்திலே இருக்கமாட்டேன். அடுத்தடுத்த இடங்களுக்குப் போய்க் கொண்டிருக்கிறேன். எனவே எனக்குக் கடிதங்களை அனுப்ப வேண்டாம். என்னோடு தொடர்பு கொள்வது, எனக்குக் கடிதம் எழுதுவது, என்னிடமிருந்து கருத்துக்களைப் பெறுவது என்பது எல்லாவற்றையும் தாண்டி நீங்கள் அங்கே உங்களால் இயன்ற பணிகளைச் செய்து கொண்டிருங்கள் என்று அவர் அந்தக் கடிதத்தை முடிக்கிறார்.

எனவே ஒரு சமயம் என்பது சமூகத்தை விட்டு விலகி இருக்கிற ஒன்றாக இருக்கக்கூடாது. மத நம்பிக்கை என்பதும் கடவுள் நம்பிக்கை என்பதும் அவரவர்களுடைய நம்பிக்கைதான். ஆனால் அந்த நம்பிக்கைகள் சமூகத்தை விட்டு விலகி நிற்கக்கூடாது என்பதைத்தான் இங்கே இந்தக் கடிதத்திலே கொடுக்கிறார். இன்னும் அவர் எழுதிய சில கடிதங்களையெல்லாம் படிக்கிறபோது, ஏராளமான செய்திகள் நமக்கு கிடைக்கின்றன. இந்த இடத்தில் அவர் ஓர் இந்து மதச் சார்பாளனாகவே நின்று பேசுகிறார். சில இடத்தில் மதத்தை தாண்டி, சமூக மனிதனாக நின்று முழக்க மிடுகிறார்.

□

அழகும் பயன்பாடும்

உலகத்திலே இருக்கிற எல்லோருடைய உணர்வலைகளும் அப்படியே ஒத்துப்போகும் என்று சொல்ல முடியாது. நெருக்கமாக இருப்பவர்களோடு கொஞ்சம் கூடுதலாகப் பழக முடியும். மிக வேறுபட்ட உணர்வலை களோடு இருப்பவர்களிடமிருந்து நாம் கொஞ்சம் விலகி இருக்கலாம்.

குழந்தைகளினுடைய பாதங்கள் பட்டுப்போன்றவை என்று நாம் சொல்வதுண்டு. இன்னமும் சொன்னால் பட்டைவிட மென்மையானவை என்று சொல்ல லாம், அத்தனை மென்மையானவை. தொட்டால் சுகம் தருகிற, அழகான சிவந்த அந்தப் பாதங்களை நாம் மணிக்கணக்கில் ரசித்து இருக்கலாம். ஆனால் அந்தப் பாதங்களால் அந்தக் குழந்தைகளால் தரையில் நடக்க முடியாது. காரணம் அந்தப் பாதத்தின்மேல் இருக்கிற மென்மையும் தரையிலே இருக்கிற கடுமையும் ஒன்றுக்கொன்று முரண்படு கின்றன.

தரை கடுமையாய் இருக்கிறது. இந்தக் கால்கள் அதிலே படுகிறபோது, அது வேதனை தருகிறது. ஆனால் பழகியதற்குப் பிறகு நம்முடைய கால்கள் கொஞ்சம் முரடாக ஆகி விடுகின்றன. இந்தத் தரையிலே மட்டுமல்ல, மேடு பள்ளங்களாக இருக்கிற, மலைகளும் பள்ளத்தாக்குகளுமாக இருக்கிற இடங்களில்கூட நம்மாலே நடக்க முடிகிறது. பாதங்கள் அப்படி மாறியதற்குப்

பிறகுதான் நாம் நடக்கிறோம் என்பதில்லை. நடக்க நடக்க பாதங்கள் அப்படி மாறி விடுகின்றன. நம்முடைய கால்களில் உள்ளங்கால்களில் வெடிப்புகள் இருக்கலாம். கீறல்கள் விழுந்து இருக்கலாம், கொஞ்சம் கடுமையான ஓர் தடிப்புகள்கூட இருக்கலாம். ஆனால் அதுதான் நடப்பதற்கு வசதியாக இருக்கிறது. இந்த மாற்றம் எப்போது எப்படி நடந்தது என்று துல்லியமாக வரையறுத்துவிட முடியாது. மெல்ல மெல்லக் குழந்தைகள் கால்களை அடியெடுத்து வைத்துப் பழகி அதற்குப் பிறகு கொஞ்சம் வழுவழுப்பான தரையிலே நடந்து பிறகு தெருவுக்கு வந்தபின் கால்கள் அந்த அழகை இழந்து விடுகின்றன... இருந்தாலும் பயன்பாட்டைப் பெறுகின்றன. இந்தக் கால்களைப் பற்றிய இத்தனை விளக்கங்களும் எதற்காக என்றால் இது கால்களுக்கு மட்டும்தான் பொருந்தும் என்று கருத வேண்டியதில்லை. நம்முடைய உள்ளத்திற்கும் கூடப் பொருந்தும். நம்முடைய உள்ளம் மிக மென்மையாகத்தான் இருந்திருக்கக் கூடும். அதற்குப் பிறகு மெல்லமெல்ல அதிர்ச்சிகளைத் தாங்கும் பக்குவத்தை அது ஏற்றுக் கொள்கிறது. ஆனால் அந்த நிலை வருவதற்கு நெடுநாள் ஆகும். பலபேருக்கு வருவதே இல்லை.

மிகப் பலர் இப்போதும் தொட்டால் சுருங்கிகளாக இருக்கிறார்கள். யாராவது கொஞ்சம் கோபமாகச் சொன்னால்கூட அவர்களால் பொறுத்துக் கொள்ள முடியவில்லை. பல நேரங்களில் வேலைகளை விட்டு விட்டு வந்து விடுகிறார்கள். அங்கு இருக்கிற அதிகாரி கடுமையாகப் பேசி விட்டால் இங்கே இருக்கிறவர்கள் என்னை மதிப்பதில்லை என்று உடனடியாக முடிவெடுத்து அவர்கள் வேலையைக்கூட உதறி விட்டு வந்து விடுகிறார்கள். கணவராக இருந்தாலும் மனைவியாக இருந்தாலும் அவர்களால் ஒத்துப்போக முடியவில்லை. குடும்பங்களில்கூட தங்க முடியவில்லை. அதாவது நமக்கு உணர்ச்சிகள் இருந்தாக வேண்டும். ஆனால் இந்த உணர்ச்சிகள் இவ்வளவு மென்மையாக இருந்தால் இந்த உலகத்தில் வாழ முடியாது.

கிராமங்களிலே, இன்றைக்கும் வழக்கிலே இருக்கிறது. உனக்கு சூடு, சொரணை இல்லையா என்று கேட்கிறார்கள். சூடு புரிகிறது, அது என்ன சொரணை? இந்த உணர்ச்சிதான் சொரணை. சிலபேர் சொரணையற்றவனாக இருக்கிறான் என்றால் வேடிக்கையாகச்

சொல்வார்கள், 'எருமை மாட்டிலே மழை பெய்கிற மாதிரி எதைப் பற்றியும் கவலைப்படமாட்டான். அவனுக்கு நேர் எதிரான நிலை யிலே இருக்கிற மனிதன், மெதுவாகத் தொட்டால்கூட சிணுங்கு கிறவன். எவ்வளவுதான் மழையும் காற்றும் புயலும் அடித்தாலும் அப்படியே போய்க்கொண்டிருப்பவன் இன்னொருவன்.

இந்த இரண்டு பேருமே தம்முடைய இயல்பான நிலையிலிருந்து விலகி நிற்கிறார்கள். இரண்டும் இயல்பான நடைமுறை வாழ்க்கைக்கு ஒத்துவராது. நாம் அதைக் கவனிக்க வேண்டும், மிக மிகச் சின்னச் செய்திக்குக்கூட உணர்ச்சி வயப்பட்டு எல்லா வற்றையும் உதறி எறிந்து விட்டு வெளியே வருவது என்பது நடைமுறையில்லை. ஆனால் அதற்காக எல்லாவற்றையும் ஏற்றுக் கொண்டு எதைப் பற்றியும் கவலைப்படாமல், தன் சுயநலத்தைத் தவிர மற்றதைப்பற்றி நினைக்கிறவன் இல்லை என்று சொன்னால், அது மனித அடிப்படையிலே ஏற்றுக் கொள்ள முடியாத நிலை.

எனவே இந்த உணர்வுகளை எப்படிப் பக்குவப்படுத்தி, நெறிப்படுத்திக் கொண்டுபோவது? கோபத்தைக் கட்டுப்படுத்துதல் என்பதன்று, நெறிப்படுத்துதல். பல நேரங்களிலே நாம் காயப் படலாம், ஏன் காயப்படுகிறோம் என்றால் நம்முடைய உணர்வலைகளும், அடுத்தவன் உணர்வலைகளும் ஒன்றாக இல்லை என்பதுதான் காரணம். உலகத்தில் கோடி மக்கள் இருக்கிறார்கள் என்றால், கோடிக் கணக்கான உணர்வலைகள் இருக்கின்றன. ஒன்றும் இன்னொன்றும் கொஞ்சம் நெருங்கி வரலாம். ஒன்று இன்னொன்றாக ஒரு நாளும் ஆகாது. இந்த உணர்வலைகளைத்தான் 'வேவ்லெங்த்' என்று உளவியலாளர்கள் சொல்கிறார்கள்.

குழந்தையினுடைய அந்த மென்மையான பாதமும், இந்த நிலத்தினுடைய வன்மையான தன்மையும் ஒன்றோடொன்று ஒத்துப் போகவில்லை. அதே நேரத்திலே நிலமும் கொஞ்சம் இளகி, காலும் கொஞ்சம் வலிமை பெற்றுப் பிறகு நடக்கப் பழகிக்கொள்கிறோமே அதுபோலத்தான், உலகத்திலே இருக்கிற எல்லோருடைய உணர்வலைகளும் அப்படியே ஒத்துப்போகும் என்று சொல்ல முடியாது. நெருக்கமாக இருப்பவர்களோடு கொஞ்சம் கூடுதலாகப் பழக முடியும். மிக வேறுபட்ட உணர்வலைகளோடு இருப்பவர்

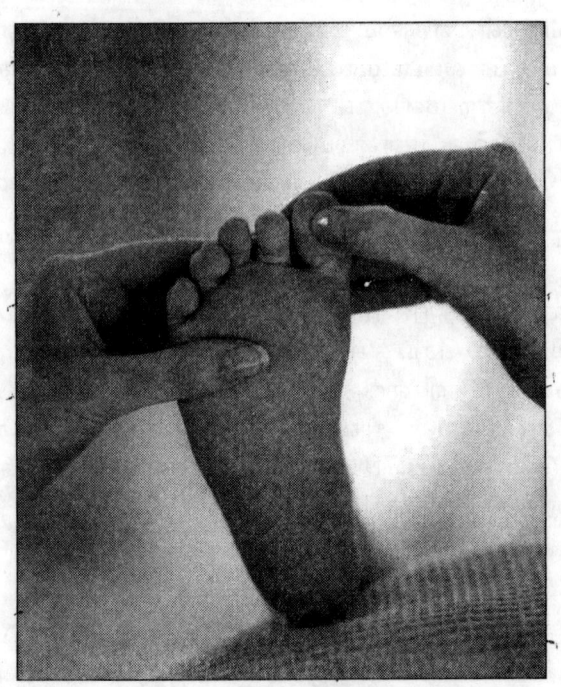

களிடமிருந்து நாம் கொஞ்சம் விலகி இருக்கலாம். ஆனால் அதற்காக ஒட்டு மொத்தமாக நம்முடைய உணர்வைப் புரிந்து கொள்கிற, உணர்வலைகளோடு ஒத்துப்போகிறவர்களோடு மட்டும்தான் நாம் பழக முடியும்... வாழ முடியும் மற்றவர்களுக்கும் நமக்கும் தொடர்பில்லை என்று சொன்னால், ஏறத்தாழ 100க்கு 95 பேரிடமிருந்து நாம் விலகி நிற்க வேண்டும். 100க்கு 95 பேரிடம் இருந்து விலகி நின்றால் நாம் நம்முடைய வாழ்க்கையை அமைத்துக் கொள்ள முடியாது.

குழந்தையின் பாதங்கள் அழகானதாக இருந்தால் மட்டும் போதாது, நடக்கத்தக்கதாக பயனுள்ளதாகவும் இருக்க வேண்டும். ◻

காதலர் தினம்

காதலர் தினத்தை யாரெல்லாம் கடுமையாக எதிர்க்கிறார்கள் என்று பார்த்தால், மதவாதிகள் எதிர்க்கிறார்கள். மதத்தை, தங்கள் மதத்தினுடைய அடிப்படையான பழைய கட்டுமானங்களைக் காப்பாற்றிக்கொள்ள வேண்டும் என்று கருதுகிறவர்கள், மதமாற்றத்தால் நடைபெறுகிற காதல் திருமணங்களால் மதம் சிதைந்து விடும் என்று கருதி, அந்த மதத்தைக் காப்பாற்றிக்கொள்ளவேண்டும் என்று கருதிக் காதலை எதிர்க்கிறார்கள்.

சில ஆண்டுகளாகக் காதலர் தினம் நம்முடைய நாட்டிலேயும் கூடுதலாக அறிமுகமாகி வருகிறது. காதலர் தினத்தை இங்கேயும் பலர் கொண்டாடத் தொடங்கியிருக்கிறார்கள். வாழ்த்து அட்டைகள் அனுப்பப்படுகின்றன. பிப்ரவரி 14-ஆம் நாள் காதலர்கள் இன்றைக்கு வெளிப்படையாகவே ஊடகங்களிலேகூடத் தங்கள் காதலை தெரியப்படுத்திக் கொள்கிறார்கள். முன்பெல்லாம் மிகவும் அஞ்சி அஞ்சி மறைத்து மறைத்து யாருக்கும் காதல் தெரிந்து விடக்கூடாது என்று கருதுவார்கள். இன்று அந்த நிலை மாறி வானொலி, தொலைக்காட்சிகளில் என்னோட காதலர் இவர், என்னுடைய காதலி இவர் என்று வெளிப்படையாகச் சொல்கிற கட்டம் வந்து விட்டது.

இந்த நேரத்திலே பிப்ரவரி மாதம் 14-ஆம் நாளைக் காதலர் தினம் என்று கொண்டாடுவது சரிதானா என்கிற விவாதமும் இன்னொரு பக்கத்திலே நடந்து கொண்டு இருக்கிறது. இது மேலை நாட்டுக் கலாச்சாரம். இதற்கும் நமக்கும் என்ன தொடர்பு? யாரோ ஒரு 'வாலன்டைன்' என்ற வெளிநாட்டுப் பாதிரியாரினுடைய பெயரில் இங்கே நடக்கும் கூத்துக்களையெல்லாம் எப்படி அனுமதிப்பது என்று கேட்கிற ஒரு பிரிவினர் இருக்கத்தான் செய்கிறார்கள். அவர்களினுடைய பார்வையும்கூடக் காதலை எதிர்க்க வேண்டும் என்பதன்று. ஆனால் காதலர் நாள் என்பதை அவர்கள் இரண்டு காரணத்திற்காக எதிர்க்கிறார்கள்.

1. இது வெளிநாட்டிலே இருந்து இறக்குமதியானது.
2. இது நம்முடைய கலாச்சாரத்துக்கு மாற்றாகப் பிள்ளைகளை வேறு வழியிலே தூண்டி விடுகிற ஒன்றாக இருக்கிறது என்கிற இரண்டு பார்வை அவர்களிடத்திலே இருக்கிறது.

ஆனால் இன்னொரு சாராரிடம் இந்தக் காதலர் தினம் பிழையானதில்லை. காதலர் தினத்தை நாம் கொண்டாட வேண்டும் என்கிற கருத்து இருக்கிறது. இது மேலை நாட்டிலிருந்து வந்தது என்பதை நாம் யாரும் மறுக்கவில்லை. மேலை நாட்டிலிருந்துதான் வந்தது. மேலை நாட்டிலிருந்து வருகிறது என்பதற்காகவே நாம் ஒன்றை மறுக்க வேண்டியதில்லை. மேலை நாட்டிலிருந்து எத்தனையோ தீமைகள் வருகின்றன, அவற்றை நாம் தடுக்க வேண்டும். மேலைநாட்டிலிருந்து ஒருவேளை நன்மைகள் வருமானால் அது எங்கே இருந்து வருகின்றது என்பதைப் பார்க்காமல் நாம் ஏற்றுக் கொள்ளலாம். மனித உரிமைநாள் என்ற ஒன்றைக் கொண்டாடிக் கொண்டிருக்கிறோம். மகளிர் தினம் இங்கு உருவாக்கப்பட்டதன்று. மேலை நாடுகளிலிருந்து வந்தாலும்கூட அவற்றின் தேவை கருதி அவற்றை ஏற்றுக்கொள்வதைப்போல, காதலர் தினமும் எங்கேயோ இருந்து வந்தாலும்கூட இங்கேயும் அது தேவைப்படுகிறது.

இங்கே காதல் எதற்காகத் தேவைப்படுகிறது என்றால் காதல்தான் ஜாதியை அறுக்கிற கூரிய வாளாக இருக்கிறது. அம்பேத்கர்கூட மிக அடிப்படையான ஒரு செய்தியைச் சொன்னார். ஜாதியை உடைக்க வேண்டும் என்றால் ஜாதி எங்கே உயிர் பெற்று வாழ்கிறது என்று

பார்க்க வேண்டும். பழக்க வழக்கங்களிலேயும் அக மணத்திலே யும்தான் அது உயிர்வாழ்கிறது என்று அவர் சொன்னார். ஒவ்வொரு ஜாதிக்கும் தனித்தனிப் பழக்க வழக்கங்கள் இருக்கின்றன. அதிலே ஒரு பக்கம் ஜாதி உயிர் வாழ்கிறது. இன்னொரு பக்கத்திலே அகமணம். அதாவது ஒரு ஜாதிக்குள்ளேயே திருமணம் செய்து கொள்கிற அந்தமுறை இருக்கிறது. அதுவும் ஜாதியை வாழ வைக்கிறது என்று சொன்னார். அப்படியானால் ஜாதியை உடைப்பதற்கு அகமணத்தை உடைக்க வேண்டும். ஒரே ஜாதிக்குள் நடைபெறுகிற திருமணங்கள் உடைந்து புறமணம் - வெவ்வேறு ஜாதிகளுக்கிடையே திருமணம் நடைபெறுமானால் அது ஜாதிக்கு எதிரான ஒன்றாகவும் இருக்கும் என்று அம்பேத்கர் சொன்னார்.

அந்த அடிப்படையிலேதான், மிக அழுத்தமாகக் காதலர் நாளை ஜாதிக்கு எதிராகத் தூக்கிப் பிடிக்க வேண்டியுள்ளது. ஆனால் இந்த மோதல்கள் வலுத்துக்கொண்டே இருக்கின்றன. இன்னொரு பக்கத்திலே நமக்கு இன்னொரு பார்வையும் இருக்கிறது.

இன்றைக்கு எல்லாம் வணிக மயம் ஆகிக்கொண்டிருக்கிறது. உலகிலுள்ள எல்லா நிகழ்வுகளும் அன்பு, பாசம் உள்பட அனைத்தும் வணிக மயமாகிக்கொண்டிருக்கின்றன. இங்கே அன்னையர் தினம் வந்திருக்கிறது. அங்கே இருக்கிற பல தினங்கள் இன்னமும் இங்கு வந்து சேரவில்லை. அங்கே நன்றி கூறும் நாள் என்று ஒரு மூன்று நாட்கள் உண்டு. ஆண்டுக்கு ஒரு மூன்று நாட்களை அவர்கள் ஒதுக்கி, எங்கோ இருக்கிற பிள்ளைகள் எல்லாம் தங்களுடைய பெற்றோர்களை வந்து பார்த்து நன்றி சொல்லிவிட்டுப் போகிறநாள் என்று அவர்கள் அதனை நவம்பர் மாதத்திலே வைத்திருக்கிறார்கள். அது இங்கே நடைமுறையிலே இல்லை. நடைமுறைக்கு வரவேண்டிய தேவையும் இல்லை. அதைப்போல பல்வேறு தினங்கள் மேலைநாடுகளிலிருந்து இறக்குமதியானாலும் அவை எல்லாவற்றையும் நாம் பற்றிக் கொள்ளவில்லை. பற்றிக்கொள்ளவேண்டிய தேவையும் இல்லை. இயல்பாகவே ஒரு சமூகம் தனக்கு முற்றிலுமாக வேறுபட்டிருக்கிற இன்னொரு பண்பாட்டை அப்படியே ஏற்றுக்கொண்டு விடாது.

அன்னையரிடம் பிள்ளைகள் பாசம் வைப்பது வரவேற்புக்குரியதாக, சமூகம் பாராட்டுகிற ஒன்றாக இருக்கிறது. எனவே அன்னையர் தினம் என ஒன்று தனியாகத் தேவையில்லை. ஆனால் காதலை இந்தச் சமூகம் முழுமையாக ஏற்றுக்கொள்ளவும் இல்லை... பாராட்டவும் இல்லை. காதல் என்பது போராடிப் பெறுகிற ஒன்றாகத்தான் இப்போதும் இந்தச் சமூகத்திலேயும் இருக்கிறது. நீங்கள் மேலை நாடுகளிலே பார்க்கிறபோது, காதல் ஒரு பிரச்சினையே இல்லை. இன்னும் சொன்னால் அங்கு திருமணம் செய்து கொள்ளப் போகும் இரண்டுபேரும்தான் எல்லாவற்றையும் முடிவு செய்து பெற்றோர்களுக்கு அறிவிக்கிறார்கள். திருமணத் திற்கு அழைப்பு விடுக்கிறார்கள் அவ்வளவுதான்.

ஆனால் நம்முடைய நாட்டில் அந்த இரண்டு பேரைத் தவிர மற்ற எல்லோருக்கும் தொடர்புடையதாகத் திருமணம் இருக்கிறது. அந்தக் குடும்பங்கள் இரண்டும் ஏற்றுக்கொள்ளவேண்டும். ஜாதிகள் இரண்டும் ஏற்றுக்கொள்ளவேண்டும். இரண்டு பேரும் ஒரே மதம் சார்ந்தவர்களாக இருக்கவேண்டும் என்று பல்வேறு விதமான நிபந்தனைகள். அந்த இரண்டு பேர் மட்டுமே தொடர்பற்றவர்களாக இருக்கிறார்கள். இன்றைக்கும் காதலர் தினத்தை யாரெல்லாம்

கடுமையாக எதிர்க்கிறார்கள் என்று பார்த்தால், மதவாதிகள் எதிர்க்கிறார்கள். மதத்தை, தங்கள் மதத்தினுடைய அடிப்படையான பழைய கட்டுமானங்களைக் காப்பாற்றிக்கொள்ள வேண்டும் என்று கருதுகிறவர்கள், காதல் திருமணங்களால் மதம் சிதைந்து விடும் என்று கருதி அந்த மதத்தைக் காப்பாற்றிக்கொள்ளவேண்டும் என்று கருதிக் காதலை எதிர்க்கிறார்கள். அதைப்போலவே ஜாதிக் கட்டுமானத்தை காப்பாற்றிக்கொள்ள வேண்டும் என்று கருதுகிறவர்களும் இந்தக் காதலை எதிர்க்கின்றனர். எனவே காதலர் தினம் மேலை நாட்டிலே இருந்து இறக்குமதியானது, அது வணிக மயமாகிக் கொண்டிருக்கிறது என்பவை எல்லாம் உண்மை யானவை என்றாலும், காதலர் தினத்தை நாம் எதிர்க்க வேண்டியதில்லை.

எந்தவொன்றுக்கும் ஒரு பக்க விளைவு இருக்கும். அந்த பக்க விளைவுகளை நாம் குறைக்க வேண்டுமே தவிர மூலத்தையே மாற்றிவிடக்கூடாது. காதலர் தினத்தால் ஏற்படுகிற பக்க விளைவுகளை கட்டுப்படுத்தலாம், சிலவற்றை வேண்டாம் என்றுகூட நீக்கலாம். ஆனால் காதலர் தினமே வேண்டாம் என்று சொல்லவேண்டியதில்லை. 'காதலது உயிர் இயற்கை' என்று புரட்சிக் கவிஞர் பாரதிதாசன் சொன்னார். எனவே காதல் வாழ்க! காதலர்கள் வாழ்க! காதலர் தினம் வளர்க என நாம் வாழ்த்துவோம்!

◻

அற்றைத் திங்கள்...

இப்போதெல்லாம் அந்தப் பாட்டை எப்போது படித்தாலும், அது பாலஸ்தீன மக்களின் குரலாக, ஆப்பிரிக்க மக்களின் குரலாக, ஈழத்து மக்களின் குரலாக நம்முடைய காதுகளில் விழுந்து கொண்டிருக்கிறது.

பொதுவாகப் புறநானூற்றுப் பாடல்கள் வீரம் செறிந்தவை, வீர உணர்ச்சிகளை வெளிப்படுத்துகின்றவை என்பதை நாம் அறிவோம். ஆனால் சோகத்தின் எல்லைகளைத் தொடுகின்ற பாடல்களும் புறநானூற்றிலே உண்டு. பாரிமன்னன் இறந்ததற்குப் பிறகு அவனுடைய மகள்கள் இரண்டு பேரும் பாடுகிற வரிகளாகக் கபிலர் எழுதியிருக்கிற அந்தப் பாட்டு நெஞ்சை நெகிழ்த்தும்

பாரியைப்பற்றிக் கபிலர் புறநானூற்றிலே நிறைய எழுதியிருக்கிறார். அவையெல்லாம் பாரி இருந்து எழுதிய பாடல்கள். ஆனால் அவன் இறந்து எழுதிய பாடல் இந்தப் பாட்டு. திரைப்படத்திலேகூட இந்தப் பாடலினுடைய சாயலில் வேறு பாடல்கள் வந்திருக்கின்றன.

"அற்றைத் திங்கள் அவ்வெண் ணிலவில்
எந்தையும் உடையேம் எம்குன்றும் பிறர் கொளார்
இற்றைத் திங்கள் இவ்வெண் ணிலவில்
வென்றெறி முரசின் வேந்தர் எம் குன்றும்
கொண்டார் யாம் எந்தையும் இலமே!''

என்று ஐந்து வரிகளிலே அமைந்திருக்கிறது அந்தப் பாட்டு. பாரியினுடைய மகள்கள் இரண்டுபேர் அங்கவை, சங்கவை. தமிழ்ப்பெண்கள், தமிழ்த்

திரைப்படங்களில் எப்படியெல்லாம் இழிவுபடுத்தப்படுகிறார்கள் என்பதற்கு இந்தப் பெயர்கள்கூட அண்மையிலே ஒரு சான்றாக இருந்தன. இந்த அங்கவையும் சங்கவையும் தன் தந்தை இருந்த காலத்தில், தங்களின் வாழ்க்கை எப்படி இருந்தது, இப்போது எப்படி இருக்கிறது என்கிற சோகத்தை ஐந்து வரிகளிலே இந்தப் பாட்டிலே சொல்கிறார்கள்.

"அற்றைத் திங்கள் அவ்வெண்ணிலவில்" அந்த மாதம் அந்த நிலவு வானில் காய்ந்தபோது எங்களுக்குத் தந்தையும் இருந்தார். பறம்பு மலையும் இருந்தது. ஆனால் இந்த மாதம் இன்றைக்கு இந்த நிலவு காய்கிற இந்த நேரத்தில் வென்றெறி முரசின் வேந்தர் போர்த்திறத்தால் தங்கள் தந்தையைக் கொல்லாமல், வஞ்சகத்தால் தங்கள் தந்தையைக் கொன்று விட்டார்கள் என்பதை எள்ளலாகக் கேலியாக அந்தப் பெண்கள் சொல்கிறார்கள், "எங்கள் பறம்பு மலையையும் எடுத்துக் கொண்டு விட்டார்கள். எங்களுக்குத் தந்தையும் இல்லாமல் போய்விட்டது என்று தங்கள் நாட்டை நினைத்து, அந்த நாளை நினைத்து அந்தப் பெண்கள் பாடுவதாகக் கபிலர் எழுதியிருக்கிற இந்தப் பாட்டை நாம் பாடநூல்களிலே எல்லாம் படித்திருக்கிறோம், ஆனால் இந்தப் பாட்டைப் படிக்கிறபோது, தந்தையை இழந்த பெண்களின் சோகம் மட்டும்தான் வெளிப்படுவதாக யாராவது கருதினால் அவர்கள் இந்தப் பாட்டின் உள்ளடக்கத்தை முழுமையாக உள்வாங்கிக் கொள்ளவில்லை என்று பொருள்.

கவிஞர் இன்குலாப் அவர்கள்தான் தன்னுடைய நாடகத்தில் இந்தப்பாட்டு உலகம் முழுவதற்கும் பொதுவானது என்று மிக அருமையாய் அதைப் பொதுமைப்படுத்தினார். இந்தப் பாட்டை யாரெல்லாம் பாடலாம்? யாரெல்லாம் தங்கள் தேசத்தை இழந்து விட்டார்களோ, யாரெல்லாம் வஞ்சகத்தால் தங்கள் மண்ணை இழந்து விட்டார்களோ, அவர்கள் அத்தனைப் பேருக்கும் இந்தப் பாட்டு பொதுவானது என்று அவர் சொல்வார். ஆப்பிரிக்க மக்கள் பாடலாம். தங்கள் மண்ணை இழந்து தங்களினுடைய நாட்டை இழந்து இன்றைக்கு வேறு தேசத்திலே அகதிகளாகப் புலம் பெயர்ந்து போய் இருக்கிற மக்கள் அனைவரும் பாடலாம்.

"அற்றைத் திங்கள் அவ்வெண் நிலவில்" எங்கள் நாடு எங்கள் கையிலே இருந்தது. "இற்றைத் திங்கள் இவ்வெண் நிலவில்" இவர்கள் எடுத்துக்கொண்டு விட்டார்கள் என்று அந்த ஆப்பிரிக்க அகதிகள் பாடலாம். பாலஸ்தீன மக்கள் பாடலாம். ஈழத்தினுடைய மக்கள் பாடலாம். நேற்றைக்கு அந்த மலையும், அந்த நிலமும், அந்த வயல்வெளியும் எல்லாம் எங்களுக்குச் சொந்தமாக இருந்தன. இற்றைத் திங்கள் இவ்வெண் நிலவில் எல்லாவற்றையும் இழந்து விட்டு, இந்த தேசத்திற்கு நாங்கள் அகதிகளாக வந்திருக்கிறோம் என்று அகதிகளாக ஆகி விட்ட அத்தனை நாட்டு மக்களுக்கும் பொதுவான பாடலையல்லவா கபிலர் புறநானூற்றிலே எழுதி வைத்திருக்கிறார் என்று சொல்வார்.

இப்போதெல்லாம் அந்தப் பாட்டை எப்போது படித்தாலும், அது பாலஸ்தீன மக்களின் குரலாக, ஆப்பிரிக்க மக்களின் குரலாக, ஈழத்து மக்களின் குரலாக நம்முடைய காதுகளில் விழுந்து கொண்டிருக்கிறது.

☐

எந்தத் தொழிலும் இழிவில்லை

மேலை நாடுகளைப்பற்றி பலவற்றை நாம் பேசுகிறோம். அவர்களுடைய நேரம் தவறா மையைப் பற்றி பேசுகிறோம், அவர்கள் உடுத்திக் கொள்கிற நாகரிகம் பற்றி பேசுகி றோம், நாமும் அவர்களைப்போல் உடுத்திக் கொள்ளவேண்டும் என்று நினைக்கிறோம், அவர்கள் மாதிரியே அவர்கள் மொழியைப் பேசவேண்டும் என்று நினைக்கிறோம், அதிலே எல்லாம் மேலை நாட்டவர்களைப் பின்பற்று கிற நாம், உடல் உழைப்பை அவர்கள் எப்படி மதிக்கிறார்கள் என்று பார்க்கத் தவறி விட்டோம்.

சரியாகப் படிக்காத பிள்ளைகளையோ அல்லது கொடுத்த வேலையை ஒழுங்காகச் செய்யாத மனிதர்களையோ பார்த்து நீயெல்லாம் மாடு மேய்க்கத்தான்யா லாயக்கு என்று வசைபாடுவதை நாம் கேட்டிருக்கிறோம். மாடு மேய்ப்பது என்பது அவ்வளவு எளிதானதா? மாடுமேய்ப்பதில் எவ்வளவு துன்பங்களும், எவ்வளவு சிரமங்களும் இருக்கின்றன என்பதை மாடு மேய்த்துப் பார்த்தால்தான் தெரியும். மாடு மேய்ப்பது என்பது அவ்வளவு எளிதான செயல் அன்று.

ஆனால் அதை அப்படித்தான் குறைத்து இழிவாகச் சொல்கிறோம். இன்றைக்கு அதிகாரியாக இருக்கிற என்னுடைய நண்பர் ஒருவர் என்னிடத்திலே சொன்னார் நான் சிறுவனாக இருந்தபோது மாடு

மேய்த்திருக்கிறேன். ரொம்பக் கடினமான வேலையண்ணா அது என்று அவர் சொன்னார். எப்படி என்று கேட்டேன்? அவர் சொன்னார், ஒவ்வொரு மாடும் ஒவ்வொரு திசையிலே போகும். அதுவும் சினையான மாடுகள் இருக்கின்றனவே அவை திடீரென்று எங்காவது ஓடிப்போய்விடும். பிறகு அதைக் கண்டுபிடித்துக் கொண்டு வருவதற்குள் பெரும்பாடு. எங்காவது காணாமல் போய் விட்டால் அவ்வளவுதான் அன்றைக்கு முதுகுத் தோலை உரித்து விடுவார்கள். ஆடு மேய்ப்பதிலே இன்னும் சிரமங்கள் இருக்கின்றன. ஆடு உருவத்தில் சின்னதாக இருக்கிறது. எங்கே வேண்டுமானாலும் தாவும். யாருடைய தோட்டத்துக்குள்ளே வேண்டுமானாலும் போய் விடும். பிறகு அந்தத் தோட்டக்காரனைப் போய்க் கெஞ்சிக் கேட்டு அங்கே இருந்து அந்த ஆட்டை மீட்டு வரவேண்டும். அது உள்ளே போனால் சும்மா இருக்காது. எல்லாச் செடிகளிலேயும் வாய் வைக்கும். பெரும்பாலும் ஆடு தொடாத இலைகளே இல்லை, எல்லா இலைகளையும் ஆடு உண்ணும். ஆடே தொட முடியாத கசப்பான இலை என்பதனாலே தான் அதை ஆடா தோடை என்கிறார்கள். அப்படிப்போய் எந்தத் தோட்டத்திலாவது எந்தச் செடியிலாவது அது வாய் வைத்து விட்டால் பிறகு அந்தத் தோட்டக்காரனுக்கு நாம் பதில் சொல்லவேண்டும். மிகவும் சிரமமான வேலை என்று அவர் சொன்னார்.

நாம் இந்த மாடு மேய்க்கும் தொழிலை மட்டுமல்ல, இன்னும் பல தொழிலையும் இழிவாகத்தான் பார்க்கிறோம். இழிவாகத்தான் பேசுகிறோம். சலவைத் தொழிலாளர்களை, முடிவெட்டுகிற தோழர்களை, சாக்கடை சுத்தம் செய்கிறவர்களை, மலம் எடுக்கிறவர்களை நாம் இழிவாகப் பேசுகிறோம். ஆனால் அவையெல்லாம்தான் மிகச் சிரமமான வேலை.

மலம் எடுப்பது என்பதை எண்ணிப் பாருங்கள். அந்த அசுத் தத்தைப் பொறுத்துக் கொண்டு, நாற்றத்தைச் சகித்துக்கொண்டு, அது தொழிலே அல்ல. அதுஒரு இழிவு. அதை நாம் நம்முடைய சொந்தச் சகோதரர்கள் மீது சுமத்தியிருக்கிறோம். அதையெல்லாம் இயந்திரங்களை வைத்துத்தான் நாம் செய்யவேண்டும்.

மனிதர் உணவை மனிதர் பறிக்கும் வழக்கம் இனி உண்டோ? என்று கேட்டான் பாரதி. மனிதர் கழிவை மனிதர் சுமக்கும் வழக்கமே இன்னும் நம்மிடத்திலே இருக்கிறது என்றால் நாம் எப்படி

நாகரிகமானவர்கள் என்று சொல்ல முடியும். இப்போதுதான் அந்த மக்களுக்கு மாற்றுப் பணி கொடுத்து விட்டு அதனை இயந்திரம் மூலமாகச் செய்வதற்கான முயற்சியைத் தமிழக அரசு எடுத்திருக்கிறது. அது ஒரு சமூகத் தொண்டு என்று சொல்லவேண்டும். ஆனாலும் இன்னும் பல உடல் உழைப்பு செய்கிற மக்களை நாம் மதிக்கவில்லை என்பது ஒரு உண்மை. ஏன் நீ மாடு மேய்க்கத்தான் போகவேண்டும் என்று சொல்கிறோம். நீ சவரம் செய்யத்தான் லாயக்கு என்று சொல்லுகிறோம் என்று கேட்டால் மூளை உழைப்பை மிகப் பெரிதாக, அதற்குரிய மதிப்பைக் காட்டிலும் கூடுதலாக மதிக்கிறோம். ஆனால் உடல் உழைப்பை அதற்கு உரிய நிலையிலேகூட வைத்து நாம் பாதுகாக்கவில்லை. நம்முடைய நாட்டில் தொழிலிலும் இருக்கிற மிகப்பெரிய ஏற்றத் தாழ்வுக்கு இது ஒரு உதாரணம். மேலை நாடுகளைப்பற்றி பலவற்றை நாம் பேசுகிறோம். அவர்களுடைய நேரம் தவறாமையைப் பற்றி பேசுகிறோம், அவர்கள் உடுத்திக் கொள்கிற நாகரிகம் பற்றி பேசுகிறோம், நாமும் அவர்களைப்போல் உடுத்திக் கொள்ளவேண்டும் என்று நினைக்கிறோம், அவர்கள் மாதிரியே அவர்கள் மொழியைப் பேசவேண்டும் என்று நினைக்கிறோம், அதிலே எல்லாம் மேலை நாட்டவர்களைப் பின்பற்றுகிற நாம், உடல் உழைப்பை அவர்கள் எப்படி மதிக்கிறார்கள் என்று பார்க்கத் தவறி விட்டோம்.

இன்றைக்கும் மேலை நாட்டுக்குப் போய் வந்த பல நண்பர்கள் மூலம் நாம் அறிந்திருக்கிறோம், நாம் பார்த்திருக்கிறோம், அங்கு எல்லா உழைப்புக்கும் மதிப்பு இருக்கிறது. அது எந்தத் தொழில் என்பது முக்கியமில்லை. தொழில் செய்கிறாயா என்பதுதான் முக்கியம். பல நேரங்களிலே வீட்டையெல்லாம் கழுவிச் சுத்தம் செய்கிற இளைஞர்கள் யாரென்று பார்த்தால், திங்கள் முதல் வெள்ளி வரையிலே கணிப்பொறித்துறையிலே வேலை பார்க்கின்றனர். அந்தப் பிள்ளைகள். சனி, ஞாயிறு ஓய்வு நாள்களிலே இப்படி வீட்டைச் சுத்தம் செய்து அதற்கான ஊதியத்தைப் பெற்றுக் கொள்கிறார்கள். மிகச் சாதாரணமான வேலை என்று நாம் கருதுகிற அந்த வேலையைக்கூட மேலை நாட்டிலே செய்கிறவர்கள் மகிழ்வுந்திலே... காரிலே வந்திறங்கிச் செய்கிறார்கள்.

....
சுப. வீரபாண்டியன்

நான் ஆஸ்திரேலியாவில் சிட்னியிலே ஒரு மிகப்பெரிய மருத்துவர் வீட்டுக்குப் போயிருந்தபோது, அவர் தன் வீட்டுக்குப் பெயிண்ட் அடித்துக் கொண்டிருந்தார். அவரை ஏன் இதற்கு ஒரு ஆளை வைத்துக் கொள்ளக்கூடாதா என்று கேட்டால், அவர் சொன்னார், வைத்துக் கொள்ளலாம். இதுவும் மிக நுட்பமான வேலை, அவர்கள் செய்வதைப்போல நாம் செய்ய முடியாது. ஓர் அறுவை சிகிச்சை செய்வதைப்போல இதிலேயும் பல நுட்பங்கள் இருக்கின்றன. அப்படி அதிலே தேர்ந்தவர்களை அழைக்கிறபோது, நான் ஓர் அறுவை சிகிச்சைக்கு வாங்குகிற பணத்தை இதற்குக் கொடுத்தாக வேண்டும். எனவே மிச்சமாக இருக்கட்டுமே என்றுதான் நான் செய்து கொண்டிருக் கிறேன் என்று சொன்னார். எனவே அந்த நிலையும் இந்த நிலையும் வேறு வேறு என்று கருதிப் பார்க்காமல், அதுஒரு தொழில் இது ஒரு தொழில் என்று பார்க்கிற ஒரு பார்வை மேலை நாட்டில் இருக்கிறது. அந்த நாடுகள்

முன்னேறியதற்கு அதுகூட ஒரு முக்கியமான காரணமாக இருக்கலாம்.

உடல் உழைப்பை மதிக்காத ஒரு தேசம் முன்னேறாது. இந்த நாடு இன்றைக்கு வரைக்கும் உடல் உழைப்பைக் குறைவாகவே மதிப்பிடுகிறது. மூளை உழைப்புச் சிறந்ததுதான். படிப்பாளிகளும், அறிவாளிகளும் நமக்கு வேண்டும். நன்றாகப் படித்திருக்கிறார், நன்றாக கவிதை எழுதுகிறார் என்று நாம் பாராட்டுகிறோம். நன்றாக மாடு மேய்க்கிறார் என்று யாரையும் பாராட்டுவதில்லை. பாராட்டா விட்டால்கூட குற்றமில்லை, அவர்களை இழிவுபடுத்தாமல் இருக்கிறோமா என்றால் தொடர்ந்து இந்தச் சமூகம் அவர்களை இழிவுபடுத்துகிறது. எனவே நீ மாடு மேய்க்கத்தான் லாயக்கு என்று சொன்னால், அவர்களை இரண்டு நாட்களுக்காவது மாடு மேய்க்க அனுப்பி வைக்க வேண்டும். இரண்டு உழைப்பையும் அது மூளை சார்ந்ததாக இருந்தாலும், உடல் சார்ந்ததாக இருந்தாலும் இரண்டையும் மதிப்பது இரண்டையும் சமமாக நடத்துவது என்கிற நிலைதான் ஒரு நாட்டினுடைய முன்னேற்றத்திற்கு உதவும். இரண்டு கால்களால் நடப்பதுதான் எப்போதும் எளிது. நல்லது!

கர்ண மோட்சம்

அவன் கர்ண மகாராஜாவாக வேஷம் கட்டினான். சாப்பாட்டுக்குக்கூட வழியில்லை. ஆனாலும் அந்த வேடம் கட்டியதாலோ என்னவோ கடைசியில் அவன் கர்ணனாகத் தான் ஆனான்

முரளிமனோகர் என்கிற ஓர் இளைஞரால் இயக்கப் பட்டு, தமிழக அரசினுடைய விருதையும், வேறு சில விருதுகளையும் பெற்றிருக்கிற கர்ண மோட்சம் என்கிற ஒரு குறும்படத்தை அண்மையில் காணும் வாய்ப்புக் கிடைத்தது. 15 நிமிடங்கள்தான் அந்தப் படம் ஓடுகிறது. ஆனால் நமக்குள் பல எண்ணங் களை அந்தப் படம் தோற்றுவிக்கிறது. கர்ண மோட்சம் என்பது நம்முடைய வழக்கிலேகூட இருக்கிற ஒரு சொல்தான். யாராவது ஒருவர் இறக்கப்போகிறார் என்று சொன்னால், அப்போது கர்ணனினுடைய வரலாற்றுச் செய்திகளை அங்கே உட்கார்ந்து படிப்பார்கள்.

தர்மன் எப்படி மோட்சத்துக்குப் போனான், கர்ணன் எப்படிப் போனான் என்றெல்லாம் படிப்பார்கள். கர்ண மோட்சம் என்பதற்கு ஓர் அடிப்படையான செய்தி என்ன என்றால், புராணிக நம்பிக்கை யின்படி யார் இறந்து போனாலும், அவனுடைய நன்மை, தீமைகள், அவன் இந்த உலகத்தில் செய்தது எல்லாவற்றையும் கணக்குப் பார்த்து, அவனுக்கு மோட்சமா? நரகமா? என்று முடிவு செய்யப்படும். ஆனால் கர்ணனுக்கு அப்படி யில்லை. இருந்ததையெல்லாம் கொடுத்தவன் என்கிற காரணத்தினாலே, கர்ணனுக்கு நேரடியாக

மோட்சம்தான் என்று சொல்லி, அதன் அடிப்படையிலே கர்ண மோட்சம் என்று சொல்வார்கள். ஆனால் இந்தக் குறும்படம் இன்னொரு செய்தியை இந்தத் தலைப்பின் கீழ் அழகாகத் தருகிறது.

அது தொடங்குகிறபோது கர்ணனாக வேடம் போட்டுக் கொண்டு, தெருக்கூத்திலே வருவதுபோல் பெரிய ராஜ நடையோடு, அவன் வருகிறான். கூடவே அவனுடைய மகனையும் அழைத்துக்கொண்டு ஒரு பள்ளியிலே நாடகம் போடுவதற்காக வந்து கொண்டிருக்கிறான். பள்ளிக்கூடத்தில் வந்து நிற்கிறபோது, ஒரு அரவமும் இல்லை. விழா நடப்பதற்கான அறிகுறிகள் எதுவுமே தென்படவில்லை. அவனுக்கு ஒன்றும் புரியவில்லை. வரச் சொன்னார்கள். இங்கே எந்த விழாவும் நடப்பதுபோலத் தெரியவில்லையே என்று பள்ளிக்கூடத்திற்குள்ளே போகிறபோது, ஒரு ஏவலர் ஒருவர் மரத்தடியிலே நின்று கொண்டிருக்கிறார். அவரைப் பார்த்துக் கேட்கிறான், என்ன இன்றைக்கு விழா இல்லையா? வாசலிலே எழுதிப் போட்டிருக்கிறோமே பார்க்கவில்லையா? என்று அவர் கேட்கிறார். வாசலிலே என்ன எழுதிப் போட்டிருக்கிறது என்று இவனுக்குப் படிக்கத் தெரியாது. அதுவும் ஆங்கிலத்திலே எழுதிப் போட்டிருக்கிறது. பள்ளியினுடைய தாளாளர் ஒருவர் இறந்து போய்விட்ட காரணத்தினாலே இன்றைக்குப் பள்ளிக்கு விடுமுறை என்று எழுதி இருக்கிறார்கள். இவன் மிகவும் அதிர்ந்து போகிறான்.

ஒப்பனைகளையெல்லாம் போட்டுக் கொண்டு ஏதோ கொஞ்சம் காசு கிடைக்குமே என்கிற நம்பிக்கையோடு வந்த அவனுக்குப் பள்ளிக்கூடம் விடுமுறை என்று சொன்னதற்குப் பிறகு என்ன செய்வதென்று தெரியவில்லை. பிறகு அங்கே இருக்கிற பள்ளிக்கூடத் தொலைபேசி மூலம் அவனைப் பேச அனுமதிக் கிறார்கள். கல்லூரி முதல்வரோடு அவன் பேசுகிறான். முதல்வராக இருக்கிற அந்த அம்மையார் சொல்கிறார், திடீர்னு இப்படி ஆயிடிச்சி, நாம இன்னொரு நாளைக்கு வச்சுக்கலாம் என்று அந்த அம்மா சொல்கிறார். சரியம்மா வெறும் 50 ரூபாயோடு புறப்பட்டு வந்து விட்டேன். என்னிடம் வேறு காசு ஏதுவும் இல்ல என்று சொல்கிறான். பள்ளிக்கூடத்துக்கு பக்கத்திலே இருக்கிற கிரவுண்ட்டுல ஒப்பனைகளையெல்லாம் பண்ணிக்கிட்டு

வந்திருக்கேன். இப்ப மறுபடியும் கலைக்கணும், திரும்ப எங்க ஊருக்குப் போகணும் என்கிறான். சரி ஒன்னும் கவலைப்படாதே ராத்திரி 7 மணிக்கு வீட்டுக்கு வா இப்ப நான் முட்டுக்காட்டுல இருக்கிறேன். 7 மணிக்கு வா ஏதாவது உனக்கு உதவி பண்ணுறேன் என்று அந்த அம்மா சொல்றாங்க.

அப்போது மணி காலை 10.15. இரவு 7 மணி வரைக்கும் என்ன செய்வதென்று அந்த கர்ண மகாராஜாவுக்குத் தெரியவில்லை. கையிலே காசு இல்லை. அவர் நடிப்பதோ கர்ண மகாராஜா வேடம். இருக்கிற காசையெல்லாம் எல்லாருக்கும் கொடுக்கிற வேடம். ஆனால் அவனுக்கும் அவனுடைய மகனுக்கும் மதியம் உணவுக்குக்கூடப் பணம் இல்லை. தட்டுத்தடுமாறி அந்த கர்ண மகாராஜா வேஷத்துக்குள்ளே கையை விட்டு அங்கே இருக்கிற பணத்தை எடுக்கிறான். ஏதோ கொஞ்சம் தேறுகிறது. மதியம் தெருவோரமாக இருக்கிற ஒரு கடையிலே போய் இட்லி வாங்கிச் சாப்பிட்டு விட்டு மகனுக்கும் கொடுக்கிறான். ஒரு குவளை தண்ணீர் கேட்கிறான்... அந்தக் கடைக்காரர் கொடுக்கிறார். இன்னொரு குவளை கொடுக்கிறாயா என்று கேட்டால் அவர் கோபப்படுகிறார். தண்ணி விக்கிற விலையில எவ்வளவு தண்ணி குடிப்ப... வேணும்னா ஒன்றரை ரூபாய்க்கு ஒரு பாக்கெட் வாங்கிக் குடி, இல்லை அந்தப் பொதுக்குழாயில குடி என்று சொல்கிறார்.

நாம் எந்த உலகத்தில் எந்த யுகத்தில் வாழ்ந்து கொண்டிருக் கிறோம் என்றால் காசு கொடுத்துத் தண்ணீர் வாங்கி, கட்டணம் கொடுத்துச் சிறுநீர் கழிக்கிற காலத்திலேதான் வாழ்ந்து கொண்டிருக்கிறோம். ஆகையினாலே வேறு வழியின்றிப் பொதுக் குழாயிலே தண்ணீர் குடித்து விட்டு, அந்தக் கடைக்காரரிடம் வேலை பார்க்கிற ஒரு ஊமை பிள்ளை, சின்னப் பொண்ணு. அதைக் கூப்பிட்டு உனக்கு கூத்துக்கட்டுறதுன்னா என்ன என்று தெரியுமா என்று நடித்துக் காட்டுகிறான். இங்கு யாரும் இல்லை. இத்தனை ஒப்பனைகளையும் போட்டுக் கொண்டு வந்தாகி விட்டது. இந்தப் பிள்ளைக்காவது அதைச் சொல்லிக் கொடுக்கலாம் என்று. அந்தப் பிள்ளையும் மிக ஆர்வமாகக் கேட்கிறாள். இவன்கூட வந்த அவன் மகனுக்கு இது கொஞ்சம்கூடப் பிடிக்கவில்லை. டெண்டுல்கர பார்க்கிறேன் என்கிறான். ஆனால் அந்தப் பொண்ணு அவனோடு

சேர்ந்து அந்தக்கூத்துக் கற்றுக்கொள்கிறபோது, அந்தக் கடைக்காரன் வந்து ஓங்கி அடித்து அந்தப் பெண்ணை இழுத்துக் கொண்டு போகிறான்.

பிறகு வேறு வழியில்லாமல் இரவு ஏறத்தாழ அந்தி நேரத்திலே நடந்து போகிறபோது, அந்தப் பெண் ஓடி வருகிறாள். இவன் எப்படி குரு வணக்கம் சொல்லவேண்டும் என்று சொல்லிக் கொடுத்தான் என்று செய்து காட்டுகிறாள். காட்டி விட்டு அந்தக் குரு தட்சணையாக அவள் இந்த கர்ண மகாராஜாவுக்கு அவள் கையிலே இருந்த ஒரு ரூபாயைக் கொடுத்து விட்டு மறைகிறாள். அவன் கண்ணெல்லாம் கலங்கிப் போய் அந்த ஒரு ரூபாயை வைத்துக் கொண்டு நிற்கிறான்.

கூத்துப் பார்ப்பதற்கு ஆளில்லை. கூத்துகள் நடைபெறுவதற்கு இடமில்லை. என்றைக்கோ ஒருநாள் அத்தி பூத்ததுபோல் இப்படி ஒரு வாய்ப்புக் கிடைத்த இந்த நேரத்திலேயும் இத்தனை

ஒப்பனைகளையும் போட்டுக்கொண்டு தெருவிலே ஒரு கோமாளிபோல நடந்துவந்து, கையில் காசு எதுவும் இல்லாமல் மறுபடியும் அந்த முதல்வரைப் பார்த்து பணம் கிடைக்குமா, கிடைக்காதா என்கிற நப்பாசையிலே நடந்துபோய்க் கொண்டிருக்கிறபோது, அந்தப் பெண் ஓடிவந்து குருதட்சணையாக ஒரு ரூபாய் கொடுத்தாளே என்கிற அந்த ஏக்கத்தோடு தன் மகனையும் கையில் பிடித்துக் கொண்டு நடக்கிறான்.

யாரோ ஒருவன் ஐயா பசி என்கிறான். இருந்த ஒரு ரூபாயையும் அவனிடத்திலே கொடுத்து விட்டு அவன் நடந்து போகிறபோது, குறும்படம் முடிகிறது. அவன் கர்ண மகாராஜாவாக வேஷம் கட்டினான். சாப்பாட்டுக்குக்கூட வழியில்லை. ஆனாலும் அந்த வேடம் கட்டியதாலோ என்னவோ கடைசியில் அவன் கர்ணனாகத்தான் ஆனான் என்பதை அந்தக் குறும்படம் சொல்கிறது. அவன் பிச்சைக்காரனாக இருக்கலாம், ஏழையாக இருக்கலாம், ஆனால் இன்னமும் அந்த மக்களிடம், அடித்தட்டு மக்களிடம், இருப்பதை மற்றவர்களுக்குக் கொடுப்பது என்ற குணம் இருக்கிறது என்பதை அந்த கர்ண மோட்சம் என்கிற 15 நிமிடக் குறும்படம் காட்டுகிறது.

□

தமிழர் வகுத்த திணைகள்

எங்கே மனிதனுக்கு வயிற்றுப்பசி அடங்கு கிறதோ அங்கு அடுத்த பசி தொடங்குகிறது. இன்றைக்கும் தஞ்சையிலும், குடந்தையிலும் தான் கலைஞர்களும், எழுத்தாளர்களும் கூடுத லாக இருக்கிறார்கள். காவிரி நதி ஓடிய பகுதி அது. எனவே நல்ல விளைச்சல். வயிற்றுப் பசி அடங்குகிறது. கலைகளிலே ஈடுபாடு மனிதர்களுக்கு ஏற்படுகிறது. மனிதன் முதலில் ஆட்டத்தைப் பார்க்கிறான். பிறகு ஆடுகிறவர் களைப் பார்க்கிறான். ஆடுகிற பெண்ணைப் பார்க்கிறபோது பக்கத்தில் இருக்கிற மனை விக்கு கோபம் வருகிறது. ஊடல் வருகிறது

தமிழ் இலக்கியங்களில் குறிஞ்சித்திணை, முல்லைத் திணை என்று இந்த திணைகளைப்பற்றியெல்லாம் பாடம் நடத்துகிறபோது, பிள்ளைகள் கொஞ்சம் அந்நியப்பட்டு நிற்பார்கள். இவையெல்லாம் எந்தக் காலத்தில் இருந்த திணைப்பகுப்பு. இதற்கும் இன்றைக்கும் என்ன தொடர்பு இருக்கிறது என்பதுபோன்ற ஒரு மனநிலை அவர்களிடத்திலே இருக்கும். இவையெல்லாம் 2000 ஆண்டுகளுக்கு முந்திய சங்ககாலப் பாடல்களிலே வருகிற ஒரு செய்தி என்ற அளவிலேதான் அவர்கள் கருதுவார்கள். முன்னம் பழமைக்கும் பழமையாய், பின்னைப் புதுமைக்கும் புதுமையாய்த் தமிழில் இன்னும் பல இருக்கின்றன என்பதன் அடையாளம் இது.

இந்தத் திணைப்பகுப்பு என்பதுதான் இன்றைக்கு நாம் படிக்கிற சுற்றுச்சூழலியல் என்கிற ஒரு புதிய துறை. இந்தத் திணை என்பது சுற்றுச்சூழலைச் சார்ந்த ஒரு பகுப்பு முறை. மலையும் மலை சார்ந்த இடம் என்பதும், கடலும் கடல் சார்ந்த இடம் என்பதும், இந்த நிலப்பரப்பினுடைய இயல்பான பிரிவுகளும், வகைகளும் ஆகும். அவற்றைப் பிரித்து அதற்கேற்ப மனித வாழ்க்கை எப்படி அமையும் என்று சொல்லிக் கொடுப்பதுதான் சங்க இலக்கியப்பாடல்கள். எப்படி இந்த நிலப்பரப்பு இருக்கிறதோ அதையொட்டியே மனப்போக்கும் அமையும் என்பது அதனுடைய விளக்கம். ஒவ்வொரு திணைக்கும் ஒவ்வொரு ஒழுக்கம் சொல்லப்படும். ஒரு வாழ்க்கை முறை. குறிஞ்சி என்றால் புணர்தலும் புணர்தலின் நிமித்தமும். அதாவது ஆண் பெண் இல்லற வாழ்க்கையினுடைய கூட்டம் என்பது அதற்கான ஒழுக்கம். ஆணுக்கும் பெண்ணுக்கும், கணவனுக்கும் மனைவிக்கும் இடையிலே ஒரு பொய்யான சின்னச் சின்ன சண்டைகள் வருதல் **ஊடல்.** இப்படி **இருத்தல்** முல்லையென்றும், **இரங்கல்** நெய்தல் என்றும், **பிரிதல்** பாலை என்றும் திணை ஒழுக்கங்கள் சொல்லப்படும். சில நேரங்களிலே குறிஞ்சித் திணையில் மட்டும்தான் புணர்தலும், புணர்தலின் நிமித்தமுமா மற்ற இடங்களிலே எல்லாம் இல்லற வாழ்க்கையே இல்லையா அல்லது மருதத்திலே மட்டும் சண்டைகள் நடக்கிறது மற்ற இடங்களிலே எல்லாம் சண்டையே வராதா? என்று கேட்பார்கள்.

அந்தக் கேள்வி சரியானதுதான், இது பெரும்பான்மையை நோக்கிச் சொல்லப்பட்டது என்பதை நாம் உணர வேண்டும். மலையும் மலைசார்ந்த இடமும் இருக்கிறதே அது ஆண் பெண் உறவுக்கும், இல்லற வாழ்க்கைக்கும் ஏற்றதாக அமைகிறது, அதற்கு ஏற்ற நிலையில் நம்முடைய மனத்தை அது செம்மைப்படுத்துகிறது என்பதுதான் இயற்கை.

இன்றைக்கும்கூட திருமணமானதற்குப் பிறகு தேனிலவுக்கு காஷ்மீருக்குப் போகிறார்கள். சுவிட்சர்லாந்துக்குப் போகிறார்கள். தமிழ்நாட்டுக்குள்ளே போனாலும்கூட ஊட்டிக்கும், கொடைக்கானலுக்கும்தான் போகிறார்களே தவிர சிவகாசிக்கும் ராமநாதபுரத்துக்கும் தேனிலவுக்கு யாரும் போவதில்லை. அங்கேயெல்லாம் தேனிலவு வைத்துக் கொள்ளவே முடியாதா? அல்லது

சிவகாசியிலேயும், இராமநாதபுரத்திலேயும் இல்லற வாழ்க்கையே கிடையாதா? ஊட்டியிலும், கொடைக்கானலிலும் இருக்கிற அந்தப் பருவ நிலை, அந்த இதமான காற்று, அதிகமற்ற வெயில் இவையெல்லாம் மனித மனத்தை மகிழ்வுபடுத்துகின்றன என்பதுதான் அதனுடைய இயற்கையான செய்தி. அந்தப் பருவ நிலை கூடலுக்கு ஏற்றதாக உள்ளது. அதைப் போலத்தான் ஏன் மருதத்திலே மட்டும் ஊடல் சண்டை வருகிறது என்றால், மருதம் என்பது வயலும் வயல் சார்ந்த இடமும். விளைச்சல் இருக்கிறது, பசி இல்லை. எங்கே மனிதனுக்கு வயிற்றுப்பசி அடங்குகிறதோ அங்கு அடுத்த பசி தொடங்குகிறது. இன்றைக்கும் தஞ்சையிலும், குடந்தையிலும் தான் கலைஞர்களும், எழுத்தாளர்களும் கூடுதலாக இருக்கிறார்கள். காவிரி நதி ஓடிய பகுதி அது. எனவே நல்ல விளைச்சல், வயிற்றுப்பசி அடங்குகிறது. கலைகளிலே மனிதர்களுக்கு ஈடுபாடு ஏற்படுகிறது. மனிதன் முதலில் ஆட்டத்தைப் பார்க்கிறான். பிறகு ஆடுகிறவர்களைப் பார்க்கிறான். ஆடுகிற பெண்ணைப் பார்க்கிறபோது பக்கத்தில் இருக்கிற மனைவிக்குக் கோபம் வருகிறது. ஊடல் வருகிறது என்பதெல்லாம் இயற்கைக்கு முரணான அல்லது நம்முடைய வாழ்க்கைக்கு அந்நியமான செய்திகள் இல்லை. இன்றைக்கும்கூட அப்படியெல்லாம் நாம் பிரித்து வைத்துக்கொள்ளவில்லை. வெவ்வெறு பெயர்களிலே மாவட்டங்கள் எல்லாம் வைத்துக் கொண்டாலும் இது வளமான பகுதி, இது வறண்ட பகுதி, இது மலைப்பாங்கான பகுதி, இது கடற்கரையோரப் பகுதி என்று சொல்கிறோமே அதற்கு என்ன பொருள்?

கடற்கரையோரம் என்பதை அன்றைக்கு நெய்தல் என்று சொன்னார்கள். முல்லை என்றால் இருத்தல் என்றும், நெய்தல் என்றால் இரங்கல் என்றும் ஒரு வாழ்க்கை நெறி சொல்லப்பட்டது. பிரிந்து போகிற கணவன் கண்டிப்பாக வந்து விடுவான் என்று நம்பிக்கையோடு இருக்கிறது முல்லை. வருவானோ வரமாட்டானோ என்று ஏங்குவது நெய்தல். என்ன காரணம்? முல்லையின் பிரிவு என்பது இந்த ஊரிலே இருந்து பக்கத்து ஊருக்குப் போவது. அதாவது அது நில வழிப்பிரிவு. நெய்தல் என்பது நீர்வழிப் பிரிவு. கடல் தாண்டிப் போவது. நிலவழிப் பிரிதலில் அடுத்த ஊருக்குப் போனவன் மாலையிலே வந்து

விடுவான் என்று நம்பிக்கையாக இருப்பதும் இயற்கைதான். கடல் தாண்டிப் போனவன் வருவானோ வரமாட்டானோ என்று கவலைப் படுவதும் இயற்கைதான். எனவேதான் முல்லை என்பது இருத்தல் என்றும், நெய்தல் என்பது இரங்கல் என்றும் பிரித்து வைத்தார்கள்.

முதலில் நிலத்தை வைத்துத்தான் பெயர்கள் வைக்கப்பட்டன. காலப்போக்கிலே நிலம் சார்ந்த அந்தப் பெயர்கள் சாதிப் பெயர்களாக மாறி விட்டன. குன்றுகளில் அதாவது குறிஞ்சி நிலத்தில் மலைப்பாங்கான பகுதிகளில் வாழ்ந்த மக்கள் தான் குன்றவர்கள் என்று அழைக்கப்பட்டார்கள். பிறகு அது கொஞ்சம் கொஞ்சமாக மாறிக் குறவர்கள் என்று ஒரு சாதிப் பெயராகி விட்டது.

அதே போலத்தான் குறிஞ்சி, மருதம், முல்லை, நெய்தல், பாலை என்கிற அந்த வரிசையில் இடையிலே இருக்கிற நிலம் முல்லை நிலம். அந்த இடையிலே இருக்கிற முல்லை நிலத்திலே வாழ்கிற மக்கள் இடையர்கள் என்று அழைக்கப்பட்டார்கள். இன்றைக்கு அதுவும் ஒரு சாதிப் பெயராக ஆகி இடையர்கள் என்பது குறிப்பிட்ட ஒரு சமூக மக்களைக் குறிக்கும் என்று நாம் சொல்லத் தொடங்கி விட்டோம். எனவே இயற்கையோடு இயைந்த வாழ்வாக 2000 ஆண்டுகளுக்கு முன்னால் நம்முடைய தமிழ் வாழ்வு இருந்தது. சுற்றுச் சூழலைப் புரிந்து கொண்டு இந்தத் திணைப்பகுப்பை உருவாக்கி வாழ்க்கையை இயற்கையோடு படைத்துக் கொண்ட அந்த கால மரபுகளிலே இருந்து கொஞ்சம் கொஞ்சமாய் நழுவி வெளியே வந்து விட்டோம். அதனால் அவை எல்லாம் இன்று நமக்கு அந்நியமாகத் தெரிகின்றன. உண்மையில் திணை, துறை என்கிற பிரிவுகளெல்லாம் வெறும் இலக்கியம் சார்ந்தவையல்ல... நம் வாழ்க்கை சார்ந்தவை.

◻

பிரகஸ்பதி யார்?

கடவுள் நம்பிக்கை, கடவுள் மறுப்பு, வைதீகம், பகுத்தறிவு என்கிற இரண்டும் காலம் காலமாக இருந்திருக்கின்றன. அதிலே வேத காலத்தி லேயே பகுத்தறிவுச் சிந்தனைகளைச் சொன்ன வனாக இந்த பிரகஸ்பதி என்கிறவர் இருந்தி ருக்கிறார்.

இயல்பாகப் பேச்சு வழக்கில் நாம் பயன்படுத்துகின்ற சில சொற்களுக்கான முழுமையான பொருளை நாம் அறிந்து வைத்திருக்கிறோம் என்று சொல்ல முடியாது. அவன் பெரிய பிரகஸ்பதியா இருப்பான் போல இருக்கே என்று சொல்கிறார்கள். என்ன நீ பெரிய பிரகஸ்பதியா என்று கேட்கிறார்கள். பிரகஸ்பதி என்றால் என்ன என்று கேட்டால் பலருக்கும் விடை தெரிந்திருக்க வாய்ப்பில்லை. இந்த பிரகஸ்பதி என்ற சொல் வேதங்களிலே பயன்படுத்தப்பட்டது, அதற்கான பொருள் தேவர்களுக்கே குரு என்பதுதான். ஏன் நீ பெரிய பிரகஸ்பதியா என்று கேட்டால் அவ்வளவு பெரிய அறிவாளியா என்பதுதான் அதற்குப் பொருள்.

மேதாவி என்கிற சொல்லையும் நாம் அப்படிப் பயன்படுத்துகிறோம். நீ மேதாவியா என்று கேட்பது போலத்தான் பிரகஸ்பதியா என்றும் கேட்கிறோம். தேவர்களுக்கெல்லாம் குரு என்று சொல்லப் பட்டவன்தான் பிரகஸ்பதி. தேவர்களுக்கெல்லாம், இந்திரன் உள்பட எல்லோருக்கும் குரு என்று சொன்னால் அவனை எல்லோரும் போற்றிப்

புகழ்ந்து அல்லவா பாராட்டியிருக்க வேண்டும். ஆனால் நடைமுறையிலே அப்படியில்லை. பிரகஸ்பதியை மறுத்துத்தான் பலரும் பல நூல்களிலே பல செய்திகளை எழுதியிருக்கிறார்கள். பிரகஸ்பதி யார் எந்த காலத்தில் வாழ்ந்தான் என்கிற வரலாற்றுச் சான்றுகள் எல்லாம் ஒன்றுமில்லை. ஆனால் பிரகஸ்பதி பல நூல்களை எழுதியிருக்கிறான் என்று சில குறிப்புகள் இருக்கின்றன. அந்த நூல்கள் எவையும் நமக்குக் கிடைக்கவில்லை. அப்படியென்றால் பிரகஸ்பதி என்ன எழுதியிருக்கிறான் என்று எப்படித் தெரிந்து கொள்வது, சில நூல்களில் பிரகஸ்பதி இப்படியெல்லாம் எழுதியிருக்கிறார். இது எல்லாம் சரியில்லை என்று மறுத்திருக்கிறார்கள். அந்த மறுப்புகளிலிருந்து நாம் சிலவற்றை அறிந்து கொள்ளலாம்.

சமய நூல்களில் எப்போதும் இரண்டு முறைகள் உண்டு. உரை எழுதுகிறபோது சுபக்கம் என்றும் பரபக்கம் என்றும் எழுதுவார்கள். சுபக்கம் என்றால் ஆதரித்து எழுதுவது. இந்த நூலில் இந்த சமயக்கருத்துக்கள் எழுதப்பட்டிருக்கின்றன. இவற்றை ஆதரித்தும் முன்மொழிந்தும் ஏற்கனவே இருக்கின்ற நூல்களிலே என்ன சொல்லியிருக்கின்றன என்பதைத் தொகுத்தும் தருவது சுபக்கம்.

இந்த நூலில் சொல்லப்பட்டிருக்கிற இந்த சமயக்கருத்தை மறுத்து யார்யாரெல்லாம் என்ன சொல்லியிருக்கிறார்கள் என்று குறிப்பிட்டு அதற்கு மறுமொழி சொல்வது பரபக்கம். எனவே இந்தப் பரபக்கத்தில் இருந்து பிரகஸ்பதியினுடைய சில வியூகங்களை, சில முடிவுகளை நாம் அறிந்து கொள்கிறோம்.

குறிப்பாக மத்துவாச்சாரியார் எழுதியிருக்கிற சர்வ தரிசன சஞ்சாரம் என்ற நூலில்தான் பிரகஸ்பதிக்கு மறுப்பு இருக்கிறது. சர்வ தரிசன சஞ்சாரம் அனைத்து தரிசனங்கள். அனைத்து மதக் கொள்கைகள் பற்றிய விவாதங்கள் என்கிற அந்த நூலில் மத்துவாச்சாரியார் பிரகஸ்பதியைக் குறிப்பிட்டு எழுதியிருக்கிறார். இந்த பிரகஸ்பதி, ஆத்மா என்று ஒன்றும் இல்லை என்று சொல்கிறான். மோட்சம், நரகம் எதுவும் கிடையாது என்கிறான். எந்த நேரத்தில் உயிர் பிரிகிறதோ அந்த நொடி தான் இந்த உலகத்தினுடைய இறுதி நேரம். அதற்குப் பிறகு வேறு எந்த வாழ்க்கையும் இல்லை என்று பிரகஸ்பதி சொல்வதாகவும், அந்த பிரகஸ்பதியினுடைய வாக்குகளிலிருந்துதான் சார்வாகம் என்று

ஒரு தத்துவ வரவே ஏற்பட்டது என்றும் அங்கே சொல்லப்படுகிறது. சார்வாகம் என்பது ஓர் உலகாய்தத் தத்துவம். அதாவது மெட்டீரியலிசம் என்று நாம் சொல்கிறோமே அந்தப் பொருள் வாதத்தை முன் வைக்கிற தத்துவம். அந்த சார்வாகமே இந்த பிரகஸ்பதியால்தான் உருவாக்கப்பட்டது என்கிற அளவுக்கு அவனுடைய கருத்துக்கள் எல்லாம் சொல்லப்பட்டு, அவை மறுக்கப்பட்டு மத்துவாச்சாரியாரால் சொர்க்கம், நரகம் எல்லாம் உண்டு, ஆன்மா உண்டு என்று எழுதப்படுகிறது, அது ஒரு பக்கம்.

இந்த பிரகஸ்பதியைப் பற்றி நாம் படிக்கிறபோது தெரிந்து கொள்ளவேண்டிய செய்தி என்ன என்றால், மிகப் பழங்காலத்தி லிருந்து, வேத காலத்திலிருந்தே கடவுள் மறுப்பு, பகுத்தறிவு, சொர்க்கம் நரகம் மறுப்பு, ஆன்மா மறுப்பு இவைகளெல்லாம் இருந்திருக்கின்றன என்பதுதான். எனவே இந்த சொர்க்கத்தை மறுப்பது, ஆன்மா என்று ஒன்று கிடையாது என்று சொல்வது இவையெல்லாம் மிக நவீனத் தத்துவங்கள் என்று கருத வேண்டியதில்லை, இன்று நீ அன்று நான் என்பதைப்போல என்றைக்கு கடவுள் நம்பிக்கை, ஆன்மா நம்பிக்கை, மோட்சம், நரகம் என்று வந்ததோ அன்றைக்கே அவற்றின் மீதான நம்பிக்கையின்மையும் வந்து விட்டது என்பது இயற்கை. திருக்குறளிலேகூட நாம் ஒரு குறளைப் பார்க்கலாம்.

'கற்றதனா லாய பயனென்கொல் வாலறிவன்
நற்றாள் தொழாஅர் எனின்'

என்று அந்தக் குறள் அமைகிறது.

நீ, வால் அறிவன், தூய்மையான அறிவினை உடைய கடவுளின் பாதங்களை வணங்கவில்லை என்று சொன்னால், நீ படித்ததினால் என்ன பயன் என்று வள்ளுவர் கேட்கிறார். அவர் கடவுள் என்கிற சொல்லைத் திருக்குறளில் எந்த இடத்திலும் பயன்படுத்தவில்லை. வாலறிவன் என்று சொல்கிறார். மிகப் புதுமையான, மேன்மையான அறிவுடையவன் என்கிறார். நீ அந்த வாலறிவனை வணங்க வில்லை என்று சொன்னால், நீ படித்த படிப்பால் எந்தப் பயனும் இல்லை, சரி. இப்படி ஒரு சிந்தனை, ஒரு மறுப்பு வள்ளுவருக்கு ஏன் தோன்றியிருக்கிறது. அந்தக் காலத்திலேயே வாலறிவனை வணங்காதவர்கள் இருந்திருக்கக் கூடும். அவர்களைப்

பார்த்துத்தான் வள்ளுவர் இதை எழுதியிருக்கிறார். எல்லோரும் வாலறிவனை வணங்குபவர்களாக இருந்திருந்தால் இப்படி ஒரு கருத்தை வைக்க வேண்டிய தேவை வள்ளுவருக்கு வந்திருக்காது. மனிதனை மனிதன் விற்கக்கூடாது என்று ஆப்ரகாம் லிங்கன் சொன்னார். ஏனென்றால் அன்றைக்கு மனிதர்கள் மனிதர்களை அடிமைகளாக்கி விற்றுக் கொண்டிருந்தனர். இன்றைக்கு நாம் யாரும் தமிழ்நாட்டில் மனிதர்களை மனிதர்கள் விற்கக் கூடாது என்று சொல்வதில்லை. ஏனென்றால் சென்னையிலோ, மதுரையிலோ அப்படி யாரும் விற்பதில்லை. எனவே எது நடைமுறையில் இருக்கிறதோ அதற்கான மறுப்புத்தான் மறுபடியும் சொல்லப்படும்.

எனவே மத்துவாச்சாரியார் ஒன்றை மறுக்கிறார் என்றால் அந்த மறுப்புக்கான கருத்து ஏற்கனவே அவர் காலத்திலே இருந்திருக்கிறது. அதைப்போல வள்ளுவர் வாலறிவனுடைய தாளை வணங்காத தலை உடையவர்களைப் பற்றிச் சொல்கிறார் என்றால் வாலறிவனை வணங்காத தலையை உடையவர்கள் அப்போது இருந்திருக்கிறார்கள் என்று பொருள். எனவே கடவுள் நம்பிக்கை, கடவுள் மறுப்பு, வைதீகம், பகுத்தறிவு என்கிற இரண்டும் காலம் காலமாக இருந்திருக்கின்றன. அதிலே வேத காலத்திலேயே பகுத்தறிவுச் சிந்தனைகளைச் சொன்னவனாக இந்த பிரகஸ்பதி என்கிறவர் இருந்திருக்கிறார். அவருடைய பெயர் வடமொழிப் பெயராக இருக்கிறது. அவருடைய நூல்கள் நமக்குக் கிடைக்கவில்லை. ஆனாலும் இந்த மத்துவாச்சாரியாரினுடைய அந்த மறுப்பிலே இருந்து நாம் பார்க்கிறபோது, நமக்குத் தெரிகிற செய்தி, இன்றைக்கும் அழுத்தமாக நம்பப்படுகிற சொர்க்கம், நரகம் போன்றவைகளை, ஆன்மா போன்ற சிந்தனைகளையெல்லாம் அன்றைக்கே மறுத்த ஒரு பகுத்தறிவாளனாக அவன் இருந்திருக்கிறான், பெரிய பிரகஸ்பதியாகத்தான் அவன் இருந்திருக்கிறான் என்று நமக்குப் புரிகிறது. ☐

பெண்ணுரிமை பேசும் பெரியய்யா

குழந்தை இல்லை என்பது இரண்டு பேருக்கும் பொதுவான ஒரு வருத்தம். அதற்காக இரண்டு பேரும் கடவுளிடம் வேண்டிக் கொள்வது என்பது வேறு. குழந்தை இல்லை என்பதால் நான் இன்னொரு பெண்ணை மணந்து கொள்கிறேன் என்று சொல்லும் உரிமை அவனுக்கு இருக்குமானால், அதே குறைக்காக நான் இன்னொரு ஆணை மணந்து கொள் கிறேன் என்று சொல்கிற உரிமை பெண்ணுக் கும் உண்டுதானே.

இவர்கள் நுழைந்தது என்னவோ ராஜகோபுர வாசலின் வழியாகத்தான் என்று அந்தச் சிறுகதை தொடங்குகிறது. இந்தத் தொடக்கமே நமக்கு ஒரு செய்தியைச் சொல்கிறது. அகன்ற பெரிய ராஜ கோபுர வாயிலின் உள்ளாகப் பொன்னழகியும் அவ ளுடைய கணவனும் நுழைந்தாலும்கூட, அவர் களில் யாரோ ஒருவருடைய மனத்துக்குள் ஒரு குறுகலான எண்ணம் இருக்கிறது. அந்த வழிதான் ராஜ வழியே தவிர அந்த எண்ணத்தில் ஒரு குறுகலான சிந்தனை இருக்கிறது என்பதை அந்தச் சிறுகதையின் தொடக்கம் அழகாய்க் காட்டுகிறது.

ஆராவயல் பெரியய்யா எழுதி இருக்கிற கதை அது. காரைக்குடிக்கும் தேவகோட்டைக்கும் இடையிலே இருக்கிற ஆராவயல் என்கிற ஒரு சின்னஞ்சிறு கிராமத்திலே பிறந்த அந்தப் பெரியய்யா இன் றைக்கு ஒரு பெரிய எழுத்தாளராக வளர்ந்

திருக்கிறார். ஓர் ஏழ்மையான குடும்பத்திலே பிறந்து வளர்ந்தவர். அவரே தன் தந்தையைப் பற்றியும் தன்னைப்பற்றியும் எழுதுகிறபோது குறிப்பிடுவார், 'என் அப்பா நிலத்திலே நெல் விளைவிப்பார், விளைந்தால் நெல்லை விற்பார், இல்லையானால் நிலத்தை விற்பார்' என்று எழுதுவார். அப்படிப்பட்ட குடும்பத்திலே இருந்து வந்த பெரியய்யா, பல சிறுகதைகளை எழுதி அவற்றை எல்லாம் தொகுத்து விரிசிலையாறு என்கிற பெயரில் ஒரு நூலாக வெளியிட்டிருக்கிறார். அதிலே வலை என்கிற ஒரு கதை. அந்தக் கதைதான் இப்படித் தொடங்குகிறது.

கணவனும் மனைவியுமாகக் கோயிலுக்குள்ளே நுழைகிறார்கள். அவள் துர்க்கையிடத்திலும், அவன் குறிஞ்சி வேலனிடத்திலும் வேண்டுதல் வைக்கிறார்கள். அவர்கள் இரண்டு பேரும் அந்த வேண்டுதலை முடித்துக் கொண்டு வருகிறபோது, அவன் கேட்கிறான் என்ன அப்படி துர்க்கையிடம் ஒன்றிப்போய் வேண்டிக் கொண்டிருந்தாயே, என்ன கேட்டாய்? என்ன வரம் கேட்டாய் என்கிறான். பொன்னழகி சொல்கிறாள் வேறு என்ன வரம் இருக்கிறது. ஒற்றை வரம்தான், இரண்டு பேருக்கும் குழந்தை இல்லை. எப்படியாவது ஒரு குழந்தை வேண்டும் என்கிற வரம்தான் வேறு என்ன? என்று சொல்லிவிட்டு, அந்தக் குறிஞ்சி வேலனிடம் நீங்கள் என்ன வேண்டிக் கேட்டீர்கள் என்று கேட்கிறாள். அவன் சொல்கிறான் எனக்கும் வேறு என்ன இருக்கிறது. மனிதர்களுக்கு வாழ்க்கையில் எங்காவது ஒரு குறை இருக்க வேண்டும். எந்தக் குறையும் இல்லை என்று போனால், பிறகு இறுக்குவதற்கென்று கயிற்றைத் தேடச் சொல்லும் ஆகையினாலே குறையிருக்கட்டும் என்று தோன்றி இந்தக் குறையை ஆண்டவன் வைத்திருக்கலாம் என்று அவர்கள் பேசிக் கொள்கிறார்கள். நானும் அதைத்தான் விரும்பினேன் என்று சொன்ன அந்தக் கணவனிடமிருந்து அடுத்து வருகிற அந்தச் சொற்கள்தான் ராஜகோபுர வாசல் வழியாக உள்ளே நுழைந்தாலும் ஒரு குறுகலான ஒரு இடத்தில்தான் அவன் இருக்கிறான் என்பதைக் காட்டுகிறது.

அவன் தன் மனைவியைப் பார்த்துச் சொல்கிறான். நீ கோபப் படாதே! கொஞ்சம் யோசித்துப் பார்... இப்போது உன்னிடம் காட்டுகிற அந்த அன்பை எப்போதும் காட்டுவேன். அதிலே நீ சந்தேகப்படவேண்டாம் என்கிறான். இதற்கு என்ன பொருள் என்று

படிக்கிற வாசகர்களுக்குப் புரியும். இப்போது காட்டுகிற அன்பை நான் எப்போதும் காட்டுவேன் என்றால் இன்னொரு மனைவி வந்த பிறகும் காட்டுவேன் என்று பொருள். நமக்குக் குழந்தை இல்லை. அதற்கு அவள் தான் காரணம் என்று அவன் முடிவு செய்கிறான். எல்லா ஆண்களும் அப்படித்தான் முடிவு செய்து கொள்வார்கள். ஆகையினாலே இன்னொரு மனைவியைத் தேடிக் கொள்வது என்கிற முடிவுக்கு அவன் வருகிறான். அந்த முடிவுக்கு அவனுடைய தங்கையும் உதவியாக இருக்கிறாள். ஒருமுறை தங்கை தன் அண்ணனிடம் பேசிக் கொண்டிருக்கிறபோதே, பொன்னழகியின் காதில் விழுந்து விடுகிறது. இவள் வந்தவுடனேயே அவர்கள் இரண்டுபேரும் பேச்சை நிறுத்தி விடுகிறார்கள். அவன் தங்கை சொல்கிறாள், எத்தனை காலம்தான் நீ குழந்தை இல்லாமல் இருப்பாய். அண்ணி பக்கத்திலே இருக்கட்டும். இன்னொரு பெண்ணைத் திருமணம் செய்து கொண்டு வா! என்று சொல்வதை அவளே கேட்டு விடுகிறாள்.

எனவே இப்போது அவன் பேச்சைத் தொடங்கும்போதே பொன்னழகிக்குப் புரிகிறது. அவள் ஒன்றும் சொல்லவில்லை. விடை சொல்லாமல் சிரித்துக் கொண்டே நடக்கிறாள். கொஞ்ச தூரம் வந்ததற்குப் பிறகு கேட்கிறான், ஒருநடை தங்கச்சி வீட்டுக்குப் போய்விட்டுப் போகலாமா? அப்படி என்ன அவசிய காரியம் இருக்கிறது என்று அவள் கேட்கிறாள். வேண்டாம் நீங்கள் வேண்டுமானால் போய் விட்டு வாருங்கள், நான் வரவில்லை என்கிறாள். ஏன் என்றால் அவன் தங்கையைப் பற்றி அவளுக்குத் தெரியும். கொஞ்ச தூரம் நடந்ததற்குப் பிறகு அவன் மறுபடியும் சொல்கிறான், நம்முடைய சொத்து சுகம் எல்லாம் வாரிசு இல்லாமல் போகவா? இவ்வளவு லட்சங்களையும் நான் யாருக்காகச் சேர்த்தேன். அத்தனையும் வீணாகிப் போய் விடாதா? நீ இந்த வீட்டுக்கு எப்போதும் அரசியாக இரு. வருகிறவள் ஒரு பணிப்பெண்ணாக இருக்கட்டும். அந்தக் குழந்தையை நாம் எடுத்து வளர்க்கலாம், சொத்துக்கு வாரிசு வரட்டும் என்று ஆசை காட்டுகிறான்.

அடுத்தவளை அழைத்து வந்ததற்குப் பிறகு இவள் ராணியாக இருக்கலாமாம். வருகிற பெண் பணிப்பெண்ணாக இருப்பாளாம் இவளை மட்டும் அல்ல வருகிறவளையும் சேர்த்துச் சிறுமைப்

படுத்துகிற காரியமாகத்தான் இருக்கிறது. எதற்கும் விடை சொல்லாமலேயே வந்தவள் பிறகு கேட்கிறாள். நான் கொண்டுவந்த பணம் மற்றவைகளையெல்லாம்... ஓ! அவைகளையெல்லாம் நீயே எடுத்துக் கொள்ளலாம். எல்லாவற்றையும் உனக்கே தந்து விடுகிறேன். நாம் சம்பாதித்த பணம் அவற்றை பாதிப் பாதியாகக்கூட வைத்துக் கொள்ளலாம். நீ இவ்வளவு தூரம் ஒத்துக் கொள்வாய் என்று நான் நினைக்கவில்லை என்ற அவனுக்கு முகமெல்லாம் பூரிப்பாக இருக்கிறது. மனைவி ஏற்றுக் கொண்டு விட்டாள். வெறும் பணம்தான் கேட்கிறாள்? இவள் ஒரு மூலையிலே இருந்தால் நாம் இன்னொரு மனைவியை மணந்து கொள்ளலாம் என்ற முடிவுக்கு அவன் வந்து விட்ட நேரத்தில் அவள் கேட்கிறாள், எப்போது திருமணம் செய்து கொள்வதாக உத்தேசம். ஏதாவது விதவையைத் திருமணம் செய்து கொள்ளப்போகிறீர்களா? என்று கேட்கிறாள்.

'அப்படியில்லை ஒரு பெண்ணைத் தங்கை பார்த்து வைத்திருக்கிறாள்'.

சரி, நல்லது. எப்போது திருமணம்!

அது நீ சம்மதித்த உடன், நாம் முடிவு செய்கிற நேரத்தில்.

நாம் என்றால்?

நான் நீ என் தங்கை மூன்று பேரும்.

அவள் சொல்கிறாள்.

இல்லை நீங்களும் உங்கள் தங்கையுமே முடிவு செய்யலாம். நான் அந்தக் கூட்டணியிலே இல்லை.

ஏன் பொன்னு என்று கேட்கிறான்.

இப்போதுதான் அவன் மனைவியின் பெயரைக்கூட சுருக்கிக் கூப்பிடுகிறான். இதுவரைக்கும் பொன்னழகி என்றுதான் அழைத்திருக்கிறான். இப்போது செல்லமாகக் கூப்பிடுகிறான். பிரியப்போகிற நேரம் இல்லையா? ஏன் பொன்னு என்று கேட்கிறான்.

அவள் சொல்கிறாள், நான் விலகி விடப்போகிறேன். உன்னிடம் இருந்து அறுத்துக்கொள்ளப்போகிறேன். வேண்டாம் உன்னால் தனி

மரமாகப் பட்ட மரமாக நிற்க முடியாது... வேண்டாம் என்று அவன் சொல்கிறான். பரவாயில்லை, நான் தனியாகப் போய் விடுகிறேன். என்னுடைய லட்சங்களையெல்லாம் கொடுத்து விடுங்கள் என்று அவள் சொல்லி விட்டுக் கடைசியாய் ஒரு வரியைச் சொல்கிறாள், அத்துடன் கதை முடிகிறது. அந்த வரி வெறும் வரியாக இல்லை, ஒரு சவுக்கடியாக விழுகிறது.

அவள் சொல்கிறாள், உங்கள் லட்சங்களால் ஒரு வலை போட முடியும் என்கிறபோது, என்னுடைய லட்சங்களை வைத்துக் கொண்டு நான் ஒரு தூண்டில் கூடப் போட முடியாதா என்று கேட்கிறாள். கதை முடிந்து போகிறது.

நீ உன்னுடைய பணத்தையெல்லாம் வைத்துக் கொண்டு, வேறு வேறு பெண்களையெல்லாம் உன்னால் தேட முடியும் என்று சொன்னால், இருக்கிற பணத்தை வைத்துக் கொண்டு இன்னொரு கணவனை என்னாலும் தேடிக் கொள்ள முடியாதா? உன்னிடத்திலே வலை இருக்கலாம், ஏராளமான மீன்களைக்கூட நீ பிடித்துக் கொள்ளலாம். ஆனால் என்னிடம் ஒரு தூண்டில் கூடவா இல்லாமல் போய்விடும் என்று அவள் கேட்கிறபோது, அவனுடைய அதிர்ச்சி என்னவாக இருந்தது என்று கதை சொல்லவில்லை. படிக்கிற

சுப. வீரபாண்டியன்

வாசகர்கள் அதிர்ச்சி அடையட்டும் என்பதாக நினைத்தோ என்னவோ கதை அந்த இடத்திலே முடிந்து போகிறது.

குழந்தை இல்லை என்பது இரண்டு பேருக்கும் பொதுவான ஒரு வருத்தம். அதற்காக இரண்டு பேரும் கடவுளிடம் வேண்டிக் கொள்வது என்பது வேறு. குழந்தை இல்லை என்பதால் நான் இன்னொரு பெண்ணை மணந்து கொள்கிறேன் என்று சொல்லும் உரிமை அவனுக்கு இருக்குமானால், அதே குறைக்காக நான் இன்னொரு ஆணை மணந்து கொள்கிறேன் என்று சொல்கிற உரிமை பெண்ணுக்கும் உண்டுதானே. இந்தக் கருத்தை பிரசாரமாக அல்லாமல் மிக மென்மையாக மிக அழுத்தமாக இந்தக் கதையின் கடைசி வரியில் பொதிந்து வைத்திருக்கிற ஆராவயல் பெரியய்யா கதை, உண்மையாகவே அழகாய் இருக்கிறது.

சாதனை வெறி தவிர்ப்போம்

தந்தை பெரியார் பல்லாயிரக்கணக்கான கூட்டங்களிலே பேசினார், சாதனை செய்வதற்காக அன்று. அவர் பேசிப் பேசி சாதனை செய்தார் என்பது வேறு. ஆனால் அவருடைய நோக்கம் சாதனைகள் செய்வதில்லை... சமூகத்தை மாற்றுவதுதான். அந்த நோக்கத்தில் செயல்படுகிறபோது சாதனைகளும் வந்து விடும்.

வாழ்வில் சாதனைகள் செய்ய வேண்டும் என்பது சரிதான். ஆனால் சாதனை என்பதே வாழ்க்கை என்றாகி விடக்கூடாது. இன்றைக்குக் கின்னஸ் போன்ற புத்தகங்கள் எல்லாம் வந்ததற்குப் பிறகு அந்த மனப்போக்கு மிகுதியாக ஆகியிருக்கிறது. ஒருவர் பின்னால் நடந்து கொண்டே இருக்கிறார், மைல் கணக்காக. நாள் கணக்காக ஒருவர் விடாமல் கை தட்டிக் கொண்டேயிருக்கிறார். இன்னொருவர் எந்த நேரமும் சிரித்துக் கொண்டே இருக்கிறார். ஏன் என்று கேட்டால் இவர்கள் எல்லாம் கின்னஸ் சாதனையாளர்களாக ஆக வேண்டும் என்ற ஆர்வத்திலே இவற்றையெல்லாம் செய்து கொண்டு இருக்கிறார்கள் என்பதை அறிய முடிகிறது.

சின்ன வயதிலிருந்தே பிள்ளைகளைக்கூட நாம் இப்போது அப்படி ஆக்கியிருக்கிறோம். திருக்குறள் மிக உயர்ந்த இலக்கியம். ஆனால் அதையும்கூடத் திணிக்கக் கூடாது. திருக்குறளிலே இருக்கிற அழகையும், அதிலே இருக்கிற வாழ்வியல்

உண்மைகளையும் எடுத்துச் சொல்லி படிக்க வைப்பது என்பது வேறு. திருக்குறளைச் சொல் சொல் என்று திரும்பத் திரும்பச் சொல்ல வைத்து இத்தனை நிமிடத்தில் அவன் இத்தனை திருக்குறள் சொல்லி விட்டான் என்று சொல்லி, அவனை ஒரு சாதனை யாளனாக் ஆக்குவதைவிட, ஒரு சமூக மனிதனாக்குவதுதான் மிக முக்கியமானது.

நாம் வீட்டில்கூடப் பிள்ளைகளை எல்லாம் ஒரு வித்தை (சர்க்கஸ்) காட்டுகிறவர்களாகத்தான் வைத்திருக்கிறோம். யாராவது உறவினர் வந்தால் உடனே நீ அந்தப் பாட்டைச் சொல், இந்தப் பாட்டைச் சொல். இப்படி ஒரு நடனம் ஆடு என்று ஆட்டி வைக்கிறோம். அந்தப் பிள்ளைகளின் இயல்பில் அவர்களை விடுவதில்லை. அவர்கள் சொல்லட்டும், அவர்கள் விருப்பம் போல் சொல்லட்டும். சொல்லலாம் என்று தோன்றினால் சொல்லட்டும். விளையாடலாம் என்று தோன்றினால் விளையாடட்டும். பிள்ளைகளுக்குச் சுதந்திரம் முக்கியம். வாழ்க்கையில் என்றைக்கும் கட்டுப்பாடு இல்லாத சுதந்திரம்தான் உண்மையானது. அந்தச் சுதந்திரம் அளவு மீறி விடாமலும், வாழ்க்கையைக் கெடுத்து விடாமலும் பார்த்துக் கொள்கிற ஒரு கடப்பாடு நமக்கு உண்டே தவிர, கட்டிப் போட்டு வைப்பது ஒரு நோக்கத்தை நோக்கியே அவர்களை அழைத்துக் கொண்டு போவது என்பது இயல்பான ஒன்றில்லை.

நாம் போகிற போக்கில் நாம் வாழ்கிற வாழ்க்கையில் சாதனைகளையும் கண்டிப்பாய்ச் செய்யலாம். தந்தை பெரியார் பல்லாயிரக்கணக்கான கூட்டங்களிலே பேசினார், சாதனை செய்வதற்காக அன்று. அவர் பேசிப் பேசி சாதனை செய்தார் என்பது வேறு. ஆனால் அவருடைய நோக்கம் சாதனைகள் செய்வதில்லை... சமூகத்தை மாற்றுவதுதான். அந்த நோக்கத்தில் அவர் செயல்படுகிறபோது சாதனைகளும் வந்துவிடும். நாம் நடக்கிற பாதையிலே விருதுகள் வரலாம், விருதுகளை நோக்கி நாம் நடக்க வேண்டியதில்லை. இந்த இரண்டுக்கும் இருக்கிற வேறுபாட்டை நாம் உணர்ந்து கொள்ளவேண்டும். விருதுகளே வேண்டாம், பாராட்டுகள் வேண்டாம், சாதனைகள் வேண்டாம்

என்று சொல்வது வாழ்க்கையே இல்லை. நாம் நடக்கும் பாதையில் எது வந்தாலும் ஏற்றுக் கொள்ளலாம். ஆனால் எதை நோக்கி நடப்பது என்று தீர்மானித்துக் கொள்ள வேண்டும்.

அதிசயங்களும், சாதனைகளும் நீண்ட நெடுங்காலத்துக்கு நிற்காது என்பது ஒரு செய்தி. ஒரு நண்பர் ஒரு கேள்வியைக் கேட்டார், ஓர் ஆப்பிள் பழத்துக்குள்ளே இருந்து ஒரு சாமியார் அம்மன் சிலையை வரவழைக்கிறார், இது அதிசயம் இல்லையா? என்று கேட்டார். ஆப்பிளுக்குள் இருந்து அம்மன் சிலை வருகிறதா இல்லையா என்பது இருக்கட்டும். ஆப்பிளே அதிசயம்தான். எண்ணிப்பாருங்கள்... அத்தனை அழகாய், வட்டமாய் உருண்டையாய், நாம் ஒரு பழத்தை ஒரு தொழிற்சாலையிலே தயாரித்து விட முடியுமா? யார் இயற்கையை ரசிக்க மறுக்கிறார்களோ, யாருக்கு இயல்பிலேயே உள்ள அழகு

புரியவில்லையோ அவர்கள்தான் இப்படிச் செயற்கைகளிலும் வித்தைகளிலும் மயங்கிக் கிடக்கிறார்கள்.

வித்தைகள் செய்வது... சாதனைகள் செய்வது இவையெல்லாம் தவறானவையல்ல. ஆனால் அது ஒன்றே முழு நோக்கமாக மாறிக்கொண்டிருக்கிற ஒரு கட்டத்தை இன்றைக்கு நாம் பார்க்கிறோம். உலக அளவிலே இது இன்று நடந்து கொண்டிருக்கிறது. எல்லோரிடத்திலேயும் அறியாமை இருக்கிறது. எல்லோரிடத்திலேயும் தவறுகள் இருக்கின்றன. எல்லா நாடுகளிலும் இருக்கிறது. சாதனையே வாழ்க்கை என்கிற நிலை ஏற்பட்டு அதை நோக்கி இளைஞர்கள் சமூகப் பயனற்றவர்களாக ஆகி விடுவதற்கான அனைத்து வாய்ப்புகளும் இருக்கின்றன. எனவே அதிசயம் என்பதைவிட, சாதனை என்பதைவிட, பயனுள்ள வாழ்க்கை என்பதுதான் உயர்ந்தது. ◻

பாராட்டி மகிழ்வோம்

மற்றவர்களைப் பாராட்ட வேண்டும் என்ப தற்காக நம்மைத் தாழ்த்திக் கொள்ளவேண்டும் என்பதில்லை. தன்னடக்கம் என்கிற பெயரில் அப்படிச் செயற்கையாகத் தன்னை தாழ்த்திக் கொள்ளவேண்டும் என்பதில்லை. பாராட்டு கிறபோது உண்மையாக அவர்களை உரிய இடத்தில் வைத்துப் பாராட்டினாலே போதுமானது.

எல்லோருக்குமே பாராட்டு என்பது தேவைப்படு கிறது. செய்கிற வேலைக்கு ஊதியம் மட்டும் போதும் என்று நினைப்பதில்லை. ஒரு வேலையை நாம் செம்மையாக செய்து முடித்திருக்கிற நேரத்தில் ஊதியத்தோடு சேர்ந்து ஒரு பாராட்டும் கிடைத்தால் நமக்கு மகிழ்ச்சியாக இருக்கிறது. அதிலே ஒன்றும் பிழை இல்லை. பாராட்டு என்பது ஒரு ஊக்கம். பாராட்டு என்பது அடுத்தும் அந்தப் பணிகளை சரியாய்ச் செய்வதற்கு நமக்கு கிடைக்கிற ஒரு தூண்டுதல். ஆகையினாலே பாராட்டை எதிர்பார்ப்பதில் பிழையில்லை. எந்த ஒரு நல்ல செயலையும் யார் செய்தாலும் பாராட்டுகிற ஒரு குணம் நமக்கும் வேண்டும். அது பாராட்டப்பட வேண்டிய குணம்.

மறைந்த ஏவி.எம். அவர்களைப்பற்றிச் சொல்கிறபோது ஒரு செய்தியைச் சொல்வார்கள், குறையைக் கண்டால் உடனே கூப்பிட்டுக் கண்டித்து விடுவதும், சரியாக இருந்தால் உடனே கூப்பிட்டுப்

பாராட்டுவதும் அவருடைய பழக்கம் என்று சொல்வார்கள். திரைப்படத்துறையில், தொழில் நுட்பத்தில் மட்டும் என்றில்லை, மதியம் உணவு உண்ணுகிற நேரத்திலும்கூட, உணவு வகைகளிலே ஒன்று நன்றாக இருக்குமானால், இன்னும் கொஞ்சம் வை என்று சொல்வதோடு நிற்காமல், யார் அந்த உணவைப் பரிமாறிக் கொண்டிருக்கிறார்களோ அவர்களை அழைத்து ரொம்ப நல்லா இருக்கு இன்னும் கொஞ்சம் வை என்று சொல்வார் என்று நான் கேள்விப்பட்டிருக்கிறேன். அப்படிச் சொல்கிறபோது, அந்த உணவைச் சமைத்தவர்களுக்கு ஒரு மகிழ்ச்சி ஏற்படுகிறது. தொடர்ந்தும் சரியாகச் செய்யவேண்டும் என்கிற எண்ணம் வருகிறது. சின்னச் சின்னச் செயலைக்கூடக் கவனமாய், மகிழ்ச்சியாய், உளப்பூர்வமாய்ப் பாராட்டுகிற குணம் நமக்கு வேண்டும்.

இந்தப் பாராட்டுதலில் மூன்று வகைகள் இருக்கின்றன.

1. தன்னைத் தாழ்த்திக்கொண்டு மற்றவர்களை உயர்த்துவது
2. தன்னிலை தாழாமல் மற்றவரை உயர்த்துவது
3. தானும் உயர்ந்து பிறரையும் உயர்த்துவது

இதற்கு உவமைகளைச் சொல்ல வேண்டுமானால் சில நேரங்களிலே பிள்ளைகள் விளையாடும்போது, தான் குனிந்து கொண்டு மற்றவனை மேலே ஏறச் சொல்வார்கள். தன்னைத் தாழ்த்திக் கொண்டு மற்றவனை உயர்த்துவது.

இன்னொரு வகை இருக்கிறது, ஏணி மாதிரி. ஏணி எந்த இடத்திலே இருக்கிறதோ அந்த இடத்திலேயே இருக்கும். மற்றவர்கள் எல்லாம் ஏறிப்போகலாம். தன்னிலை தாழாமல் மற்றவர்களை உயர்த்துவது.

இன்றைக்கு வந்திருக்கிற நவீனமான மின் தூக்கிகள் (லிப்ட்), மின் ஏணிகள் (எஸ்கலேட்டர்) போன்றவை தானும் உயர்ந்து மற்றவர்களையும் உயர்த்துகின்றன. இந்த மூன்றாவதுதான் சரி. எப்போதும் தானும் உயர்ந்து மற்றவர்களையும் உயர்த்த வேண்டும். அல்லது குறைந்தபட்சம் தன்னிலை தாழாமல் மற்றவர்களை உயர்த்த வேண்டும்.

மற்றவர்களைப் பாராட்ட வேண்டும் என்பதற்காக நம்மைத் தாழ்த்திக் கொள்ளவேண்டும் என்பதில்லை. தன்னடக்கம் என்கிற பெயரில் அப்படிச் செயற்கையாகத் தன்னை தாழ்த்திக் கொள்ளுதல் கூடாது. பாராட்டுகிறபோது உண்மையாக அவர்களை உரிய இடத்தில் வைத்துப் பாராட்டினாலே போதுமானது. ஆனால் பாராட்டுகிற வேளையில் நாம் எவற்றையெல்லாம் கவனத்திலே கொள்ள வேண்டும்? இரண்டு செய்திகளைக் கவனத்தில் கொள்ளவேண்டும்.

1. பாராட்டுகிறபோது மிகையாகப் பாராட்டக்கூடாது. பாராட்டு என்பதில் மிகை கொஞ்சம் இருந்தே தீரும். நடிப்பு என்றால்கூட, மேடை நாடகங்களிலே நடிக்கிறபோது கொஞ்சம் மிகை இருக்கும். ஏனென்றால் இன்றைக்குத் திரைப்படங்களிலே இருக்கிற நுட்பமான கருவிகள் அன்றைக்கு இல்லை. கடைசி வரிசையிலே இருக்கிறவனுக்கும்கூட தன்னுடைய முக பாவனைகள் தெரிய வேண்டும் என்றால் கொஞ்சம் மிகையாகத்தான் நடிக்க வேண்டும். ஆனால் திரைப்படக் கருவிகள் வந்ததற்குப் பிறகு அது தேவைப்படாமல் போயிற்று. பாராட்டுகிற போது கொஞ்சம் மிகை இருக்கலாம். மிகவும் அதிகமாக ஒருவரைப் பாராட்டக்கூடாது.

2. எந்த எதிர்பார்ப்பையும் நெஞ்சத்திலே வைத்துக் கொண்டு பாராட்டக்கூடாது. இதில் மேலும் கவனமாக எண்ணிப் பார்க்க வேண்டும் என்றால் மிகையாகப் பாராட்டுவது வேறு, பொய்யாகப் பாராட்டுவது வேறு. மிகையாகப் பாராட்டுவது என்றால், இருக்கிற பண்பு நலன்களைக் கொஞ்சம் கூடுதலாகப் பாராட்டுவது. பொய்யாகப் பாராட்டுவது என்றால், இல்லாதவைகளையெல்லாம் சொல்லிப் பாராட்டுவது. தனிப்பாவிலே இராமச்சந்திரக் கவிராயருடைய ஒரு பாட்டு உண்டு. அவர் சொல்வார் ஒரு மன்னனைப் பார்த்து, ஈயாத கையனைப் போய் நான் வள்ளல் என்றேன். சூம்பல் தோளைத் தடந்தோள் என்றேன். இப்படி இல்லாதவைகளையெல்லாம் புனைந்துரைத்துச் சொன்னேன். கடைசியாய் என்னாயிற்றுத் தெரியுமா? இல்லாது சொன்னேனுக்கு இல்லையென்றான் யானும் துன்பத்தால் ஏகின்றேனே என்று பாட்டு முடியும். எதுவெல்லாம் இல்லையோ அதையெல்லாம் சொன்னேன்.

கடைசியாய் அவன் எனக்கு எந்தப் பொருளும் இல்லை என்று சொல்லிவிட்டான்.

இவற்றை நாம் அடிப்படையாக வைத்துக் கொள்கிற நேரத்திலே இன்னொன்றையும் நாம் குறித்துக் கொள்ள வேண்டும். ஒருவன் இருக்கிற போதுதான் பாராட்ட வேண்டும் என்பதில்லை. பல நேரங்களிலே நாம் மேடைகளிலே இருக்கிறபோது, ஒருவரை யொருவர் பாராட்டிக் கொள்கி றோம் அது ஒரு மேடை மரபு. ஆனால் இல்லாத நேரங் களிலும்கூட அவர்கள் அந்த இடத்திலே இல்லாவிட்டா லும்கூட அவர்கள் செய்த நல்லவற்றைக் குறிப்பிட்டுப் பாராட்டுகிற பாராட்டு இருக்கிறதே அது இன்னமும் சிறந்தது. இந்த வரைமுறைகளோடு பாராட்டுகிற உள்ளம் நமக்குள் வருமானால் அந்தப் பாராட்டு நமக்கும் நல்லது, மற்றவர் களுக்கும் நல்லது. பொய்யாகப் பாராட்டினால் அது நமக்கும் நல்லதில்லை. அவர்களுக்கும் நல்லதில்லை. ▫

தொடர்வண்டி வந்த கதை

வர்ணாசிரம தர்ம அடிப்படையிலான ஒரு மூடநம்பிக்கை மக்களிடத்திலே வலுப்பெற்றுத் தொடர் வண்டிகளே இந்த தேசத்துக்குள்ளே வரக்கூடாது என்கிற ஒரு பெரிய தடை ஏற்பட்டிருக்குமானால், அதை ஏற்றுக்கொண்டு அரசாங்கமும் அதை நிறுத்தியிருக்குமானால், இன்றைக்கும் நம்முடைய நாடு மிகப் பெரிய பின்னடைவிலேதான் இருந்திருக்கும்.

1870 இல்தான் இந்தியாவுக்கு முதன் முதலில் தொடர் வண்டிகள் அதாவது ரயில்கள் வந்தன. அப்போது புகையைக் கக்கிக் கொண்டு வந்ததினாலே அதை நாம் புகை வண்டி என்று அழைத்தோம். இன்றைக்கும் ஈழத்திலே புகை இரத வண்டி என்றுதான் சொல்கிறார்கள். இப்போது நாம் தொடர் வண்டி என்று சொல்லிப் பழகி இருக்கிறோம்.

அந்தத் தொடர் வண்டிகள் 19-ஆம் நூற்றாண்டின் இறுதியில் இந்தியாவுக்கு வந்தன. அவை பெரும் மாற்றத்தை ஏற்படுத்தப் போகின்றன என்று அப்போது உணரப்படவில்லை. அந்த ரயில்கள் வரவேற்கப் படவும் இல்லை. மாறாக மக்களால் கடுமையாக எதிர்க்கப்பட்டு இருக் கின்றன என்றுதான் நமக்குச் செய்திகள் கூறுகின்றன. மக்கள் அந்தத் தொடர் வண்டிகளைப் பார்த்து அச்சப்பட்டு இருக்கிறார்கள். இரவு நேரங்களில் பெரிய விளக்கு, புகை இப்படி வருகிற

அந்தத் தொடர் வண்டியைப் பார்த்துவிட்டு ஒரு கொள்ளிவாய்ப் பிசாசு வருகிறது என்றுதான் சொல்லியிருக்கிறார்கள். கொள்ளி வாய்ப் பிசாசு என்றுதான் ரயில்கள் அந்த மக்களிடத்திலே அன்றைக்கு அறிமுகமாகியிருக்கின்றன.

நீராவி என்ஜினை ஜேம்ஸ்வாட் 18-ஆம் நூற்றாண்டின் இறுதியிலே கண்டுபிடித்து விட்டார் ஆனாலும் இந்தியாவிலே அறிமுகமாவதற்கு ஒரு நூற்றாண்டு ஆகியிருக்கிறது. ஒரு நூற்றாண்டுக்குப் பிறகாவது இங்கே வந்திருக்கிறதே என்கிற மகிழ்ச்சி இல்லாமல், அன்றைக்கு இருந்த சூழலில், அது என்ன என்று புரியாத நிலையில் மக்கள் அதை இரண்டு மூன்று காரணங்களுக்காக எதிர்த்திருக்கிறார்கள்.

ஒரு காரணம், வயல்களையெல்லாம் அழித்து அவர்கள் தண்டவாளங்கள் போடும் பணியைச் செய்தபோது நம்முடைய நிலங்கள் எல்லாம் போகிறதே என்கிற கோபம் மக்களுக்கு இருந்திருக்கிறது.

இரண்டாவதாக இது ஏதோ ஒன்று என்று கருதி, இதை எதற்காகவோ வெள்ளைக்காரர்கள் கொண்டு வருகிறார்கள் என்ற ஐயமும் மக்களுக்கு இருந்திருக்கிறது.

வேதாரண்யத்திற்குப் பக்கத்திலே நடந்த ஒரு நிகழ்ச்சியை அந்த ஊரைச் சேர்ந்த ஒரு நண்பர் சொன்னார். அங்கு இருக்கிற பனை மரங்களையெல்லாம் அழித்து விட்டுத் தண்டவாளங்களைப் போடுகிறபோது, மக்கள் எல்லாம் இந்தப் பனை மரங்களை அழிக்கக்கூடாது என்று சொல்லியிருக்கிறார்கள். வெள்ளைக்காரர்கள் கேட்கவில்லை. காரணம் எல்லா ஊர்களிலும் எதிர்ப்பு வரும், அப்படிப் பார்த்தால் அந்தப் பணியை நிறைவு செய்யமுடியாது. எனவே அந்தப் பனை மரங்களை வெட்டுவதற்கு முடிவு செய்தனர். சில நாட்களுக்குப் பின்பு அந்த ஊரைச் சார்ந்த ஒரு பெரியவர் ஒரு காரியம் செய்திருக்கிறார். அந்தப் பனை மரங்களிலே இருந்து நுங்குகளையெல்லாம் எடுத்து, அந்த நுங்குகளுக்கெல்லாம் வெல்லம் சேர்த்து அங்கே வந்த அதிகாரிகளுக்கு அந்த வெல்லமும் நுங்கும் சேர்ந்த கலவையைக் கொடுத்திருக்கிறார். அதை உண்டு மகிழ்ந்த அவர்கள் அடடா மிக அருமையாக இருக்கிறதே, இது என்ன என்று கேட்டிருக்கிறார்கள். நீங்கள் வெட்டுகிற பனை மரத்தினுடைய நுங்குதான் இது, அதனுடைய சுவைதான் இது என்று சொன்ன உடனே அவர்களுக்கே கொஞ்சம் மனம் இளகி, வேண்டாம்... இந்த தண்டவாளத்தை வேறு பாதையிலே போட்டுக்கொள்கிறோம் என்று சொல்லிவிட்டார்கள் என ஒரு செய்தி உண்டு. எனவே இப்படிப் பல்வேறு காரணங்களால் தொடர் வண்டியை மக்கள் எதிர்த்திருக்கிறார்கள்.

இன்னொரு மோசமான காரணமும் அன்றைக்கு இருந்திருக்கிறது. 1875-76இல் ஒரு மிகப்பெரிய பஞ்சம் இந்த நாட்டிற்கு வந்திருக்கிறது. தமிழ்நாட்டுக்கு வந்த தாது வருடப் பஞ்சம் என்று இன்றைக்கும் சொல்வார்கள். தாது என்கிற வருடம் வருகிறபோதெல்லாம் பஞ்சம் வருமோ என்கிற அச்சத்துக்கு மக்கள் ஆளாகியிருக்கிறார்கள். 60 ஆண்டுகளுக்கு ஒருமுறை வருகிற வருடங்களிலே தாது என்று ஒரு ஆண்டு இருக்கிறது, இன்னும் கொஞ்ச நாளிலே அந்தச் சிக்கல் நமக்கு இருக்காது. தை 1 தான் புத்தாண்டு என்று ஆனதற்குப் பிறகு தாது, நள, பிரபவ என்கிற அந்த வருடப் பெயர்கள் இனி இல்லை நமக்கு. ஆனாலும் அந்த

தாது வருடப் பஞ்சம் அன்றைக்கு வந்தபோது மக்கள் என்ன சொல்லி இருக்கிறார்கள், என்ன கருதி இருக்கிறார்கள், என்ன கருத்து பரப்பப்பட்டிருக்கிறது என்றால், ரயில் வந்தது அதனால் தான் பஞ்சம் வந்தது, விஷ பேதி வந்தது என்று கூறியுள்ளனர். ரயிலுக்கும் இதற்கும் என்ன தொடர்பு என்றால் ரயில் வந்ததால் இந்த நாட்டினுடைய ஆச்சாரம் கெட்டுப் போய்விட்டது, ஆச்சாரம் கெட்டதினாலே தான் கடவுள் இந்தப் பஞ்சத்தையும் நோயையும் தந்திருக்கிறார் என்று அன்றைக்கு ஒரு கருத்து பரப்பப்பட்டிருக் கிறது. திட்டமிட்டே பரப்பப்பட்டிருக்கக் கூடும்.

அந்த ரயிலால் என்ன கெட்டு விட்டது என்று இன்றைக்கு நினைத்துப் பார்த்தால் குழப்பமாக இருக்கும். ஒரு தொடர் வண்டி ஒரு ஊருக்கு வருவதால் போக்குவரத்து வசதி வாய்ப்புகள்தான் கூடுமே தவிர அதனால் எப்படி ஓர் அமைப்பினுடைய, சமுதாயத்தினுடைய பண்பாடு கெட்டுப்போய்விடும்? வேறு ஒன்றுமில்லை அன்றைக்குப் பேருந்துகளில் ஒடுக்கப்பட்ட, தாழ்த்தப்பட்ட மக்களுக்கு இடமில்லை, அவர்களை ஏற்று வதில்லை. ஆனால் வெள்ளைக்காரன் கொண்டு வந்திருக்கிற தொடர் வண்டியில் யார் பயணச் சீட்டு எடுத்தாலும், யார் காசு கொடுத்துப் பயணச்சீட்டு எடுத்தாலும், தொடர் வண்டியிலே ஏறிக் கொள்ளலாம். யார் வேண்டுமானாலும், யாருக்குப் பக்கத்திலே வேண்டுமானாலும் உட்கார்ந்து கொள்ளலாம். பேருந்துகளில் தாழ்த்தப்பட்ட மக்கள் ஏற முடியாது என்கிற சட்டமே இருந்திருக்கிறது. 1923-இல் நீதிக்கட்சி ஆட்சி இருக்கிறபோது, சுயமரியாதைச் சுடர் சவுந்திர பாண்டியனார்தான் சட்டம்போட்டு அதை மாற்றியிருக்கிறார். தாழ்த்தப்பட்ட மக்களைப் பேருந்து களில் ஏற்றமாட்டோம் என்று எந்தத் தனியார் நிறுவனம் சொன்னாலும், அவர்களுக்கான உரிமம் (லைசென்சு) நீக்கப்படும் என்று சொன்னதற்குப் பிறகுதான் அது மாறியிருக்கிறது.

இதற்கு 50 ஆண்டுகளுக்கு முன்னால், பேருந்துகளிலே இன்ன சாதியினர்தான் இதைப் பயன்படுத்தலாம், இன்ன சாதியினருக்குப் பக்கத்தில் இன்ன சாதியினர் உட்காரக்கூடாது என்றெல்லாம், அந்த சாதிய ஏற்றத் தாழ்வுகள், வர்ணாசிரம தர்மங்கள் நடைமுறையிலே இருந்தபோது வெள்ளைக்காரர்கள் கொண்டுவந்த அந்தத் தொடர் வண்டியிலே யார் வேண்டுமானாலும் ஏறலாம், யாருக்குப்

பக்கத்திலே யார் வேண்டுமானாலும் அமரலாம் என்கிற நிலை வந்ததால்தான் இந்த நாடு கெட்டுப் போயிற்று, ஆகையினாலேதான் இந்தப் பஞ்சம் வந்து விட்டது என்று சொல்லியிருக்கிறார்கள். இது ஒரு பெரிய அறியாமை, பெரிய மூட நம்பிக்கை என்பதோடு மட்டுமல்ல, மக்களிடத்திலே இருக்கிற ஏற்றத்தாழ்வை நிலை நிறுத்திக் கொள்வதற்காக, சாதிய வேறுபாட்டைக் காப்பாற்று வதற்காக எவ்வளவு பெரிய பொய் கட்டவிழ்த்து விடப்பட்டிருக் கிறது என்பதை இன்று நாம் கருதிப் பார்க்கிறோம்.

அதையெல்லாம் மீறித் தொடர் வண்டி ஓடியதினாலே அறிவியல் வளர்ச்சி, போக்குவரத்து வளர்ச்சி, தொழில் நுட்ப வளர்ச்சி என்று பல்வேறு வகையான வளர்ச்சிகளை நாம் இன்றைக்குப் பார்க் கிறோம். ஒருவேளை அன்றைக்கு கடும் எதிர்ப்பு ஏற்பட்டு இதுபோன்ற வர்ணாசிரம தர்ம அடிப்படையிலான ஒரு மூடநம்பிக்கை மக்களிடத்திலே வலுப்பெற்றுத் தொடர் வண்டிகளே இந்த தேசத்துக்குள்ளே வரக்கூடாது என்கிற தடை ஏற்பட்டிருக் குமானால், அதை ஏற்றுக்கொண்டு அரசாங்கமும் அதை நிறுத்தியிருக்குமானால், இன்றைக்கும் நம்முடைய நாடு மிகப் பெரிய பின்னடைவிலேதான் இருந்திருக்கும். இன்னும் அந்த நிலை முற்றிலுமாக மாறி விடவில்லை. அன்று தொடர் வண்டிகள் தடுக்கப்பட்டன. இன்று சேதுக்கால்வாய்த் திட்டக் கப்பல்கள் தடுக்கப்படுகின்றன. அறிவியலும், மதமும் எப்போதும் முரண்பட்டே நிற்கின்றன.

◻

இசைக்கலைஞர் பீத்தோவன்

ஏதை வைத்துக் கொண்டு பீத்தோவனால் காதுகளினுடைய செயல்பாட்டை முழுமை யாக இழந்ததற்குப் பிறகும் இசையமைக்க முடிந்தது என்கிற கேள்விக்கு இன்னமும் உலகத்தில் விடை தெரியவில்லை. ஆனால் அவன் அந்த 7 ஆண்டுகளில் அமைத்த இசை இன்றைக்கும் முன்னோடியாக இருக்கிறது.

தன்னம்பிக்கையும், தளராத உறுதியும், முழு முயற்சியும் இருந்தால் பல வெற்றிகளை நாம் பெற முடியும். இந்த மூன்றும் இருந்தால் உலகத்தில் எதை வேண்டுமானாலும் சாதித்து விடலாம் என்று சொல்லவில்லை. அது கொஞ்சம் மிகையாக இருக்கலாம். ஆனால் இந்த மூன்றும் இருந்தால் பல வெற்றிகளைப் பெற முடியும் என்பதில் மிகையில்லை... பலபேர் இந்த மூன்றையும்தான் முதலில் இழந்து விடுகிறார்கள். நாம் நம்முடைய உடல் உறுப்புகளைக்கூட இழந்து விடலாம். உள்ளத்தில் இருக்கிற உறுதியை ஒரு நாளும் இழந்து விடக்கூடாது. ஒரு திரைப்படப் பாடல்கூட, உடமையை இழந்தோம் உரிமையை இழந்தோம் உணர்வை இழக்கலாமா? என்று கேட்கும். உடமையை இழந்தால்கூட அதை மறுபடியும் ஈட்டிக்கொள்ள முடியும். உரிமையை இழந்தால் அதை மறுபடியும் மீட்டுக்கொள்ள முடியும். உணர்வை இழந்தவனால் ஒருநாளும் மறுபடியும் எதையும் பெற முடியாது.

நாம் ஓடி ஓடிக் களைத்துப் போகலாம். அதிலே பிழையில்லை. ஓடுவதற்கு முன்பாகவே இங்கே பலர் களைத்துப் போகிறார்கள். ஓட்டமே தொடங்கவில்லை, களைப்பு வந்து விடுகிறது. நம்மால் முடியாது என்று இவர்கள் முதலிலேயே முடிவெடுத்து விடுகிறார்கள். முடியாது என்று முடிவெடுத்து விட்டால் அது கண்டிப்பாய் முடியாதுதான். ஏனென்றால் உங்களின் உள்ளம் உங்களுடைய செயலுக்கு முன்னால் போகாமல், பின்னால் நின்று இழுக்கக்கூடும்.

அண்மையிலே ஒரு தொலைக்காட்சியிலே டான்சர் என்கிற ஒரு படத்தினுடைய பாடல் காட்சியைப் பார்த்தேன். குட்டி என்கிற ஒரு நடிகர், ஒரு கால் இல்லாத ஒரு நடிகர். (இன்றைக்கு அவர் நம்மோடு இல்லை). அவருடைய நடிப்பு, அந்த நடனக்காட்சி எனக்கு ஒரு வியப்பையும் மலைப்பையும் கொடுத்தது. கால் இல்லாத ஒருவரால் இப்படி நடனமாட முடியுமா என்று அந்தக் காட்சியைப் பார்த்ததிலிருந்து இரண்டு மூன்று நாட்களுக்கு எனக்குள் ஒரு கேள்வி எழுந்து கொண்டிருந்தது. கால் இல்லாதவரால் இப்படி ஒரு நடனமாட முடிகிறதே! கால் உள்ளவர்களால் சரியாக நடக்கக்கூட முடியவில்லையே! அவருடைய முயற்சி, அவருடைய தளராத உறுதி, தொடர்ந்து அவர் எடுத்துக் கொண்டிருக்கிற பயிற்சி இவைதான் அதற்கான காரணங்களாக இருக்கக்கூடும். எனவே இப்படிப்பட்ட பயிற்சியும் முயற்சியும் இருக்குமானால் எவராலும் வெற்றியைப் பெற முடியும்.

இந்தக் குட்டி என்கிற அந்த நடிகரைப் பார்த்து வியந்து கொண்டிருக்கிற நேரத்தில், நம் எல்லோருக்கும் பீத்தோவன் நினைவு வராமல் இருக்க முடியாது. பீத்தோவன் என்கிற இசைக் கலைஞன் 18-ஆம் நூற்றாண்டின் இறுதியிலே பிறந்து 19-ஆம் நூற்றாண்டினுடைய தொடக்கத்திலே 1827-இல் இறந்து விட்டார். மிகப்பெரிய இசைக்கலைஞன், உலகம் போற்றிய இசைக்கலைஞன். சின்ன வயதிலேயே அவருடைய இசைக் கோலங்கள் புகழ்பெறத் தொடங்கின. அந்தப் பாடல்களையும், அந்த இசையையும் அவன் கேட்டுக் கேட்டு இசையமைக்கிறான். திடீரென்று அவனுடைய

வாழ்க்கையின் நடுப்பகுதியில் அவனுடைய காதுகள் கொஞ்சம் மந்தமாவதுபோல் அவன் உணர்கிறான். இசைக்குச் செவிதான் மிகவும் இன்றியமையாதது என்பதை நாம் அறிவோம். அவனுடைய இசை அவன் காதுகளிலேயே சரியாக விழவில்லை. காது கொஞ்சம் மந்தமாகிறது. வெறும் 57 ஆண்டுகள்தான் அவன் இந்த உலகத்திலே வாழ்ந்தான். 38, 39 வயதை நெருங்குகிறபோது அவனுக்குக் காது மந்தமாகி விட்டது. இசை அவனுக்குக் கேட்கவில்லை. இரண்டு மூன்று ஆண்டுகள் போராடிப் போராடி உற்றுக் கவனித்து அந்த இசையை அவன் அமைத்துக் கொண்டிருந்தான். பிறகு அவனுக்குள்ளே ஒரு விரக்தி வந்து விட்டது. இனி நம்மால் இந்த உலகில் புதிய இசையைப் படைக்க முடியாது மேலும் வேறொன்றும் நமக்குத் தெரியாத காரணத்தால் இந்த உலகத்தில் நாம் பயனற்றவனாக ஆகிவிட்டோம் என்று அவனுக்குத் தோன்றியது. சில துறைகளில் ஆழ்ந்து நாம் போகிறபோது, அதை இழந்து விட்டால் வேறு எந்த இடத்திலேயும் நம்மால் காலூன்றி நிற்க முடியாது.

பீத்தோவன் இசையைத் தவிர வேறொன்றும் அறியாத மாபெரும் கலைஞன். காதுகள் மந்தமாகிப் போனதினாலே அவன் விரக்தி அடைந்தான். சமூகத்திலே இருந்துகூடக் கொஞ்சம் கொஞ்சம் விலகி இருக்கத் தொடங்கினான். மற்றவர்கள் அவன் மனநிலையிலே ஏதோ ஒரு கோளாறு என்று கருதினார்கள். முன்பைப்போல அவன் யாரிடத்திலேயும் பழகவில்லை. இசை அவன் கையை விட்டு நழுவிப் போகிறபோது, அவனுடைய உள்ளத்தின் உறுதியும்கூடக் கொஞ்சம் நழுவிப் போயிற்று. அவன் 50 வயதைத் தொட்டபோது அவன் காதுகள் முற்றிலுமாகப் பழுதடைந்து விட்டன. அவன் செவி கேட்கும் திறனை முழுமையாக இழந்து விட்டது. இப்போது அவனுடைய உலகம் நிசப்தமாக இருக்கிறது.

எனவே பீத்தோவன் முழுமையாகச் செவித்திறன் அற்றவனாக போனதற்குப் பிறகு இசைக்கும் அவனுக்கும் தொடர்பு இருக்காது என்றுதான் அவனேகூட நினைத்தான். ஆனால் என்ன ஒரு

வியத்தகு மாற்றம் நிகழ்ந்தது என்றால், அவன் இசையமைத்து இன்றைக்கு உலகம் முழுவதும் போற்றப்படுகிற இசைக்கோலங்கள் அனைத்தும் அவன் செவித்திறன் முழுமையாகப் பழுதடைந்து விட்ட பிறகு 50-ஆவது வயதிலிருந்து 57-ஆவது வயது வரை அந்த 7 ஆண்டுகளில் அமைத்த இசைதான். இந்த அதிசயம் எப்படி நிகழ்ந்திருக்கும் என்று இப்போதும்கூட நம்மால் கற்பனை செய்துகொள்ள முடியவில்லை. முற்றுமாகக் காதுகேட்காத ஒருவனால் புதுப்புது இசைகளை எப்படி உருவாக்கி இருக்க முடியும். மவுனத்தில் அவன் இசை கேட்டானா? எதை வைத்துக் கொண்டு பீத்தோவனால் காதுகளினுடைய செயல்பாட்டை

சுப. வீரபாண்டியன் □ 89

முழுமையாக இழந்ததற்குப் பிறகும் இசையமைக்க முடிந்தது என்கிற கேள்விக்கு இன்னமும் உலகத்தில் விடை தெரியவில்லை. ஆனால் அவன் 7 ஆண்டுகளில் அமைத்த இசை இன்றைக்கும் முன்னோடியாக இருக்கிறது. அதைத்தாண்டி ஏறத்தாழ 180 ஆண்டுகளை நாம் கடந்து வந்து விட்டோம். ஆனால் பீத்தோவனின் இசை இன்னமும் பேசப்படுகிறது. அவன் செவிகளைத்தான் இழந்தானே தவிர உள்ள உறுதியை இழக்கவில்லை. நடுவில் கொஞ்சம் தளர்ந்தான். ஆனால் மறுபடியும் எழுந்தான். எழுந்ததற்குப் பிறகு அவன் விழவே இல்லை. அவனுடைய ஊக்கம், அவனுடைய தளராத உறுதி, விடாத முயற்சி, தொடர்ந்து எடுத்துக்கொண்ட பயிற்சி இவைதான் பீத்தோவனுக்கு பெரிய வெற்றியைத் தேடித் தந்திருக்கின்றன என்றால் எல்லா உறுப்புகளும் இருக்கிற, எல்லா வாய்ப்புகளும் இருக்கிற, நம் போன்றவர்கள் இன்னும் எத்தனை வெற்றிகளை நோக்கி நடைபோட வேண்டும்!

◻

வள்ளுவரின் சொல்லாக்கம்

விதையில்லாத கனி என்பது இன்றைக்கு நடைமுறைக்கு வந்து விட்டாலும்கூட இரண்டாயிரம் ஆண்டுகளுக்கு முன்னால் இதை வள்ளுவர் எப்படிக் கற்பனை செய்தார் என்று நம்மால் எண்ணிப் பார்க்க முடியவில்லை. விதையில்லாத கனி ஒன்று இருக்கும் என்பதை இரண்டாயிரமல்ல, 25 ஆண்டுகளுக்கு முன்னால்கூட நாம் கற்பனை செய்திருக்க மாட்டோம்.

அறத்துப்பாலிலும், பொருட்பாலிலும் அளவறிந்து, வாழ்வின் இயல்பறிந்து எதார்த்தமாகப் பேசுகிற வள்ளுவர், காமத்துப் பாலுக்கு வருகிறபோது ஒரு மிக அருமையான கவிஞராய் நமக்கு முன் நிற்கின்றார். அவருடைய கற்பனைகள் எண்ணிப் பார்க்க முடியாத அளவிற்குப் புதுமையானதாக கூடச் சில இடங்களிலே இருக்கின்றன. இரண்டு குறட்பாக்களை எடுத்துக் கொண்டு பார்த்தால், ஒன்றிலே அவர் சொல்லியிருக்கிற உவமை நம்மை வியக்க வைக்கிறது. இன்னொன்றிலே அவர் சொல்லியிருக்கிற முறை நம்மை மலைக்க வைக்கிறது. இரண்டு குறட்பாக்களும் காமத்துப் பாலில் இருக்கின்றன. ஒன்று தனிப்படர் மிகுதி என்கிற அதிகாரத்தின் முதல் குறளாக இருக்கிறது.

தாம்வீழ்வார் தம்வீழப்பெற்றவர் பெற்றாரே
காமத்துக் காழில் கனி.

என்று ஒரு குறள் இருக்கிறது. தாம் வீழ்வார் தம்வீழப் பெற்றவர், அதாவது வீழ்தல் என்கிற

சொல்லுக்கு வீழுதல் என்பதுதான் இன்றைக்கு இருக்கிற பொருள். ஆனால் திருக்குறள் காலத்திலே தாம் விரும்புவார், தாம் காதலிப்பார் என்பது பொருள். அதை நேசம், விருப்பம் என்று சொல்லவேண்டியதில்லை. காதல் என்றே நாம் குறிப்பிடலாம். அது காமத்துப்பாலிலே இருக்கிற குறள்தான். நாம் யாரை விரும்பு கிறோமோ அவரால் நாம் விரும்பப்படுவது மிகச் சிறந்தது. இந்த உலகத்தில் நாம் யாரை வேண்டுமானாலும் விரும்பலாம். நம்மை யும் யார் வேண்டுமானாலும் காதலிக்கலாம். ஆனால் நாம் யாரைக் காதலிக்கிறோமோ அவர்களால் நாம் காதலிக்கப்படுகிறோமா என்பதிலேதான் காதலும் காமமும் மிச்சப்படுகின்றன. பலருக்கு அந்த வாய்ப்பு கிடைப்பதில்லை.

இரண்டு பேரும் ஒருவரையொருவர் விரும்புவர். அப்படி விருப்பப்படும் காதல் நிறைவேறுகிறபோது அந்தக்காதல் எப்படிப்பட்டது என்றால் அதற்கு வள்ளுவர் ஒரு உவமையைச் சொல்கிறார், அது காமத்துக் காழில் கனி என்கிறார். காழில் கனி என்றால் அதற்கு என்ன பொருள்? காழில் கனி என்பதற்குப் பரல் இல்லாத பழம் என்று பரிமேலழகரும் நேரடியாக விதை இல்லாத பழம் என்று பின்னால் வந்த உரையாசிரியர்களும் எழுதுகிறார்கள். விதை இல்லாத பழம் என்பது இன்றைக்குப் புதிதன்று. நாம் இன்றைக்கு வாங்குகிறபோதேகூட விதையில்லாத பழம் அதையும் ஆங்கிலத்திலேதான் சீட்லெஸ் இருக்கிறதா என்று கேட்கிறோம்.

1990களுக்குப் பிறகு, உலகமயமாக்கல் உலகம் முழுவதும் படர்ந்ததற்குப் பிறகு அதனுடைய பல்வேறு கூறுகளில் ஒன்றாக 'சீட்லெஸ்' வந்து சேர்ந்தது. இது வரவேற்கத்தக்கதல்ல. விதையில்லாத பழங்களை நாம் உண்பதால் என்ன நடக்கிறது என்றால், மறுபடியும் எடுத்து விதைத்து நாம் உருவாக்கிக் கொள்ள முடிவதில்லை. பழம் தின்றோம் மறுபடியும் வேண்டும் என்றால் அயல் நாட்டிலேதான் கையேந்த வேண்டும். நீ விதைக்கவும் முடியாது, இதிலிருந்து வேறொன்றை உருவாக்கவும் முடியாது. விதை அங்கே இருக்கிறது. பழம் மட்டும்தான் இங்கே வந்து சேருகிறது. ஆனால் விதையில்லாத பழம் தின்பதற்கு சுவையாக இருக்கிறதல்லவா? கொய்யாக்கனியை எடுத்துக் கொண்டால் அது மிகச் சுவையான கனிதான். ஆனால் சில நேரங்களிலே அதன் விதை நம் பல்லை உடைத்து விடும். எனவே விதையில்லாத கனி என்பது

இன்றைக்கு நடைமுறைக்கு வந்து விட்டாலும்கூட இரண்டாயிரம் ஆண்டுகளுக்கு முன்னால் இதை வள்ளுவர் எப்படிக் கற்பனை செய்தார் என்று நம்மால் எண்ணிப் பார்க்க முடியவில்லை. விதையில்லாத கனி ஒன்று இருக்கும் என்பதை இரண்டாயிரமல்ல, 25 ஆண்டுகளுக்கு முன்னால்கூட நாம் கற்பனை செய்திருக்க மாட்டோம். ஆனால் வள்ளுவர் அந்த உவமையைச் சொல்கிறபோது, இந்த உவமையும் அவருடைய கற்பனையும் நம்மை வியக்க வைக்கின்றன.

அதைப்போலவே இன்னொரு பாட்டு அதே காமத்துப் பாலில் உள்ளது. காதலன் காதலியைப் பார்த்து நான் போய் வருகிறேன், விரைவில் வந்து விடுவேன் நீ கலங்காதே என்று ஆறுதல் சொல்கிறான். அவள் என்ன சொல்கிறாள் என்றால் இல்லை இல்லை நீ போகக்கூடாது என்றுகூட அழுத்தமாகச் சொல்லவில்லை. நீ திரும்பி வந்து விடவேண்டும் என்பது அவளுடைய கோரிக்கை இல்லை. போகவே கூடாது என்பது அவளுடைய நோக்கம். எனவே அவள் எப்படிச் சொல்கிறாள் என்றால், நீ போய் விட்டு வருகிறேன் என்பதையெல்லாம் எனக்குச் சொல்லாதே. போகவில்லை என்றால் மட்டும் என்னிடம் சொல். நான் போகவில்லை உன்னோடு இருக்கிறேன் என்றால் அந்தச் செய்தியை மட்டும் என்னிடத்திலே சொல், போய்விட்டு விரைவில் வந்து விடுகிறேன் என்கிற செய்தியை எல்லாம் நீ போய் விட்டு வருகிறவரை யார் உயிரோடு இருக்கப்போகிறாளோ அவளிடத்திலேபோய்ச் சொல் என்று சொல்கிறாள்.

**செல்லாமை உண்டேல் எனக்குரை மற்றுநின்
வல்வரவு வாழ்வார்க்கு உரை**

என்று அந்தக் குறள் சொல்லும். இதிலே வல்வரவு என்று ஒரு சொல் இருக்கிறது. நாம் இதுவரை நல்வரவுதான் பார்த்திருக்கிறோம். எல்லா வீடுகளிலேயும் நல்வரவு என்று எழுதியிருப்பார்கள். எங்கேயாவது வல்வரவு என்று போட்டிருக்கிறார்களா? வள்ளுவர் அப்படி ஒரு சொல்லை ஆக்குகிறார்.

இரண்டு குறளிலும் இருக்கிற அந்த இரண்டு சொற்களை நாம் பார்க்கிறோம். அந்தக் குறளில் காழில் கனி, விதையில்லாத பழம் என்றார். இந்தக் குறளில் வல்வரவு என்கிறார். ஏன் அது வல்வரவு

ஆகிறது என்றால் நீ வருவதற்குள் நான் இறந்து போய் விடுவேன். இறந்துபோன என்னைப் பார்க்க வருகிற வரவு நல்வரவாகவா இருக்கும், அது வல்வரவாகத்தானே இருக்கும் என்ற பொருளிலேதான் அவள் அப்படிச் சொல்கிறாள்.

நீ போனால் நான் இறந்து போய் விடுவேன் என்பதுதான் செய்தி. ஆனால் அது கவிதை அல்ல. நீ போனால் இறந்து போய் விடுவேன் என்பது கூற்று. நீ வருகிற வரைக்கும் நான் இருக்கமாட்டேன் என்பதை எப்படி ஒரு கவிதை நயத்தோடு சொல்லலாம் என்பதற்கு இந்தக் குறள் ஒரு எடுத்துக் காட்டு.

இரண்டு குறளிலும் பொதிந்து இருக்கிற அந்தக் காமம் சார்ந்த, காதல் சார்ந்த, கற்பனை சார்ந்த அந்தச் செய்தியைக் காட்டிலும், இரண்டு குறட்பாக்களிலும் இடம் பெற்றிருக்கிற இரண்டு சொற்களும் நம்மை நிறையவே சிந்திக்க வைக்கின்றன. காழில் கனி என்பதும், வல்வரவு என்பதும் தமிழுக்கு வள்ளுவர் வழங்கிய கொடை என்றுதான் சொல்லவேண்டும்.

இரைச்சலில் வாழ்கிறோம்

நாம் பெரும் இரைச்சலை உருவாக்குகிறோம், இரைச்சலில் வாழ்ந்து கொண்டிருக்கிறோம், இரைச்சலில் மூழ்கிப் போகிறோம். எல்லாம் நமக்கு இரைச்சலாக இருக்கிறது. வழிபாடு களைக் கூட நம்மால் அமைதியாகச் செய்ய முடியவில்லை என்பதுதான் உண்மை.

நம் நாட்டைவிட வெளிநாட்டுச் சாலைகளிலே போக்குவரத்து அதிகம். அதிகமென்றால் பன்மடங்கு அதிகம் என்று சொல்ல வேண்டும். ஆனால் நம்முடைய சாலைகளிலே கேட்கிற அந்த ஒலி இரைச்சல் இருக்கிறது பாருங்கள் அதை ஒப்பிடுகிறபோது அங்கே கேட்கிற ஒலி மிகமிகக்குறைவு. பெரும்பாலும் மகிழுந்து களிலோ வேறுவிதமான வாகனங்களிலோ செல்கிற வர்கள் இயன்றவரையிலே ஒலி எழுப்புவதில்லை. எப்போதாவது பின்னால் இருக்கிறவர்கள் ஒலி எழுப்பினால், நாம் ஏதோ தவறு செய்துவிட்டோம் என்று பொருள். அது கண்டனம், அது வெறும் ஒலி அன்று. எனவே மிகத்தேவையான நேரங்களைத் தவிர பிற நேரங்களிலே அங்கே இரைச்சல் வருவதே இல்லை. ஆனால் நம்முடைய நாட்டில் இயல்பாகவே யாருக்கு ஒலி எழுப்பத் தெரிகிறதோ அவர்களுக்குத்தான் வாகனம் ஓட்டத் தெரியும் என்றே கருதுகிறோம்.

ஒரு செய்தியை என்னுடைய நண்பர் மீஞ்சூர் பாஸ்கர் சுந்தரம் ஒருமுறை சொன்னார், அந்தச் செய்தி என்னை வியப்பிலே ஆழ்த்தியது.

பொன்னேரியிலே இருக்கிற செவித்திறன் அற்றவர்களுக்கான கருவி வழங்குகிற ஒரு விழாவை அவர்கள் நடத்தியிருக்கிறார்கள். அப்படிச் செவித்திறன் அற்ற பலருக்கும் அந்தக் கருவிகள் வழங்கப்பட்டிருக்கின்றன. தேனீரகத்திலே வேலை பார்த்துக் கொண்டிருக்கிற ஒருவருக்கும் அது வழங்கப்பட்டிருக்கிறது. இந்த நண்பர்கள் எல்லாம் வழக்கமாக தேனீர் அருந்துகிற கடை அது. இந்தக் கருவி வழங்கியதற்குப் பிறகு ஒரு 10, 15 நாட்களுக்குப் பிறகு அந்தக் கடையிலே தேனீர் அருந்துகிற நேரத்திலே கவனித்துப் பார்த்தால் அவருடைய காதுகளிலே அந்தக் கருவி இல்லை. நண்பர்கள் கேட்கிறார்கள், என்ன அந்தக் கருவியை நீங்கள் பொருத்திக் கொள்ளவில்லையா? அவர் ‘வேண்டாம், என்னால் இவ்வளவு இரைச்சலை தாங்க முடியவில்லை’ என்று சொல்லிவிட்டு, மறுபடியும் அவர்களைப் பார்த்துக் கேட்டிருக்கிறார் நீங்கள் எல்லாம் எப்படி இந்த இரைச்சலிலே இந்த உலகத்திலே வாழ்ந்து கொண்டிருக்கிறீர்கள் என்று. ஒரு நிம்மதியான உலகத்தில் இருந்த மனிதனை துன்பப்படுத்துவதாகத்தான் அது ஆகியிருக்கிறது என்று அவர்களுக்கு அப்போது புரிந்திருக்கிறது.

இந்த இரைச்சலில் நீங்கள் எப்படி வாழ்ந்து கொண்டிருக்கிறீர்கள் என்று அவர் கேட்ட கேள்வி இருக்கிறதே, இது இன்றைக்குச் சுற்றுச் சூழல் பற்றிய புரிந்துணர்வு உள்ளவர்கள், உலகம் முழுவதும் கேட்டுக் கொண்டிருக்கிற கேள்வி. இதை ஆங்கிலத்திலே SOUND POLLUTION என்று சொல்கிறார்கள். இந்த ஒலியினுடைய மாசு இருக்கிறதே, அதன் வழி காற்று முழுவதையும் நாம் மாசுபடுத்துகிற அளவுக்கு வேறு யாரும் செய்து கொண்டு இருப்பார்களா என்று சொல்ல முடியாது. இயல்பாகவே நாம் உரத்துப் பேசுகிறவர்கள். அது இந்தப் பருவநிலைக்கும் இந்த மண்ணுக்கும் ஏற்ற ஒன்றுதான். அதை மறுக்க முடியாது. வெளிநாடுகளிலே இருக்கிறவர்கள் எல்லாம், மிக மென்மையாக மெதுவாகத்தான் பேசுகிறார்கள் என்றால், அந்தக் குளிருக்கு அவ்வளவுதான் பேச முடியும். அதற்கு மேலே அங்கு வாய் திறக்க முடியாது. காய்ந்து போன பூமியிலே இருக்கிறவர்கள் கொஞ்சம் கத்திக் கத்தித்தான் பேசுவார்கள். ஆனாலும்கூட நாம் பெரும் இரைச்சலை உருவாக்குகிறோம்,

இரைச்சலில் வாழ்ந்து கொண்டிருக்கிறோம், இரைச்சலில் மூழ்கிப் போகிறோம். எல்லாம் நமக்கு இரைச்சலாக இருக்கிறது. வழிபாடுகளைக் கூட நம்மால் அமைதியாகச் செய்ய முடியவில்லை என்பதுதான் உண்மை.

கன்னியாகுமரிக்குப் போனால் அங்கு ஒரு தியான மண்டபம் இருக்கிறது. அங்கு நுழைகிறபோதே அவர்கள் சொல்கிற ஒரு செய்தி யாரும் எக்காரணம் கொண்டும் ஒலி எழுப்பக்கூடாது என்பதுதான். அங்கே ஒரு 40, 50 பேர் வந்திருக்கிறார்கள். ஆனால் மனிதர்கள் இருப்பதாகவே தெரியவில்லை, இதுவும் வழிபாடுதான். மார்கழி மாதத்திலே நம் வழிபாடுகள் சில எப்படி இருக்கின்றன என்று நமக்குத் தெரியும், அதுவும் வழிபாடுதான். ஆனால் அந்த வழிபாடு என்பது இரைச்சலின் வடிவமாகவே இருக்கிறது.

பொதுக் கூட்டங்களுக்குப் போனால் இரைச்சல், இசை நிகழ்ச்சிக்குப் போனால்கூட இசையைத் தாண்டி இரைச்சல்,

இப்படிப் பல்வேறு இடங்களில் பல்வேறு நிலைகளில் நம்முடைய ஒலி இருக்கிறதே அதனுடைய அளவு கூடிக்கொண்டே போகிறது. கடற்கரை என்பது கூட ஏறத்தாழ ஒரு கடைவீதிபோல ஆகியிருப்பதை நாம் பார்க்கிறோம். கடற்கரைக்குப் போவதே பரபரப்பிலிருந்தும் இந்த இரைச்சல்களில் இருந்தும் விடுபட்டுப் கொஞ்ச நேரம் இருக்க வேண்டும் என்பதற்காகத்தான். கடற்கரையில் என்ன ஒலி இருக்கலாம், அந்த கடல் அலையின் ஒலி இருக்கலாம், மென்மையான காற்றினுடைய ஒலி இருக்கலாம், பறவைகள் பாடும் சின்னச்சின்ன ஒலி இருக்கலாம். அந்த ஒலிகள் வேண்டும் என்பதற்காகத்தான் ஒலிக்குறைவான இடம் என்று கருதி நாம் கடற்கரைக்குப் போகிறோம். ஆனால் அங்கேயும்கூட எங்கு பார்த்தாலும் கடை வீதிகளும், பரபரப்பும், விளையாட்டும் பல்வேறு விதமான இரைச்சல்களுமாகத்தான் உள்ளன. பள்ளிக்கூடங்கள், சாலைகள், வீடுகள், வழிபாட்டுத் தலங்கள் என்று அத்தனை இடங்களிலேயும் நாம் சத்தத்தோடு வாழ்ந்து பழகி இருக்கிறோம். இன்னும் சொன்னால் சத்தத்தில் மூழ்கிக் கொண்டிருக்கிறோம் என்பதுதான் உண்மையான நிலையாக இருக்கிறது.

இப்படி ஒலியில் மூழ்குகிறபோது, என்ன ஆகும் என்றால், அது கொஞ்சம் கொஞ்சமாக நம்முடைய செவிப் பறையினுடைய ஆற்றலைக் குறைத்து விடுகிறது என்கிறார்கள். ஒரு விதத்தில் தண்டனை. ஹிட்லரினுடைய தண்டனைகளில் அப்படி ஒரு வடிவம் இருந்ததாகச் சொல்கிறார்கள். மிக கூடுதலான ஒலியில் ஒருவனை உட்கார வைப்பது, கூடுதலான இரைச்சலுக்கு மத்தியிலே ஒருவனை உட்கார வைப்பது. அது மிகப் பெரிய தண்டனைதான், எங்கே பார்த்தாலும் ஒரே இரைச்சலாக இருக்கிற ஒரு இடத்திலே கொண்டுபோய் ஒரு குறிப்பிட்ட நேரத்திற்கு ஒருவனை உட்கார வைத்தால், அதைவிட இன்னொரு தண்டனை இருக்க முடியாது. எனவே அப்படிப்பட்ட இரைச்சலில் என்ன ஆகும் என்றால் உள்ளே இருந்து உங்கள் மனம் பேசுகிற அந்தச் செய்திகூட உங்கள் காதுகளில் விழாது. வெளியே இருக்கிற இரைச்சல் வந்து விழுகிறபோது, உள்ளே இருந்து வருகிற செய்திகள்கூட அமிழ்ந்து போய் விடும்.

ஆகையினாலே எல்லாவிதமான இரைச்சல்களும் பழகிப் பழகி, தண்டனையையே ஒரு வாழ்க்கையாக நாம் ஆக்கிக் கொண்டிருக் கிறோம்.

இப்போது மறுபடியும் அந்தச் செய்தியை நினைத்துப் பார்க்கிற நேரத்தில், அவருக்குச் செவித்திறன் இல்லை, அவருக்கு உதவ வேண்டும் என்கிற எண்ணத்திலேதான் நண்பர்கள் கருவியை வழங்கியிருக்கிறார்கள். ஆனால் அவர் அதைப் பயன்படுத்த வில்லை. தேவையில்லாத ஒலிகளையெல்லாம் வாங்கிக் கொள்வதைவிட, தேவையான சில ஒலிகளை இழந்து விடுவதிலே பேரிழப்பு ஒன்றுமில்லை' என்று அவர் கருதியிருக்கக்கூடும். □

வள்ளலார் ஜோதியிலா கலந்தார்?

சமயங்களை விட்டு, தத்துவச் சண்டைகளை யெல்லாம் விட்டு வெளியே வந்து மனிதாபிமானம், அதை ஒட்டி இருக்கிற பகுத்தறிவு போன்ற சிந்தனைகளுக்கு அவர் வந்த நேரத்திலேதான், அவருக்கான எதிர்ப்பு கிளம்பியிருக்க வேண்டும் என்பது தெளிவாகப் புரிகிறது.

19ஆம் நூற்றாண்டிலே தமிழகத்திலே வாழ்ந்த இராமலிங்க அடிகளார் பல புதிய திசைகளுக்கான விதையை விதைத்திருக்கிறார். அன்பைப் போதித்த, அறநெறி கூறிய ஆன்மீகம் சார்ந்த அடிகள் என்று மட்டுமே அவரை நாம் பார்க்கிறோம். நம்முடைய பாடப் புத்தகங்களும்கூட ஏறத்தாழ அப்படித்தான் கற்பிக்கின்றன. ஆனால் வள்ளலாருடைய வாழ்க்கையை நாம் இரண்டாகப் பகுத்துப் பார்க்க வேண்டும். அவரே சொல்கிற மாதிரி முதலாவது பகுதி மிக நீண்டது. இரண்டாவது பகுதி மிகக் குறுகியது. ஆனால் இரண்டாவது பகுதியிலேதான் வள்ளலார் வாழ்கிறார் என்பது உண்மை. அவருடைய பிறப்புத் தொடங்கி 1870ஆவது ஆண்டு வரை அவர் வாழ்ந்த வாழ்க்கை, அவர் சொன்ன செய்திகள் எல்லாம் ஒரு பக்கமாக இருந்தால், 1870 முதல் 74 வரை அந்த இறுதி 4 ஆண்டுகளிலே அவர் சொன்ன செய்திகள் மிகப் பல இடங்களிலே கூர்மையாக உள்ளன.

வள்ளலாருடைய பாடல்கள் 6 திருமுறைகளாக இருக்கின்றன. 5-ஆம் திருமுறை வரை பாடிய பாடல்கள் பற்றி ஒரு விமர்சனத்தை வள்ளலாரே வைக்கிறார். அவையெல்லாம் இறைவன் அற்ப அறிவைக் கொடுத்திருந்த நேரத்தில் நான் சொன்னவை என்கிறார். 6-ஆம் திருமுறைதான் அவருடைய சாரமாகக் கருதப்படவேண்டிய ஒன்றாக இருக்கிறது. தான் தொடங்கிய அமைப்புக்களினுடைய பெயர்களையெல்லாம்கூட அவர் 1870க்குப் பிறகு மாற்றுகிறார். சமரச வேத சன்மார்க்க சங்கம் என்பதுதான் அவர் முதலில் தொடங்கியது. அவருடைய பாடல்களில், அமைப்புகளில் எல்லா இடங்களிலும் வருகிற வேத என்கிற சொல்லை அவர் பின்னாலே மாற்றி விடுகிறார். சமரச சுத்த சன்மார்க்க சங்கம் என்று அதனை அவர் மாற்றுகிறார். வேத என்பதை அவர் மாற்றியது வெறும் சொல் மாற்றம் அன்று. அவருக்குள் நிகழ்ந்திருந்த மிகப்பெரிய கருத்து மாற்றம்.

இதை நாம் எப்படி அறிந்து கொள்கிறோம் என்றால், முதலில் அவர் பாடிய பாடல்கள், அதனுடைய பொருள், அவருடைய வழிபாட்டு முறை இவைகளிலே இருந்தெல்லாம் மாறி விடுவதைக் கொண்டு நாம் அறிய முடியும். விக்ரக ஆராதனையில், குறிப்பாக நடராஜரை வணங்குவதில் அவருடைய பழைய பாடல்கள் எல்லாம் அமைந்திருந்தன. 1850களிலே வெளிவந்த அவருடைய தெய்வமணிமாலை போன்ற நூல்களை நாம் புரட்டிப் பார்த்தால், (அது சென்னையிலே இருக்கிற கந்தகோட்ட முருகனைப் பற்றியப் பாடல்.) அவர் முருகரை, நடராஜரை இன்னும் பல தெய்வங்களையெல்லாம் பாடுகிறார். இந்த தெய்வங்களின் விக்ரக ஆராதனைகளையெல்லாம் ஏற்றுக் கொண்டிருந்த வள்ளலார், ஏன் இவைகளையெல்லாம் நிராகரித்து விட்டு ஜோதி வழிபாடு, சுடரை வணங்குவது என்ற இடத்துக்குப் போனார் என்று நாம் கவனிக்க வேண்டும். அந்த தெய்வ மணி மாலையிலேகூட அவருடைய புதுமைக் கருத்துகள் ஒன்றிரண்டு வெளிவரத்தான் செய்கின்றன. 'உள்ளொன்று வைத்துப் புறமொன்று பேசுவார் உறவு கலவாமை வேண்டும்' என்று வருகின்ற அந்த பாடலினுடைய ஈற்றடியை நாம் பார்த்தால், அதிலே அவர் சொல்வார், நான் பெருநெறி பிடித்து ஒழுக வேண்டும், மதமான பேய் என்னைப் பிடியாதிருக்க வேண்டும் என்பார்.

சாதி, மதம், சாத்திரம், கோத்திரம் எல்லாவற்றையும் அவர் பின்னால் 6-ஆம் திருமுறையிலே மறுத்திருக்கிறார் என்பதற்கும் மேலாக, தொடக்க நிலையில் அந்த முருகனைப்பற்றி, கந்த கோட்டத்தில் இருக்கிற அந்த கந்தனைப் பற்றி பாடுகிறபோதுகூட, மதமானபேய் என்னைப் பிடியாதிருக்க வேண்டும் என்றுதான் அவர் அழுத்தமாகச் சொல்கிறார். எல்லாவற்றையும் தாண்டி வள்ளலாருடைய முழு உருவத்தையும் நாம் எங்கே பார்க்கலாம் என்றால் 1873-வது ஆண்டு அக்டோபர் மாதம் 22-ஆம் தேதி அவருடைய உரையில் பார்க்கலாம். மக்களைப் பார்த்து, தன்னுடைய பக்தர்களைப் பார்த்து அவர் சொல்கிறார், நீங்கள் சைவம், வைணவம் போன்ற சமயங்களிலும் வேதாந்தம், சித்தாந்தம் போன்ற தத்துவங்களிலும் லட்சியம் வைக்காதிருங்கள் என்கிறார்.

இது அடிக்கடி வெளியில் சொல்லப்படாத வள்ளலாரின் கூற்று. முன்னாலே இருக்கிற திருமுறைகளிலே எல்லாம். அவர் திரும்பத் திரும்பத் திருச்சிற்றம்பலத்தை, தில்லையை, சைவத்தைத்தான் பாடியிருக்கிறார். ஆனால் அந்த 1873வது ஆண்டிலே அக்டோபர்

மாதத்திலே அவர் சொல்கிறபோது, சைவத்தையும் சேர்த்தே சொல்கிறார், சைவம், வைணவம் ஆகிய சமயங்களிலேயும் தத்துவம் சித்தாந்தம் போன்ற தத்துவங்களி லேயும் லட்சியம் வைக்காதிருங்கள் என்கிறார். அப்படியானால் எதில் லட்சியம் வைக்க வேண்டும், எதில் மனம் பற்றி நிற்க வேண்டும் என்றால், மனிதநேயம், உயிர்களை அரவணைத்துச் செல்வது என்பது போன்ற ஒரு பரந்த தளத்திலே தான் நாம் மனம் வைக்க வேண்டுமே தவிர சமயங்களிலும் இந்தத் தத்துவச் சண்டைகளிலும் கூடாது என்கிறார்.

சமயங்களை விட்டு, தத்துவச் சண்டைகளையெல்லாம் விட்டு வெளியே வந்து மனிதாபிமானம், அதை ஒட்டி இருக்கிற பகுத்தறிவு போன்ற சிந்தனைகளுக்கு அவர் வந்த நேரத்திலேதான், அவருக்கான எதிர்ப்பு கிளம்பியிருக்க வேண்டும் என்பது தெளிவாகப் புரிகிறது. ஆகையினாலேதான் அக்டோபர் 2-இல் இப்படிச் சொன்ன வள்ளலார், அதற்குப் பிறகு 3 மாதங்களும் 2 நாட்களும் மட்டுமே இருந்தார். 1874-ஆவது ஆண்டு ஜனவரி மாதம் 24-ஆம்தேதி அதாவது தன்னுடைய கருத்துக்களை வெளிப் படையாக அறிவித்தாரே அதிலிருந்து மூன்று மாதங்களுக்குப் பிறகு அவர் உள்ளே போனார் வெளியே வரவில்லை. ஜோதியிலே கலந்து விட்டார் என்று சொல்லப்படுகிறது. இப்போது நமக்கு வருகிற ஐயமெல்லாம் அவர் ஒரு பெரும் வயது வரை வாழ்ந்து இறந்து போனவர் அல்லர். ஒரு நடு வயதில் இறந்து போனவர்தான் எப்போது இந்த சமயம், தத்துவச் சண்டைகளை யெல்லாம் மறுத்தாரோ, எப்போது சைவம், வைணவத்துக்கு எதிராக அழுத்தமான ஆழமான கருத்துக்களைச் சொல்லத் தொடங் கினாரோ, மூட நம்பிக்கைகளையெல்லாம் கொளுத்த வேண்டும் என்று சொன்னாரோ, எப்போது இந்த சித்து எல்லாம் எனக்குச் சிறுபிள்ளை விளையாட்டு என்று அறிவித்தாரோ, அப்போதுதான் வள்ளலார் ஜோதியில் கலந்ததாகச் சொல்லப்படுகிறார் என்பதை நாம் கவனத்திலே வைக்க வேண்டும்.

□

குறளில் கேட்கும் சில குரல்கள்

அறத்துப்பாலிலும், பொருட்பாலிலும் வள்ளுவர் பேசுவாரே தவிர மற்ற பாத்திரங்கள் பேசுவதில்லை. வேறு எந்தக் குறளிலும் பாத்திரங்கள் பேசியதாக நினைவு இல்லை. மொத்தத்தில் அறத்துப்பாலிலும் பொருட்பாலிலுமாக சேர்த்து 1070 குறட்பாக்கள் இருக்கின்றன. 1070 குறட்பாக்களில் இரண்டே இரண்டு குறட் பாக்களில்தான் பாத்திரங்கள் பேசுகின்றன.

திருக்குறளில் நல்குரவு என்று ஒரு அதிகாரம் இருக்கிறது. நல்குரவு என்றால் வறுமை என்று பொருள். என்ன காரணத்தினாலோ வள்ளுவர் அந்த அதிகாரத்தை உழவு என்கிற அதிகாரத்திற்கு அடுத்ததாக வைத்திருக்கிறார். உழவு சரியாக இருந்தால் வறுமை வராது என்பதற்காகவா? அல்லது உழவர் பெருமக்களுக்குத்தான் வறுமை கூடுதலாக இருக்கிறது என்பதற்காகவா என்று தெரியவில்லை. 104ஆவது அதிகாரம் உழவு. 105ஆவது அதிகாரம் நல்குரவு. இந்த நல்குரவுக்கு உரையெழுதுகிற போது பாவாணர் வறுமை எதனாலே எல்லாம் ஏற்படலாம் என்று அதற்கான 8 காரணங்களைச் சொல்கிறார். ஆடம்பரமான வாழ்க்கையிலே, வரவை விட செலவு அதிகமாக செய்வதினாலே ஏற்படலாம், பேராசையினாலே ஏற்படலாம் என்று இப்படி எழுதிக்கொண்டே

வருகிறபோது, 8-வது காரணம் நேர்மையினாலும்கூட ஏற்படலாம் என்று எழுதுகிறார்.

நேர்மைக்கும் வறுமைக்கும் என்ன தொடர்பு என்றால், இருக்கத்தான் செய்கிறது. யாருக்கெல்லாம் கூடுதலாகத் தன்மானம் இருக்கிறதோ அவர்களுக்கெல்லாம் வருமானம் குறைவாகத்தான் இருக்கும். நேர்மையான வாழ்க்கைகூடச் சில நேரங்களிலே நம்மை வறுமையிலே தள்ளிவிடும். அதனாலே ஒன்றும் குற்றமில்லை. இன்மை யாருக்கும் இழிவன்று என்று இன்னொரு குறட்பாவிலே வள்ளுவர் கூறியுள்ளார். வறுமை வேண்டாம் என்று சொல்கிற வள்ளுவர் அந்த வறுமை எப்படிப்பட்டது என்று இந்த அதிகாரத்திலே 10 குறட்பாக்களிலே சொல்வார். அதிலே ஒரு குறட்பா ஒரு நாடகக் காட்சிபோல நம் கண் முன்னே விரிகிறது. அவர் சொல்வார்,

இன்றும் வருவது கொல்லோ நெருநலும்
கொன்றது போலும் நிரப்பு?

இன்றும் வருவது கொல்லோ என்றால் வருமோ என்று பொருள். நெருநல் என்றால் நேற்று என்று பொருள். நேற்றைக்கு கொன்ற வறுமை மறுபடியும் இன்றைக்கும் வருமோ என்று பயந்து நடுங்குகிற காட்சி அந்தக் குறளாக இருக்கிறது. இது வெறும் செய்தியாக இல்லாமல் கவனித்துப் பார்த்தால் ஒரு காட்சியாக இருக்கிறது. அந்த உழவன் அல்லது யாரோ ஓர் ஏழை நடுங்குகிறான். மறுபடியும் இன்றைக்கும் அந்த வறுமை வந்து விடுமோ? நேற்றைக்குத்தான் சாப்பாடு இல்லை, நேற்றைக்குத்தான் பிள்ளைகளுக்குக்கூட உணவு இல்லை. பசியால் அவர்கள் துடித்த துடிப்பு இருக்கிறதே இப்போதும் நெஞ்சிலே நிற்கிறது. நேற்றைக்கு கொன்ற நிரப்பு அந்த வறுமை இன்றும் வருவது கொல்லோ மறுபடியும் இன்றைக்கு வந்து விடுமோ என்று அவன் நடுங்குகிறான் என்று அவனே சொல்கிறான்.

ஒரு பாத்திரம் பேசுகிற காரணத்தினாலே அது காட்சியாய் இருக்கிறது. அதைப் படிக்கிறபோது திடீரென்று ஓர் எண்ணம் உதயமாயிற்று. இப்படித் திருக்குறளில் பாத்திரங்கள் பேசுவ தில்லை, காமத்துப் பாலைத் தவிர. காமத்துப் பாலில்தான் தலைவனும், தலைவியும், தோழியும் பேசுவார்கள். ஆனால் அறத்துப்பாலிலும், பொருட்பாலிலும் வள்ளுவர் பேசுவாரே தவிர

மற்ற பாத்திரங்கள் பேசுவதில்லை. வேறு எந்தக் குறளிலும் பாத்திரங்கள் பேசியதாக நினைவு இல்லை. மறுபடியும் திரும்பித் தேடிப் பார்க்கிறபோது, இன்னொரு குறள் கிடைத்தது. மொத்தத்தில் அறத்துப்பாலிலும் பொருட்பாலிலுமாகச் சேர்த்து 1070 குறட் பாக்கள் இருக்கின்றன. 1070 குறட்பாக்களில் இரண்டே இரண்டு குறட் பாக்களில்தான் பாத்திரங்கள் பேசுகின்றன. மற்ற எல்லா இடங் களிலும் வள்ளுவர்தான் பேசுகிறார். இரண்டே இரண்டு இடங் களில்தான் பாத்திரங்களே நேரடியாக வந்து பேசுகின்றன. ஒன்று இந்தக் குறள். இன்னொன்று படைச்செருக்கு என்ற அதிகாரத்தி னுடைய முதல் குறள்.

என்னைமுன் நில்லன்மின் தெவ்வீர் பலர் என்னை
முனநின்று கல்நின் றவர்

என்று அந்தக் குறள் சொல்லும். ஐ என்றால் தலைவன் என்று பொருள். என் தலைவனின் முன்னால் நிற்காதீர்கள், செவ்வீர் என்றால் பகைவர். பகைவர்களே என் தலைவனுக்கு முன்னாலே நிற்காதீர்கள். முன்னின்று கல்நின்றவர் பலர் இருக்கிறார்கள். உங்களுக்கு முன்னாலே பலர் என் தலைவருக்கு முன்னால் நின்று இன்றைக்குக் கல்லாக நின்று கொண்டிருக்கிறார்கள். நடு கல்லாகிப் போய் விட்டார்கள். இறந்து போய் விட்டார்கள் என்று பொருள்.

இரண்டே இரண்டு குறளில் மட்டும் பாத்திரங்களை ஏன் வள்ளுவர் பேச விடுகிறார்? வீரத்தை வெளிக்காட்டும் குறளிலும் வறுமையை வெளிக்காட்டும் குறளிலும் மட்டும் பாத்திரங்களே பேசுவதற்கான காரணம் ஒருவேளை இப்படி இருக்கலாமோ என்று எண்ணத் தோன்றுகிறது. வீரத்தையும் வறுமையையும், அந்த அனுபவம் உள்ளவர்களே நேரடியாகச் சொல்வதுதான் நம் நெஞ்சில் கூடுதலாகப் பதியும்என்று கருதியிருக்கலாம். வறுமை கொடியது வள்ளுவர் சொல்கிறார், நெருப்பில் துஞ்சலுமாகும் என்கிறார். வறுமையிலே தூங்குவது அரிது. நெருப்பிலேகூட கண்மூடித் தூங்கி விட முடியும். ஆனால் வறுமையிலே தூங்க முடியாது என்று விளக்கிச் சொல்லியிருந்தாலும்கூட, அதையும் தாண்டி அந்த வறுமைக்கு உட்பட்டவனே அதை எடுத்துச் சொன்னால் அது எப்படி இருக்கும் என்று எண்ணிப் பார்த்து ஒரு நாடகத்தின் காட்சி போல ஆக்கியிருக்கிறார்.

□

மூடநம்பிக்கைகள்

கிராமங்களில்தான் மூடநம்பிக்கை இருக் கிறது என்று கருத வேண்டாம். கோட் சூட் போட்டவர்களுக்குள்ளேயும் அந்த மூடநம் பிக்கை குடிகொண்டுதான் கிடக்கிறது. படித்த வர்களிடத்திலேயும் இருக்கிறது. படிக்காத பாமர மக்களிடத்திலேயும் இருக்கிறது... இதற் கும் படிப்புக்கும்கூடத் தொடர்பு இல்லை.

மனிதர்களுக்குப் பல்வேறு விதமான நம்பிக்கைகள் இருக்கின்றன. கடவுள் நம்பிக்கை, மத நம்பிக்கை என்று பல்வேறு நம்பிக்கைகள், அவையெல்லாம் அவரவருடைய அனுபவம் சார்ந்தும் வளர்ந்த சூழல் சார்ந்தும் அமைகின்றன. அந்த நம்பிக்கைகள் இருக்கலாம், இல்லாமலும் இருக்கலாம். ஆனால் இருக்கவே கூடாது என்கிற நம்பிக்கை ஒன்று உண்டு அதுதான் மூடநம்பிக்கை.

ஆனால் அதுதான் உலகில் எல்லாப் பகுதிகளிலும் எல்லா மக்களிடமும் இருக்கிறது. நாம் மட்டும்தான் மூடநம்பிக்கைக்குச் சொந்தக்காரர்கள் என்று கருத வேண்டாம். வெளிநாடுகளிலேயும் இருக்கிறார்கள். நாம் கிளி ஜோதிடம் பார்த்தால், கிழக்கு நாடுகளிலே பலர் எலி ஜோதிடம் பார்க்கிறார்கள். வெள்ளை எலி வைத்திருக்கிறார்கள். இதே கிளி ஜோதிடத் தினுடைய இன்னொரு ப்குதி அது. பிறகு சகுனம் பார்ப்பது என்று ஒருமுறை இருக்கிறது. அதுவும் உலக நாடுகளிலே பல நாடுகளிலே

இருக்கிறது, கூடுதலாக நம்மிடம்தான் இருக்கிறது. அதை மறுப்பதற்கு இல்லை. வெளியில் போகிறபோது எதிரில் யார் வருகிறார்கள் என்பதைப் பொறுத்து நம்முடைய வேலை முடியும் அல்லது முடியாது என்று கணக்கிடுகிறோம். ஒரு பூனை குறுக்கே பாய்ந்தால் போகிறவேலை உருப்படாது என்று நாமே நினைத்துக் கொள்கிறோம். பூனை குறுக்கேதான் பாயும். அதனுடைய இயல்பு அது. ஒருவன் எழுதுகிறான் சகுனம் சரியில்லை பூனை குறுக்கே பாய்ந்து செத்து விட்டது என்று. சகுனம் அந்த பூனைக்குச் சரியில்லை என்பதுதான் உண்மை. நமக்கல்ல. இப்படிப் பல்வேறு இடங்களில் பல்வேறு நிலைகளில் நாம் ஒவ்வொன்றையும் மூட நம்பிக்கையினுடைய அடிப்படையிலேதான் முடிவு செய்கிறோம். ஆனால் நடைமுறையில் இவற்றைத் தாண்டி பல்வேறு உண்மைகள் இருக்கின்றன என்பதை மறந்து விடுகிறோம். எடுத்துக்காட்டாக இரண்டு செய்திகளை நாம் பார்க்கலாம்.

இன்றைக்கும் தமிழ்த் திரையுலகிலே புகழ் பெற்றிருக்கிற ஒரு இசையமைப்பாளர் முதல் முதலாக ஒரு பாடலுக்கு இசையமைத்த போது என்ன நடந்தது என்று திரையுலகைச் சார்ந்தவர்கள் சொல்வார்கள். அவர் இசை அமைக்க வருகிறார், அதுதான் அவருடைய முதல் படத்தினுடைய முதல் பாட்டு. எல்லா ஏற்பாடுகளும் முடிவடைந்து பாட்டினுடைய ஒலிப்பதிவு தொடங்கப் போகிறது. நாம் அறிவோம் இசை தொடங்கப் போகிற நேரத்தில் ஒன்று, இரண்டு, மூன்று என்று சொல்லித் தொடங்குவார்கள். ஆயிற்று ஒன்று, இரண்டு, மூன்று என்று தொடங்குவதற்குள்ளே எல்லா இடத்திலேயும் மின்சாரம் இல்லை எல்லாம் ஒரே இருட்டாக ஆகி விடுகிறது. மின்சாரம் நின்று விடுகிறது. அவர் தொடங்குகிற நேரத்திலே இருட்டு அந்த அறையைக் கவ்விக் கொள்கிறது, அப்போது அங்கே இருந்தவர்கள் எல்லாம் பேசினார்களாம், எங்கே உருப்படப் போகிறார் இவர். பாட்டு தொடங்குகிறபோதே மின்சாரம் போயிற்று, இது விளங்குமா? என்று பேசியிருக்கிறார்கள். ஆனால் என்ன நடந்தது என்றால் அந்தப் பாட்டு பெரும் வெற்றி பெற்றது என்பது மட்டுமல்ல... அந்தப் படம் பெரும் வெற்றி பெற்றது என்பது மட்டுமல்ல... அவர்தான் இசையுலகினுடைய மிகப்பெரிய சக்கரவர்த்தியாக பின்னாலே புகழ் பெற்றார். உலகெங்கும் புகழ்

பெற்றார். எனவே அன்றைக்கு அணைந்து போன மின்சாரத்துக்கும், பிறகு ஒளியேற்றியிருந்த அவருடைய வாழ்வுக்கும் எந்தத் தொடர்பும் இல்லை என்பதை நாம் அறிந்து கொள்ள வேண்டும்.

அதே மாதிரி இன்னொரு சுவையான செய்தியையும் திரையுலகிலே சொல்வார்கள். ஒரு நகைச்சுவை நடிகர் முதல் முதலாகக் கதாநாயகனாக நடித்தார். அந்தப் படத்தினுடைய பூஜை நடக்கிறது. திரைப்படங்களுக்குத் தொடக்க விழா என்றால் பூஜை போடுவது என்று பொருள். அப்படிப் பூஜை போடுகிறபோது தற்செயலாக அங்கு இருந்த ஒரு கடவுள் படம் கீழே விழுந்து உடைந்து விடுகிறது. எல்லோரும் அதிர்ச்சிக்குள்ளாகிறார்கள். இந்தப் படம் இனி ஓடாது... இந்த நடிகருக்கு இனி வாய்ப்பு வராது என்று கருதுகிறார்கள். ஏதோ காற்றடித்தது அந்தப் படம் கீழே விழுந்து விடுகிறது அவ்வளவுதான். ஆனாலும் அங்கே இருக்கிறவர்களுக்கெல்லாம் அத்தனை பேருக்கும் அச்சம். எல்லோரையும் ஒரு பயம் கவ்விக் கொள்கிறது. என்னடா படம் தொடங்குகிறபோது இப்படிக் கடவுள்படம் கீழே விழுந்து உடைந்து விட்டதே என்று. எதிர் பாராமல் என்ன நடக்கிறது என்றால், அந்தப் படம் பெற்றது பெரும் வெற்றி... வெள்ளி விழாவையும் தாண்டி அந்தப் படம் ஓடுகிறது.

இப்போது இன்னொரு மூட நம்பிக்கை அவர்களைப் பற்றிக் கொள்கிறது. கடவுள் படம் விழுந்ததற்கும் அந்தப் படம் வெற்றி பெற்றதற்கும் எந்தத் தொடர்பும் இல்லை. ஆனாலும்கூட முதலில் கடவுள் படம் கீழே விழுந்து உடைந்தபோது அச்சப்பட்டவர்கள், பிறகு இந்தப் படம் வெற்றிகரமாக ஓடியதினாலே இன்னொரு முடிவுக்கு வருகிறார்கள். அந்த நடிகர் அதற்குப் பிறகு எந்தப் படத்தில் நடிக்கத் தொடங்கினாலும் அந்தப் பூஜையிலே ரொம்பக் கவனமாக இவர்களே ஒரு கடவுள் படத்தைக் கீழே தள்ளி விட்டு விடுகிறார்கள். அப்போதுதான் படம் ஓடும் என்று இவர்கள் நம்புகிறார்கள். அந்தப் படம் கீழே விழுந்து உடைந்ததால் படம் ஓடாது என்பது மட்டும் மூட நம்பிக்கையில்லை. விழுந்து உடைந்தால்தான் ஓடும் என்பதும் மூட நம்பிக்கைதான். அதற்குப் பிறகு எவ்வளவோ படம் கீழே விழுந்து உடைந்தது. ஆனால் அவர் படம் எல்லாம் ஓடியது என்று சொல்ல முடியாது. இதற்கும் அதற்கும் எந்தத் தொடர்பும் இல்லை.

இது எதைக் காட்டுகிறது என்றால் இந்த மனிதர்கள் வெற்றி பெற வேண்டும் என்றால் கடவுளுக்குத் தேங்காய் உடைப்பார்கள் என்பது மட்டுமல்ல, கடவுளையும் உடைப்பார்கள். வெற்றிதான் நோக்கமாக இருக்கிறது. ஆகையினாலே எதைச் செய்தாவது வெற்றி பெற வேண்டும் என்கிற நோக்கத்தில் எதைப் பார்த்தும் அச்சப்படுகிற ஒரு மனப்பான்மை நம்மிடத்திலே இருக்கிறது. வேலையைத் திட்டமிட்டு சரியாகச் செய்தால், சரியாக முடித்தால், நம்முடைய மூளை அங்கே சரியாகப் பயன்பட்டால் வெற்றி நமக்கு வந்து சேரும். முயற்சி என்பது மெய்வருத்தக்கூடியது என்கிற எண்ணமில்லாமல் இந்தச் சகுனங்கள்தான் நம்முடைய வெற்றியையும் தோல்வியையும் முடிவு செய்கின்றன என்கிற மூட நம்பிக்கை இருக்கிறதே அது வெற்றியைப் பின்னுக்கு இழுக்குமே தவிர ஒரு நாளும் முன்னுக்குக் கொண்டு வராது.

கிராமங்களில்தான் மூட நம்பிக்கை இருக்கிறது என்று கருத வேண்டாம். கோட் சூட் போட்டவர்களுக்குள்ளேயும் அந்த மூடநம்பிக்கை குடிகொண்டு தான் கிடக்கிறது. படித்தவர்களிடத்திலேயும் இருக்கிறது. படிக்காத பாமர மக்களிடத்திலேயும் இருக்கிறது... இதற்கும் படிப்புக்கும்கூட தொடர்பு இல்லை. சிறு வயதில் அறியாமையில் கற்றுக் கொண்ட மூட நம்பிக்கைகளை ஏன் நம்மால் தவிர்க்க முடியவில்லை. அந்த அச்சத்திலிருந்து ஏன் நம்மால் விடுபட முடியவில்லை என்றால் அது உண்மைதானா இல்லையா என்று ஆராய்வதைவிட நம்புவது மிகவும் சுலபமாக இருக்கிறது... ஒரு ராகு காலத்தில் பணம் கட்டித் தேர்விலே வெற்றி பெற முடியுமா முடியாதா என்று சோதித்துப் பார்ப்பதற்கு நமக்குத் துணிச்சல் இல்லை. அது தவறாக நடந்து விட்டால் என்ன செய்வது என்ற அச்சம் இருக்கிறது. சோதித்துப் பார்த்து வெற்றியும் பெறலாம்... தோல்வியும் அடையலாம். நம்பித் தொலைத்து விட்டால் சிக்கல் இல்லை என்று கருதுகிற மனித மனம் தான் இந்த மூட நம்பிக்கைகளுக்கு வித்தாய் அடித்தளமாய் இருக்கிறது. ஆகையினாலே நாம் எப்போதும் வெறும் வெற்றியை மட்டும் தேடுகிறவர்களாக இல்லாமல், உண்மையைத் தேடுகிறவர்களாக இருந்தால், மூடநம்பிக்கைகளை வெல்ல முடியும். ∎

பகத்சிங்கின் புகழ்

மகாத்மாகாந்திக்கு ஜே என்று பெரியவர்கள் சத்தம் போட்டால், உடனே இளைஞர்கள் எல்லாம் எழுந்து பகத்சிங்குக்கு ஜே என்று சத்தம் போடுவார்கள். அந்த அளவுக்கு பகத்சிங் ஒரு பெரிய கதாநாயகனாக அன்றைக்கு மக்களால் மதிக்கப்பட்டிருக்கிறான்.

மார்ச் 23, இந்திய விடுதலைக்காகப் போராடித் தூக்கில் ஏற்றப்பட்ட பகத்சிங்கினுடைய நினைவுநாள். 1931 மார்ச் மாதம் 23-ஆம் நாள் பகத்சிங்கும் அவருடைய தோழர்கள் சுகதேவ், ராஜகுரு ஆகியோரும் தூக்கில் போடப்பட்ட நாள். இந்திய வரலாற்றிலே முதல் முறையாகவும் கடைசி முறையாகவும் இரவு நேரத்திலே தூக்கிலிடப் பட்டவர்கள் அவர்கள் மூன்று பேரும்தான். இரவு 7 மணி 33 நிமிடத்திற்கு அவர்கள் தூக்கிலிடப் பட்டார்கள். 29-வது ஆண்டு வரை பகத்சிங் என்றால் இந்தியாவில் யார் என்றே தெரியாது. ஆனால் 1931-ஆவது ஆண்டு பகத்சிங் என்றால் யார் என்று தெரியாதவர்களே கிடையாது. அந்த அளவுக்குப் புகழ்பெற்ற தலைவராக அவர் உயர்ந்தார். மக்களினுடைய எதிர்ப்பும் கொந்த ளிப்பும் கூடிக்கொண்டே போவதைப் பார்த்த வெள்ளைக்கார அரசாங்கம் அடுத்த நாள் காலை வரைக்கும்கூட காத்திருக்க அச்சப்பட்டு, இரவிலேயே அவர்களைத் தூக்கில் போட்டு விட்டது.

அவர் வடகோடியிலே பிறந்தவர். தென்கோடித் தமிழ்நாட்டிலும்கூட பகத்சிங் என்றால் இளைஞர்கள் வீறுகொண்டு எழுகிற அளவுக்கு அவர் புகழ் பரவியிருந்தது. அன்றைய நாடக நடிகர்கள், சில தகவல்களைத் தருகிறார்கள். பகத்சிங்கைப் பற்றி ஒரு பாட்டாவது பாடாமல் நாடகத்தை நிறைவு செய்ய முடியாதாம். பகவத்சிங்கம் எங்கள் பக்திமான்களின் தங்கம் என்றாவது பாட வேண்டும். அவர் நாத்திகராக இருந்தாலும்கூட அப்படியாவது ஒரு பாட்டைப் பகத்சிங்கைப்பற்றிப் பாட வேண்டும் என்கிற ஒரு பெரிய எதிர்பார்ப்பு மக்களுக்கு இருந்துள்ளது. அந்த மக்களினுடைய எதிர்பார்ப்பைப் புரிந்து கொண்டு சில நாடகக் குழுவினர் பகத்சிங் வாழ்க்கை வரலாற்றை நாடகமாகப் போட்டார்கள். ஆனால் அந்தப் பெயரில் போட முடியாது. அரசு தடை விதித்து விடுகிறது. சாமிநாத சர்மா அவர்கள் பாணபுரத்து வீரன் என்று ஒரு நாடகத்தை எழுதியிருக்கிறார். அந்த நாடகம் புகழ் பெற்ற நாடகம். பாணபுரத்து வீரன் என்பது பகத்சிங்கினுடைய கதையைச் சொல்கிற நாடகம்தான். ஓரிருமுறை நடந்த உடனேயே அரசுக்கு அந்த உண்மை புரிந்து விடுகிறது. எனவே பாணபுரத்து வீரன் என்ற நாடகத்துக்கு தடை விதிக்கப்படுகிறது.

எஸ்.வி.சகஸ்ரநாமம் குழுவினர் அந்த நாடகத்தை நடத்தியிருக்கிறார்கள். எஸ்.வி.சகஸ்ரநாமம் அளித்த பேட்டி ஒன்றிலே இந்தச் செய்திகளை அவர் கூறியிருக்கிறார். பிறகு அதே நாடகத்தை கொஞ்சம் கதையை மாற்றி, பெயரையும் மாற்றி, தேசபக்தி என்கிற பெயரிலே நாடகமாகப் போட்டிருக்கிறார்கள். இந்த தேசபக்தி நாடகத்திலே வருகிற ஒரு பாத்திரம் முழுக்க முழுக்க பகத்சிங்கைத் தழுவி எழுதப்பட்டிருக்கிற பாத்திரம். அந்த நாடகத்திலே வருகிற தூக்குமேடைக் காட்சியை மட்டும், அந்த வசனங்களை மட்டும், அன்றைக்கு இருந்த எழுச்சி மிகு எழுத்தாளரான ப.ஜீவானந்தம் எழுதியிருக்கிறார்.

அந்த நாடகம் 1931-ஆம் ஆண்டு மே மாதம் மதுரையிலே அரங்கேற்றம் ஆகியிருக்கிறது. 31 மார்ச்சிலேதான் பகத்சிங் தூக்கிலிடப்பட்டார். தூக்கிலிடப்பட்ட மறுவாரமே தமிழக மக்களுக்குப் பகத்சிங்கை அறிமுகப்படுத்தியது தந்தை பெரியார்தான். மார்ச் 23-இல் அவர்கள் தூக்கிலிடப்பட்டார்கள். மார்ச் மாதம் 29-ந்தேதி தன்னுடைய இதழிலே தலையங்கமாகப்

பகத்சிங் பற்றி தந்தை பெரியார் எழுதினார். இந்த நாடகம் மேமாதம் அரங்கேறுகிறது மதுரையிலே. அதற்குப் பிறகு பல ஊர்களிலே நடத்தி விட்டு, திருநெல்வேலியிலே அந்த நாடகத்தைப் போட்டிருக்கிறார்கள். தேசபக்தி நாடகத்தில் பகத்சிங்காக எஸ்.வி.சகஸ்ரநாமம் நடிக்கிறார். மக்களிடத்திலே ஒரு பெரிய வரவேற்பு. நாடகம் நடந்து கொண்டிருக்கிறது. இறுதிக்காட்சி- பகத்சிங்கைத் தூக்கிலிடுகிற காட்சி. அப்போது எல்லா ஏற்பாடுகளும் முடிந்து மக்களெல்லாம் அந்தக் காட்சியை மிகவும் மெய் சிலிர்த்துப் பார்த்துக் கொண்டிருக்கிறார்கள். பகத்சிங் அந்தத் தூக்கு மேடையில் கண்களைக் கட்ட வேண்டாம் என்று சொல்லிவிட்டு ஒரு மாவீரனாக நிற்கிறார். தூக்குப்போடுகிற காட்சி நாடகத்திலே அரங்கேறுகிறது. அன்றைக்குத் தவறுதலாக ஒரு கயிறு கழுத்தைச் சுற்றிக் கொண்டு விட்டது. அதைக் கவனிக்காமல் அந்த நாடகக் குழுவைச் சேர்ந்தவர்கள் அவரைத் தூக்கிலே ஏற்றி விட்டார்கள். அவர் உண்மையாகவே துடிதுடித்துச் சாகப்போகிற பதற்றத்திலே பதறுகிறார். ஆனால் நாடகக் குழுவினரும் சரி, மக்களும் சரி கைதட்டி ஆர்ப்பரிக்கிறார்கள், என்ன மாதிரியான நடிப்பு. அப்படியே நடிக்கிறார், தத்ரூபமாக இருக்கிறது என்று எல்லோரும் கை தட்டுகிறார்கள். அவர் உயிர் போகிற பதற்றத்தில் துடித்துக் கொண்டிருக்கிறார்.

நல்ல வாய்ப்பாக அந்தக் குழுவிலே இருந்த ஒருவர் அதைக் கவனித்துவிட்டு ஓடிவந்து அவரை இறக்கிய பிறகுகூட அரை மணிநேரம் உயிரோடு போராடிக் கொண்டிருந்தார் என்று அவர் சொல்வார். பகத்சிங் மீது தென்கோடி வரையிலே எந்த அளவுக்கு மக்களுக்குப் பற்று இருந்தது என்பதை காட்டுகிறது. என்றைக்கும் தாயக விடுதலைக்காகத் தங்களை அர்ப்பணித்துக் கொண்டு போராடுகிற புரட்சியாளர்களுக்கு மக்களிடத்திலே ஒரு பெரிய வரவேற்பு இருந்தே தீரும்.

வடநாட்டில் அவரை அறிந்திருக்கலாம் என்பது வேறு. தென்நாட்டிலேயே ஏறத்தாழ 11 புத்தகங்கள் 1931-ஆம் ஆண்டு மட்டும், வெள்ளைக்கார அரசால் தமிழில் எழுதப்பட்டிருக்கிற புத்தகங்கள் தடை செய்யப்பட்டிருக்கின்றன. பகத்சிங், ராஜகுரு என்கிற ஒரு புத்தகம். பகதூர் பகத்சிங் என்கிற ஒரு புத்தகம் இப்படித் தடை செய்யப்பட்ட 11 சின்னச் சின்ன நூல்கள் சென்னையிலே இருக்கிற எழும்பூர் ஆவணக் காப்பகத்திலே இருக்கின்றன. இறந்துபோய் 6 மாதத்துக்குள்ளே அவரைப்பற்றி 11 நூல்கள் தமிழில் எழுதப்பட்டிருக்கின்றன. அந்த நூல்களைப் பார்த்து அச்சப்பட்டு பீரங்கி, துப்பாக்கி எல்லாம் வைத்திருந்த வெள்ளைக்காரர்கள் அவற்றைத் தடை செய்திருக்கிறார்கள்.

இதையெல்லாம் தாண்டி ஒரு செய்தி என்ன என்றால், புத்தகமாக மட்டுமல்ல, தீப்பெட்டிப் படத்திலே கூட, குருவிப் படங்களைப் போட்டு விற்கிற தீப்பெட்டிப் படத்திலேகூட பகத்சிங் படத்தைப் போட்டு 31-ஆம் ஆண்டு விற்பனை செய்திருக்கிறார்கள். அதை 31-ஆவது ஆண்டிலும் 32-ஆவது ஆண்டிலும் அரசு தடை செய்திருக்கிறது. தீப்பெட்டிப் படத்துக்கும் அரசாங்கத்தினுடைய தடை என்கிற அளவுக்கு இந்தியா முழுவதும் பல்கிப் பரந்து மக்களினுடைய தலைவனாக பகத்சிங் இருந்திருக்கிறார். ஆகையினாலேதான் அந்த பகத்சிங்கினுடைய செல்வாக்கைக் கண்டு அஞ்சி இரவு நேரத்திலே வெள்ளை அரசாங்கம் அவர்களைத் தூக்கிலே ஏற்றியிருக்கிறது. அது நடந்தது 1931-ஆவது ஆண்டு. ஆனால் இன்னமும் கூட இந்தியா முழுவதும் பகத்சிங் என்றால் யார் என்று தெரியும் என்பதும், ஏறத்தாழ அண்ணல் காந்தியாருக்கு இருந்த மதிப்பும் செல்வாக்கும் 31-32-ஆவது

ஆண்டுகளில் இளைஞர்களிடத்திலே பகத்சிங்கிற்கும் இருந்தது என்பதும் ஒரு பெரிய செய்தி.

அன்றைக்கு இருந்த அந்த நாடகக் குழுவினர் சொல்கிறார்கள் நாங்கள் நாடகம் போடுகிறபோது, மகாத்மாகாந்திக்கு ஜே என்று பெரியவர்கள் சத்தம் போட்டால், உடனே இளைஞர்கள் எல்லாம் எழுந்து பகத்சிங்குக்கு ஜே என்று சத்தம் போடுவார்கள். அந்த அளவுக்கு பகத்சிங் ஒரு பெரிய கதாநாயகனாக அன்றைக்கு மக்களால் மதிக்கப்பட்டிருக்கிறான். இன்றைக்கும் இத்தனை ஆண்டுகளுக்குப் பிறகும் பகத்சிங் மாவீரனாக மதிக்கப்படுகிறான் என்றால் மண்ணின் விடுதலைக்காகப் போராடிய மாவீரர்கள் என்றைக்கும் போற்றப்படுவார்கள் என்பதற்கு இந்த நிகழ்வே பெரும் சான்றாக இருக்கின்றது.

நிலத்தைக் குளிர்விப்போம்

மணிமணியான நீர் வேண்டும், மண் வேண்டும், மலை வேண்டும், காடுகள் வேண்டும். அவை இருந்தால்தான் இந்த நாடுகளைக் காப்பாற்ற முடியும் என்று இரண்டாயிரம் ஆண்டுகளுக்கு முன்பாகவே சூழலியல் குறித்து வள்ளுவர் சொன்ன கருத்து, அறிவியல் வளர்ந்திருக்கும் இந்தச் சூழலிலும்கூட நம்மால் பின்பற்றப்படாமல் போன காரணத்தினால் மெல்ல மெல்ல பூமியின் வெப்பம் கூடிக் கொண்டே இருக்கிறது.

டாக்டர் சிவகுமார் எழுதிய 'பூமியைக் குளிர வைப்போம்' என்கிற நூலை அண்மையிலே படிக்கிற வாய்ப்பு கிடைத்தது. சுற்றுச் சூழல் பற்றிய, பூமி சூடாகிக் கொண்டேயிருப்பதைப் பற்றிய செய்திகளை, எளிமையான தமிழிலே அந்த நூலிலே அவர் எழுதியிருக்கிறார். அறிவியல் செய்திகளைத் தமிழிலே தருவது என்பது ஒரு பெரிய தொண்டு. அண்மையில் அமைதிக்கான நோபல் பரிசை பகிர்ந்து கொண்ட அமெரிக்காவினுடைய முன்னாள் துணை அதிபரான அல்கோர் திரும்பத் திரும்ப மூன்று, நான்கு ஆண்டுகளுக்கு முன் பூமி வெப்பம் அடைதலைப் பற்றிச் சொன்னார். அப்போது ஊடகங்கள் எல்லாம் அது ஒரு வளமான கற்பனை என்று அவரைக் கேலி செய்தனவே தவிர, அதிலே இருக்கிற உண்மையை உணரவில்லை. நெடு நாட்களாக அதைச் சொல்லிக் கொண்டிருக் கிறார்கள். இன்றைக்கு அறிவியல்

விஞ்ஞானிகள் எல்லோரும் ஏறத்தாழ அந்த செய்தியிலே இருக்கிற உண்மையை வெளிப்படுத்தத் தொடங்கியிருக்கிறார்கள். அதிலே ஒன்றுதான் இந்தப் பூமியைக் குளிர்விப்போம் என்பது.

பூமி ஒவ்வொரு நாளும் சூடேறிக்கொண்டே போகிறது, எதனால்? இயற்கையை முறியடித்துப் போடுகிற நம் பழக்கத் தால்தான். ஏராளமான எரிபொருட்களைப் பயன்படுத்துகிறோம். நிலங்களை எரித்துக் கொண்டேயிருக்கிறோம். எங்கு பார்த்தாலும் கரியமில வாயு (கார்பன்டை ஆக்சைடு) அதிகமாகிக் கொண்டே யிருக்கிறது. அத்தாவது காற்று மண்டலத்திலே வாயுக்களினுடைய அடர்த்தி அதிகமாகிக்கொண்டே இருக்கிறது. எனவே வெப்பம் கூடுகிறது. பூமியினுடைய வெப்பம் கூடக்கூட என்ன நேரும் அல்லது இந்த உலகம் என்ன ஆகும் என்பதை முற்றும் உணராமலேயே நாம் இன்னமும் இருக்கிறோம். ஏறத்தாழ இந்த பூமியினுடைய சராசரி வெப்பநிலை என்பது சராசரியாக 14 முதல் 15 சென்டி கிரேடாகத்தான் இருக்கிறது, இருக்கவும் வேண்டும். ஆனால் மெல்ல அது உயர்ந்து கொண்டே போகிறது. அந்த வெப்பம் கூடுகிறபோது என்ன ஆகும் என்றால் நார்வேயிலும், இமயமலையிலும், அலாஸ்காவிலும் இன்னும் இருக்கிற மற்ற பகுதிகளிலேயும் உள்ள பனி மலைகள் எல்லாம் உருகத் தொடங்கினால் இந்த உலகம் என்ன ஆகும் என்பது கற்பனைக்கும் எட்டாத ஒரு பயங்கரமான நிலையாக இருக்கிறது.

அந்தப் பனி மலைகள் உருகத் தொடங்கி ஆறாக ஓடிக் கடலில் கலக்கத் தொடங்குமானால் கடல் மட்டம் மெல்ல மெல்ல மேலே உயரும். சில அங்குலங்கள் மேலே வந்தால்கூட நில உலகத்தை அது விழுங்கி விடும். கடற்கரை ஊர்கள் அனைத்தையும் கடலுக்குப் பலி கொடுக்க வேண்டிய கட்டத்தை நோக்கி நாம் சென்று கொண்டிருக்கிறோம் என்பதுதான் உண்மை. 64-ஆம் ஆண்டு காற்றுத்தான் வீசியது காணவில்லை தனுஷ்கோடி என்னும் ஊரை. இப்போது கடல் கோள் அல்லது ஆழிப்பேரலை, சுனாமி என்று சொல்லப்படுகிறதே அது வந்ததற்குப் பிறகு என்ன ஆகும் என்பதையும் நாம் பார்த்தோம்.

ஏற்கனவே இந்த பூமி என்பது ஏறத்தாழ 70 சதவீதம் நீர்ப்பரப்பு உடையது. 30 சதவீதம்தான் நிலப்பரப்பு. இந்த 30 சதவீதத்தில் ஒரு குறிப்பிட்ட பகுதி காடாக இருக்கிறது. காடுகளைக் காப்பாற்றிக்

கொள்கிற வரையில்தான் நம்முடைய வெப்பத்தை நாம் குறைத்து வைத்துக் கொள்ள முடியும். ஆனால் நாம் என்ன செய்து கொண்டிருக்கிறோம். ஆண்டுதோறும் காடுகளை அழித்துக் கொண்டே இருக்கிறோம். ஆசியாவிலே மட்டும் ஒவ்வொரு ஆண்டும் ஏறத்தாழ மூன்றரை ஹெக்டேர் காடுகள் அழிக்கப்படுகின்றன. இதைவிட இந்த பூமிக்கு செய்கிற கெடுதல் என்னவாக இருக்க முடியும். இது இந்த நிலத்திற்குச் செய்கிற கெடுதல் அன்று... நாம் நமக்கே செய்து கொள்கிற கெடுதல்தான். நமக்கு வேறு நிலமில்லை, வேறு இடமில்லை. ஒருவன் சொன்னான் இந்த மரங்களையெல்லாம் அழிக்கக்கூடாது என்பது எனக்குள் இருக்கிற உணர்வுதான். ஆனால் எனக்கு கட்டிக் கொள்ள ஒரு குடிசை வேண்டும். எனவே ஒரு மரத்தை வெட்ட வேண்டி இருக்கிறது என்று சொன்னான். ஒரு மரத்தை வெட்டலாம் மறுமரத்தை உடனடியாக நாம் ஊன்ற வேண்டாமா? வேறு மரங்களை வளர்க்காமல் காடுகளைப் பேணாமல் இந்த உலகத்தினுடைய வெப்பத்தை நம்மாலே ஒருநாளும் குறைக்க முடியாது.

அதனாலே ஏற்படக்கூடிய இன்னொரு பெரிய ஆபத்தையும்கூட இந்தப் புத்தகம் நமக்குச் சொல்கிறது. இந்த பூமிக்கும் சூரியனுக்கும் இடையிலே ஓசோன் என்கிற திரைப்படலம் இருக்கிறது. ஓசோன் என்பது ஆக்ஸிஜனினுடைய மூன்று அடுக்குகள் கொண்ட ஒரு திரை. அது சூரியனிலிருந்து வருகிற இரண்டு கதிர்களில் ஒன்றைத் தடுத்து விடுகிறது. அதை அகச் சிவப்புக் கதிர்கள் என்றும், புற ஊதாக் கதிர்கள் என்றும் நாம் சொல்கிறோம். அந்த புற ஊதாக் கதிர்கள் இருக்கிறதே அவை பூமியிலே பட்டால் இந்தத் தோல்கள் எல்லாம் வெவ்வேறு நோய்களுக்கு உள்ளாகும். இந்தப் பூமி பல்வேறு விதமான நோய்களினுடைய இடமாக மாறிப்போகும். அல்ட்ரா வயலட் என்று சொல்கிற அந்த புறஊதா கதிர்களைத் தடுப்பது ஓசோன் என்கிற திரைப்படலம்தான். அந்த ஓசோனில் இப்போது ஓட்டை விழ ஆரம்பித்திருக்கிறது. இந்தப் பூமியினுடைய வெப்பம் தாங்காமல் அங்கே புள்ளிகள் விழத் தொடங்கி யிருக்கின்றன என்று விஞ்ஞானிகள் சொல்கிறார்கள்.

இன்றைக்கு லண்டனிலே இருக்கிற பெல் என்கிற ஒரு நிறுவனம் ஓசோன் என்று ஒன்றைக் கண்டுபிடித்திருக்கிறது. அதனை மேலே

அனுப்பி அந்த ஓசோன் திரைப்படலங்களிலே இருக்கிற ஓட்டைகளை அடைக்கிற முயற்சி. ஆனால் எத்தனை காலத்திற்கு நாம் ஓட்டைகளை அடைத்துக் கொண்டிருக்க முடியும். ஓசோனேற்றம் என்பது தற்காலிகமான ஒரு மாற்றாக இருக்கலாம். ஆனால் நிரந்தரத் தீர்வு என்பது காடுகளைக் காப்பாற்றுவதுதான் என்று சுற்றுச் சூழல் இயல் அறிஞர்கள் நமக்கு அறிவுறுத்துகிறார்கள். இயன்ற வரையில் மரங்களை வெட்டாமலிருப்பது, எவ்வளவு முடியுமோ அவ்வளவு தூரம் காடுகளைக் காப்பாற்றுவது என்பனவற்றில் நாம் உறுதி காட்ட வேண்டும்.

வள்ளுவர்கூட அரண் என்கிற அதிகாரத்திலே மண்வேண்டும், மணிநீர் வேண்டும், மலை வேண்டும் என்பதோடு அடர்ந்த காடுகளும் வேண்டும் அவைதான் இந்த நாட்டுக்கு அரண் என்று சொல்வார். தண்ணீர் என்பதைக்கூட வள்ளுவர் நீர் என்று சொல்லாமல் மணிநீர் என்று சொல்வார். மணிமணியான நீர் வேண்டும், மண் வேண்டும், மலை வேண்டும், காடுகள் வேண்டும். அவை இருந்தால்தான் இந்த நாடுகளைக் காப்பாற்ற முடியும் என்று இரண்டாயிரம் ஆண்டுகளுக்கு முன்பாகவே சூழலியல் குறித்து வள்ளுவர் சொன்ன கருத்து அறிவியல் வளர்ந்திருக்கும் இந்தச் சூழலிலும்கூட நம்மால் பின்பற்றப் படாமல் போன காரணத்தினால் இந்தப் பூமி மெல்ல மெல்ல வெப்பம் கூடிக் கொண்டே இருக்கிறது. 15 டிகிரி சென்டி கிரேட் என்பது இன்னமும் இரண்டு, மூன்று டிகிரி கூடுமானால், அந்தப் பனிப்பாறைகள் உருகி, கடலினுடைய மட்டம் சில அங்குலம் உயர்ந்து எதிர்காலத்தை இருட்டாக்கி விடும். எதிர்காலம் இருட்டாகக் கூடாது என்றால், இருட்டாக இருக்கிற காடுகளை நாம் காப்பாற்றியாக வேண்டும் என்பதுதான் அந்தப் புத்தகம் நமக்குச் சொல்லித்தருகிற ஒரு நல்ல பாடம். ∎

கமால் பாட்ஷா

துருக்கி நாட்டில் 1924 வரையில் லத்தீன் என்கிற மொழிதான் ஆட்சி செலுத்தியதே தவிர துருக்கி மொழிக்கு அங்கே இடமில்லை. அதை உடனே மாற்றுகிறார். இனி இந்த மண் துருக்கி மண் என்று சொன்னால், இந்த நாட்டினுடைய ஆட்சி மொழி, கல்வி மொழி எல்லாம் இனிமேல் துருக்கிதான் என்று துணிச்சலாய் முதலில் அறிவித்தவர் கமால் பாட்ஷாதான்.

துருக்கி நாடு, 18, 19-ஆவது நூற்றாண்டு வரையிலே அமெரிக்காவினுடைய நோயாளி என்றுதான் அழைக்கப்பட்டது. நோயாளியாக இருந்த ஒரு நாட்டை பலசாலியாக ஆக்கிய பெருமை முஸ்தபா கமாலுக்குத்தான் உண்டு. கமால் என்றால் பலசாலி என்று பொருள் சொல்கிறார்கள். அது கெமால் என்கிற லத்தீன் மொழியிலே இருந்ததால் அவர் துருக்கி மொழிக்கு மாற்றிக் கொண்டார். முஸ்தபா கமால் 1880-லே பிறந்தார். அப்போதெல்லாம் துருக்கி நாடு சுல்தான்களுக்கு அடிமைப்பட்டு இருந்தது. அந்த சுல்தான்களும்கூட பிரிட்டனுக்கும், பிரெஞ்சுக்கும் அடிமைப்பட்டுக் கிடந்தார்கள். அவர் வளர்கிறபோது அந்த துருக்கி நாடே இரண்டாகப் பிரிக்கப்பட்டு ஒரு பகுதி பிரிட்டனுக்கும், இன்னொரு பகுதி பிரான்சுக்கும் என்கிற ஒப்பந்தம் கையெழுத்தாகி இருந்தது.

துருக்கியை அறிவதற்கு முன், கமால் வாழ்வில் சில நிகழ்வுகளை அறியவேண்டும். தாய்க்கும் தந்தைக்கும் இடையிலே நடந்த கருத்து ரீதியான

மோதல்களே கமால்பாட்சாவினுடைய எதிர்கால அரசியலைத் தீர்மானிப்பதாக இருக்கிறது. அப்பா ஐரோப்பா வினுடைய நாகரிகங்களுக்கும் சாயல்களுக்கும் உள்ளானவராக இருக்கிறார். அம்மாவோ முழுக்க முழுக்க மதம் சார்ந்தவராக, மத நம்பிக்கையுடையவராக இருக்கிறார். அந்த நாட்டின் புவியியல் அமைப்பே அப்படித்தான். கீழை நாடும் மேலை நாடும் சந்திக்கிற இடத்தில் இருக்கிற காரணத்தால், மேலைப் பண்பாடும், கீழைப் பண்பாடும் அங்கே முரண்படுவது இயல்பான ஒன்றுதான். மேலை நாட்டிலும்கூட மதங்கள் உண்டு. ஆனால் மதங்களைத் தாண்டி அங்கே நாகரிகம் வளர்கிறது. ஆனால் கீழை நாட்டில் மதமும் பண்பாடும் இணைந்தே வளர்கின்றன. அந்த அடிப்படையிலே அம்மா இவரை வளர்க்க முயற்சிக்கிறார். பள்ளியில் சேர்க்கிறபோதுகூட முஸ்தபாவை எந்தப் பள்ளிக்கு அனுப்புவது என்பதிலே இரண்டு பேருக்குமிடையே ஒரு சிக்கல் வருகிறது. ஆங்கிலேயப் பள்ளிக்குத்தான் அனுப்ப வேண்டும் என்கிறார் அப்பா, இல்லை இல்லை இஸ்லாமியப் பள்ளிக்குத்தான் அனுப்ப வேண்டும் என்கிறார் அம்மா. இந்த மோதலில் கொஞ்சநாள் கீழை நாட்டுப் பள்ளிகளிலும், கொஞ்சநாள் மேலை நாட்டுப் பள்ளிகளிலுமாக படித்த நம்முடைய முஸ்தபா அதற்குப் பிறகு கான்ஸ்டாண்டிநோபிள் என்கிற இடத்துக்கு ராணுவ, பயிற்சிக்குப் போகிறார். அந்த இடம் அவரை மேலும் பக்குவப்படுத்துகிறது. கான்ஸ்டாண்டிநோபிள் என்கிற இடம் எங்கே இருக்கிறது என்றால் இன்றைக்கு இஸ்தான்புல் என்று வழங்கப்படுகிற அந்தப் பகுதிதான் அது. மேலைநாடும் கீழை நாடும் சந்தித்துக் கொள்கிற புள்ளியிலே இருக்கிறது.

எனவே மறுபடியும் இந்தக் கலாச்சார முரண்கள் முஸ்தபாவை மோதுகின்றன. அதனை மிஞ்சி ராணுவப் பயிற்சி பெற்று வெளியே வருகிறபோது, அந்த ராணுவப் பயிற்சியை, தான் சேர்ந்திருக்கிற சங்கத்திற்குப் பயன்படுத்த வேண்டும் என்கிற கருத்துடையவராக இருக்கிறார். அவருடைய நோக்கம் எல்லாம் துருக்கியினுடைய முன்னேற்றத்திலேதான். இந்த நாட்டினுடைய இறையாண்மையைப் பாதிக்கும் உரிமை எந்த நாட்டுக்கும் கிடையாது, முஸ்தபா சொல்கிறார் நாங்கள் இன்னொரு நாட்டின் நிலத்தில் ஒரு அங்குலத்தைக் கூட எடுத்துக் கொள்ள விரும்பவில்லை, ஆனால்

எங்கள் மண்ணில் ஒரு அங்குலத்தைக்கூட மாற்றாருக்குக் கொடுப்பதற்குச் சம்மதம் இல்லை. இதன் அடிப்படையிலே அவர் மிகப்பெரிய போராட்டங்களிலே எல்லாம் ஈடுபடுகிறார். அந்தப் போராட்டங்களுக்கு மக்களினுடைய ஆதரவு கிடைக்கிறது. இந்தப் போராட்டங்கள் ஏறத்தாழ 10 ஆண்டுகளுக்கும் மேலாக நடைபெறுகின்றன.

விடுதலை என்பது ஒரு நாளில் இரண்டு நாளில் வந்து விடாது. தங்கள் உயிரைப் பலி கொடுத்து தங்களுடைய வாழ்க்கையைப் பணயம் வைத்துதான் அந்தப் போராட்டங்களிலே அவர்கள் ஈடுபட வேண்டும். சிலபேர் அவரைக் கேட்கிறார்கள். சுல்தானுக்கு எதிராக நீ எப்படிப் போராடலாம் என்று. சுல்தானுக்கு எதிராகப் போராடவில்லை. சுல்தான்கள் இந்த பிரிட்டிசுக்கும் பிரான்சுக்கும் அடிமையாக இருப்பதை நினைத்துத் தான் போராடுகிறேன் என்று சொல்கிறார். எனவே அப்படி நடந்த போராட்டத்திலே 1924-ஆவது ஆண்டு மார்ச் மாதம் 9-ஆம்தேதி அங்கே இருந்த கலிபா அந்த இடத்தை விட்டுப் புறப்படுகிறார். அவர்தான்

இஸ்லாமிய சமூகத்திலே கடைசி கலிபா. அதற்குப் பிறகு எல்லோரும் முழக்கமிடுகிறார்கள் புதுமைகள் தரும் கலிபா வாழ்க என்று. அவர் அதை ஏற்கவில்லை. ஆடம்பரமான வாழ்க்கை கூடாது. மக்களாட்சி நடைபெற வேண்டும் என்பதற்காகத்தான் நாங்கள் இந்தப் புரட்சியை நடத்தினோம். மறுபடியும் நான் கலிபா ஆகி விடுவேன் என்றால் மக்கள் என்ன சொல்வார்கள்? இந்த கமால் பாட்சா தான் கலிபா ஆகவேண்டும் என்பதற்காகத்தான் புரட்சியை நடத்தியிருக்கிறானே தவிர, மக்களுக்காக இல்லை என்று சொல்ல மாட்டார்களா? எனவே இனி இங்கு கலிபா இல்லை. இனிமேல் மக்கள் ஆட்சிதான் நடைபெறும். மத ஆட்சிகூட இல்லை என்று முஸ்தபா சொல்கிறபோது, அதுவரையில் அவரை ஆதரித்தவர்கள் கூட கொஞ்சம் பின்னடைகிறார்கள், தயங்கு கிறார்கள். வேறு எங்கே கொண்டு போவாரோ என்கிற சந்தேகம் வருகிறது.

அப்போதுதான் முஸ்தபா கமால் பாட்சா அட்டார்டுக் என்பது அவருடைய முழுப் பெயராக ஆகிறது. துருக்கியினுடைய அரசன் என்கிற பெருளிலே பெயர் சூட்டப்பட்டு (பாட்சா என்றால் அரசன் தான்) நாட்டை ஆளுகிற நேரத்திலே, அவர் சில சீர்திருத்தங்களைச் செய்கிறார். துருக்கி நாட்டில் 1924 வரையில் லத்தீன் என்கிற மொழிதான் ஆட்சி செலுத்தியதே தவிர துருக்கி மொழிக்கு அங்கே இடமில்லை. அதை உடனே மாற்றுகிறார். இனி இந்த மண் துருக்கி மண் என்று சொன்னால், இந்த நாட்டினுடைய ஆட்சி மொழி, கல்வி மொழி எல்லாம் இனிமேல் துருக்கிதான் என்று துணிச்சலாய் முதலில் அறிவித்தவர் கமால் பாட்ஷாதான். அது மட்டுமல்லாமல் ஒரு நாள் என்பது காலை 6 மணியிலே இருந்துதான் தொடங்குகிறது என்கிற பழக்கத்தை மாற்றி இரவு 12 மணியிலே இருந்துதான் என்று ஆக்குகிறார். வாரந்தோறும் வெள்ளிக்கிழமையில்தான் விடுமுறை என்பதை ஞாயிற்றுக்கிழமை தான் விடுமுறை என்று மாற்றுகிறார். ஐரோப்பாவினுடைய தாக்கம் அவரிடத்திலே இருந்தது என்பதை இதன் மூலம் காண முடிகிறது.

மதம் வேறு, அரசியல் வேறு, இரண்டையும் நான் ஒன்றாகச் சேர்க்க மாட்டேன் என்று சொல்லி மத ரீதியாக ஒரு குல்லாயை அணிந்து கொண்டிருந்த நிலையை மாற்றி எல்லோரும் ஹேட் என்கிற குல்லாயை அணிய வேண்டும் என்கிறார். அப்போதுதான்

பெரிய எதிர்ப்பு வருகிறது. அந்த எதிர்ப்பு எந்தளவுக்குப் போகிறது என்றால் 27-வது ஆண்டு அவருடைய வீட்டில் ஒரு வெடிகுண்டு வீசப்படுகிற அளவுக்குப் போகிறது. அந்த வெடிகுண்டு வீச்சிலிருந்து தப்பி விட்டார். ஆனாலும் அந்த வெடிகுண்டுகளை, புரட்சியிலேயும்கூட அவர் கூடவே இருந்த அவருடைய நண்பர்கள்தான் வீசியுள்ளார்கள் என்பதை அறிய முடிகிறது. 1938 வரையில் ஏறத்தாழ 12 ஆண்டு காலம் கமால்பாட்சா துருக்கியை ஆண்டபோது, அந்தத் துருக்கி நாடு ஐரோப்பாவினுடைய நோயாளியாக அல்ல, ஐரோப்பாவினுடைய பலசாலியாக ஆயிற்று. ❐

பறவைகளும், விலங்குகளும்...

பறவைகளினுடைய இயல்பான வெப்பம், அதனுடைய உடல் சூடு 105 முதல் 110 டிகிரி வரை இருக்கும் என்று விஞ்ஞானிகள் சொல்கிறார்கள். எப்போதும் பறவைகளி னுடைய வெப்பசூடு 105க்குக் குறைவ தில்லை. சூடு உடம்பிலே இருக்கிற காரணத்தினாலேதான் அவை இரையைத் தேடிக்கொண்டே இருக்கின்றன.

இன்றைக்கு மிக விரைவாக வளர்ந்து கொண்டிருக்கிற துறைகளில் மருத்துவ அறிவியல் துறையும் ஒன்று. இந்த மருத்துவ அறிவியல் வளர்வதற்கு விலங்கு களும் பறவைகளும்தான் நமக்கு ஏராளமாக உதவி இருக்கின்றன. அவைகளைச் சோதித்துச் சோதித்துத் தான் மருந்துகளை நம்முடைய விஞ்ஞானிகள் கண்டுபிடித்திருக்கிறார்கள். எனவே விலங்குகளை, பறவைகளைக் கூர்ந்து கவனிப்பது என்பது மருத்துவ அறிவியலினுடைய பிரிக்க முடியாத ஓர் அம்சமாக இன்றைக்கு இருக்கிறது.

விஞ்ஞானிகள் மட்டும் தான் என்றில்லை நாமும் கூடப் பறவைகளை, விலங்குகளைக் கவனிக்க வேண்டும். அவற்றினுடைய வாழ்க்கையிலே இருந்து நாமும் பலவற்றைக் கற்றுக் கொள்ள வேண்டும். குறிப்பாக ஒன்றைச் சொல்ல வேண்டு மானால், பறவைகளை அதுவும் வீட்டிலே இருக்கிற கோழிகளை, குருவிகளை, காக்கைகளைப் பார்த்தால் நாம் ஒன்றைக் கண்டு கொள்ளலாம். எப்போதும் அவை இரை தேடிக் கொண்டிருக்

கின்றன. மனிதர்களாகிய நாம் ஒரு நாளைக்கு மூன்று அல்லது நான்கு வேளை, உணவெடுத்துக் கொள்கிறோம். யோகிகள் ஒருவேளைதான் உணவெடுத்துக் கொள்வார்கள் என்று சொல்வார்கள். நாம் யோகிகள் அல்ல. நாம் இயல்பாக மூன்றுவேளை உணவை எடுத்துக் கொள்கிறோம். நான்குவேளை அதற்கும் கூடுதலாக உணவெடுத்துக்கொள்கிறவர்களும் உண்டு. விலங்குகளும் அப்படித்தான். மூன்று நான்கு முறை உணவெடுத்துக் கொள்கின்றன. ஆனால் இந்தப் பறவைகள் எப்போதும் இரை தேடிக்கொண்டே இருக்கின்றன.

இதற்கு விஞ்ஞானம் ஒரு விடையைத் தருகிறது. நம்முடைய வெப்பச் சூட்டைவிட, பறவைகளினுடைய உடல் சூடு கூடுதலாக இருக்கிறது. மனிதர்களுக்கு அறிவியல் மொழியிலே சொல்ல வேண்டுமென்றால் 98.4 டிகிரி பாரன்ஹீட் என்பதுதான் உடலிலே இருக்க வேண்டிய வெப்பத்தினுடைய அளவு. அது கூடுகிறபோது தான் காய்ச்சல் என்று சொல்கிறோம். குறைகிறபோது ஜன்னி வந்து விட்டது என்று சொல்கிறோம். ஒன்று இரண்டு கூடலாம், ஒன்று இரண்டு குறையலாம். 100 டிகிரியைத் தொடுகிறபோதே நமக்குக் காய்ச்சல் வருகிறது. அதற்கு மேலே போகிறபோது அந்தக் காய்ச்சலைத் தாங்கிக் கொள்ள முடியாத அளவுக்குத் துன்பப்படு கிறோம். ஆனால் பறவைகளினுடைய இயல்பான வெப்பம், அதனுடைய உடல் சூடு 105 முதல் 110 டிகிரி வரை இருக்கும் என்று விஞ்ஞானிகள் சொல்கிறார்கள். எப்போதும் பறவைகளினுடைய வெப்பச்சூடு 105க்கு குறைவதில்லை. சூடு உடம்பிலே இருக்கிற காரணத்தினாலேதான் அவை இரையைத் தேடிக்கொண்டே இருக்கின்றன.

இப்படிப் பல்வேறு செய்திகள் இருக்கின்றன. பாம்பு, சட்டையை உரிப்பது என்பதை நாம் கிராமங்களிலே கேள்விப்பட்டிருக்கிறோம், நகரத்திலேயும்கூட நண்பர்கள் சொல்வார்கள். பாம்பு என்ன சட்டையா போட்டிருக்கிறது அதை உரிப்பதற்கு? அது தன் புறத்தோலை நீக்கி விடுகிறது. புறத் தோல்தான் சட்டையாக இருப்பது என்பதினாலே, அதற்குப் பாம்புச் சட்டை என்றே நாம் பெயர் வைத்திருக்கிறோம். பாம்பினுடைய தோலிலே இரண்டு அடுக்குகள் உண்டு, புதிய செல்கள் உருவாக உருவாக மேலே இருக்கிற பழைய செல்கள் எல்லாம் செத்துப்போகின்றன. செல்கள்

செத்துப் போகிற நேரத்திலே பாம்பு என்ன செய்கிறதென்றால் தேவையில்லாத சுமையைக் கழற்றி வைத்து விடுகிறது. எது செத்துப் போய்விட்டதோ, எது இனிப் பயன்படாதோ அதையும் சேர்த்துச் சுமந்து கொண்டு அலைய வேண்டாம் என்கிற அறிவு பாம்புக்கு இருக்கிறது. ஆகவே அது, ஒரே நேரத்திலே கழுத்திலிருந்து வால் வரைக்கும் இருக்கிற செத்துப் போன அந்தப் புறத்தோலை முழுமையாகக் கல்லில் உராய்ந்து உராய்ந்து, மிகவும் சிரமப்பட்டு வலியைத் தாங்கிக் கொண்டு புறத்தோலை அகற்றி விட்டு அந்த தோலுக்கு உள்ளே இருந்து வருகிறது. வெளியே வருகிற பாம்பு இளமையாக இருக்கிறது, பொலிவாக இருக்கிறது. மனிதர்களுக்கு வயது கூடகூடத் தளர்வு வருகிறது. பாம்புக்கு வயது ஏறஏற ஒரு இளமையும் பொலிவும் வருகிறது.

மலைப்பாம்புகள் ஓர் ஆண்டுக்கு 6 அல்லது 7 முறை தங்களின் சட்டைகளை உரித்துக் கொள்கின்றன, அதாவது புறத்தோலை அகற்றி விடுகின்றன என்று விஞ்ஞானிகள் சொல்கிறார்கள். தேவையில்லாதவைகளை அகற்றிவிடு என்று பாம்பு நமக்குச் சொல்லித் தருகிறது.

சர்க்கரை நோய்க்கான மருந்தைக்கூட நாயிடமிருந்துதான் ஒரு விஞ்ஞானி கண்டு பிடித்திருக்கிறார் அது 1921-ஆவது ஆண்டு. அதுவரையிலே சர்க்கரை நோய்க்கான மருந்து இல்லாமல் மிகுந்த சிரமப்பட்டிருக்கிறார்கள். கணையத்திலே இருந்து சுரக்கிற திரவம்தான் இன்சுலின். அது ஒவ்வொரு மனிதனுக்கும் இயல்பாகச் சுரக்கிறது. விலங்குகளுக்குக்கூட இருக்கிறது. அந்த இன்சுலின் என்கிற திரவம் ரத்தத்திலே கலந்ததற்குப் பிறகு உடம்பில இருக்கிற குளுகோஸ் இருக்கிறதே அதைக் கட்டுப்படுத்தி விடுகிறது. அந்த கணையம் வேலை செய்யாமல், அதிலிருந்து இன்சுலின் சுரக்காமல் போகிறபோது, குளுகோஸ் கட்டுப்படுத்தப் படாமல் சிறுநீர் வெளியேறிக்கொண்டே இருக்கிறது. அதுதான் நீரிழிவு நோய் என்று சொல்கிறோம்.

உண்மையில் அது ஒரு நோயே அல்ல. ஆனால் பிற நோய்களுக்கு எல்லாம் வழி விடுகிற ஒன்று. அந்த நீரிழிவு நோய் உடம்புக்குள் வந்து விட்டால், பிறகு அது எல்லா நோய்களையும்

வரவேற்று உள்வாங்கிக் கொள்ளும் என்பது அதிலிருக்கிற பெரிய ஆபத்து.

இதைப் பிரடாிக் கிரான்ட் பேன்டிங் என்கிற ஒரு விஞ்ஞானியும் அவருடைய உதவியாளர் சார்லசும் சேர்ந்து கண்டுபிடித்தார்கள். நாயினுடைய கணையத்திலிருந்து அந்தத் திரவத்தை எடுக்கிறார்கள். இன்சுலின் முதன் முதலாக நாயினுடைய கணையத்திலிருந்துதான் எடுக்கப்படுகிறது. அந்தத் திரவத்தை எடுத்துச் சர்க்கரை நோயினால் துன்பப்பட்டு உயிரை இழக்கக்கூடிய நிலையிலே இருக்கிற ஒரு சிறுவனுக்கு ஏற்றிப் பார்க்கிறார்கள் அதிசயம் நிகழ்கிறது, சிறுவன் பிழைத்துக் கொள்கிறான். அந்தச் சிறுவன் பிழைத்துக் கொண்டபோதுதான் இதுதான் அதற்கான மருந்து என்பது தெளிவாகிறது. எனவே ஒரு நாய் கொடுத்த கொடைதான், அதிலிருந்து ஒரு விஞ்ஞானி இந்த உலகிற்குக் கொடுத்த கொடைதான் இன்சுலின் என்பது. இன்சுலின் வந்ததற்குப் பிறகு இந்த சர்க்கரை நோயோடு மக்கள் பல ஆண்டுகள் வாழ்ந்து கொண்டிருக்கிறார்கள்.

இன்றைக்கும் யோகா வகுப்புகளிலே தனுர் ஆசனம் என்று ஒரு ஆசனம் உண்டு. தனுர் என்றால் வில் என்று பொருள். குப்புறப்படுத்து தலையை மேலே தூக்கி, காலையும் மேலே தூக்கி, அந்த வடிவத்தைப் பார்த்தால் ஒரு வில்லைப்போல் இருக்கும் அதுதான் தனுர் ஆசனம். இரண்டு கைகளாலும் நம் கால்களைப் பற்றிக்கொண்டு வளைக்கிறபோது அது சர்க்கரை நோயைக் கட்டுப்படுத்துகிறது என்று சொல்கிறார்கள். எப்படிக் கட்டுப்படுத்தக்கூடும் என்றால் அப்படி உடம்பு வளைகிறபோது, கணையம் இருக்கிறதே அது பிழியப்பட்டு உள்ளே இருக்கிற இன்சுலின் வெளியே வருவதற்கான வாய்ப்பு இருக்கிறது. கணையம் இயங்கவில்லை, தானாக இன்சுலினை வெளியேற்றவில்லை, இப்படி உடம்பை வளைக்கிறபோது அந்த இன்சுலின் வெளியேறுகிறது எனவே அது சர்க்கரை நோயை கட்டுப்படுத்தக் கூடும் என்பது அறிவியல். யோகா என்பது எந்த மதத்தோடும் தொடர்புடையது அன்று, அது அறிவியலோடு தொடர்புடையது. □

தமிழ் மொழியும் சமய உணர்வாளர்களும்

மிகப்பெரிய இஸ்லாமிய அறிஞர்கள் தமிழ் உணர்வாளர்கள், தமிழ்ப் புலவர்கள் இன்றைக்கும் நம்மிடையே வாழ்ந்து கொண்டிருக்கிறார்கள். இஸ்லாமிய மதம் சார்ந்தும் சாராமலும் பல்வேறு இலக்கியப் படைப்புகளை இன்றைக்கும் கொடுத்துக் கொண்டிருக்கிறார்கள்.

தமிழ் மொழியினுடைய வளர்ச்சியில் சமூக உணர்வாளர்களுக்கு எந்த அளவுக்குப் பங்கு இருக்கிறதோ அதே அளவுக்குச் சமய உணர்வாளர்களுக்கும் பங்கு இருக்கிறது. எல்லா சமயங்களும் தமிழ் மொழியை வளர்த்திருக்கின்றன என்பதுதான் உண்மை. சமயக் கருத்துக்களைப் பரப்புவதுதான் அவர்களுடைய முதல் அடிப்படையாக இருந்திருக்கக் கூடும், என்றாலும் அந்தக் கருத்துக்களை மொழியின் மூலமாகத்தான் பரப்ப முடியும் என்பதால் தமிழை வளர்ப்பதிலேயும் சமயத்திற்குப் பங்கு இருந்திருக்கிறது.

இஸ்லாமிய சமயமும் தமிழுக்குப் பெரும் பங்காற்றி யிருக்கிறது. அது போதுமான அளவுக்கு வெளிப் படுத்தப்படவில்லை என்றுதான் தோன்றுகிறது. முனைவர் கம்பம் சாகுல்ஹமீது அவர்கள் தன் னுடைய ஆய்வேடு ஒன்றை 7; 8 ஆண்டுகளுக்கு முன்னால் வெளியிட்டிருக்கின்றார். இஸ்லாமிய இலக்கியத்தினுடைய பன்முகத் தன்மையை அந்த நூல் கூறுகிறது. இஸ்லாம் தமிழ்நாட்டிலே ஏறத்தாழ

13-ஆம் நூற்றாண்டுக்குப் பிறகுதான் பரவத் தொடங்கிற்று. மாலிகாபூர் 1310-ஆவது ஆண்டு தமிழகத்தின் மீது படையெடுத்து வருகிறான். 1310-லிருந்து 62 வரைக்கும், 52 ஆண்டுகள் தான் தமிழ்நாட்டிலே இஸ்லாமியர்களுடைய ஆட்சி நடைபெற்றது. ஆனால் மாலிகாபூருக்கு முன்பாகவே சையத் இப்ராகிம் என்பவருடைய தலைமையில் ஒரு கருத்துப் பரப்புரைக்குழு தமிழ்நாட்டிலே வந்து அந்தக் கருத்துக்களை பரப்பி இருக்கிறது என்று ஒரு செய்தி கிடைக்கிறது. அதற்கான ஆதாரங்கள் வலுவாக இல்லை.

முதன் முதலில் இஸ்லாமிய இலக்கியங்களாக 16-ஆவது நூற்றாண்டில் இரண்டு நூல்கள் கிடைக்கின்றன. ஆயிரம் மசலா என்கிற ஒரு நூல் இதிகாச மாலை என்கிற இன்னொரு நூல். மாலை என்பது ஒரு சிற்றிலக்கியத்தினுடைய வடிவம். உலா, தூது என்பன போல மாலை. இஸ்லாமியர்கள் இந்த மாலை என்கிற வடிவத்திலே இருக்கிற சிற்றிலக்கியங்களைத்தான் ஏராளமாகச் செய்திருக்கிறார்கள். 100க்கும் மேற்பட்ட மாலைகள் இஸ்லாமியப் புலவர்களாலே ஆக்கப்பட்டிருக்கின்றன.

இஸ்லாமியப் பெருமக்களால் தமிழுக்கு கொடுக்கப்பட்ட கொடையை மூன்று வகையாக நாம் பிரித்துக்கொள்ளலாம். சிற்றிலக்கியங்கள்தான் மிகுதி. ஏனென்றால் இஸ்லாம் தமிழ் நாட்டிற்கு வரத் தொடங்கிய அந்தக் காலத்தைச் சிற்றிலக்கியங் களின் காலம் என்றுதான் நாம் சொல்லவேண்டும். பேரிலக்கி யங்கள், காப்பியங்கள் எல்லாம் குறைந்து, தமிழ்நாட்டில் தமிழ் மன்னர்களுடைய ஆட்சி மறைந்து, பிற மொழியாளர்களுடைய ஆட்சி நிலவிய காலங்களிலே தோன்றியவை சிற்றிலக்கியங் கள்தான். எனவே அந்தக் காலக்கட்டத்திற்கு ஏற்ப இஸ்லாமியர்கள் ஏராளமான சிற்றிலக்கியங்களைக் கொடுத்திருக்கிறார்கள் அது ஒரு வகை.

இன்னொரு வகை, நிறைய காப்பியங்களைச் செய்திருக்கிறார் கள். சீறாப்புராணம் காப்பியம்தான் இன்று வரைக்கும் பரவலாக அறியப்படுகிறது. அதைத் தாண்டி இன்னும் 21 காப்பியங்கள், மொத்தம் 22 தமிழ்க் காப்பியங்கள் இஸ்லாமியப் பெருமக்களால் ஆக்கப்பட்டிருக்கின்றன. எனவே சிற்றிலக்கியங்கள் ஒரு வகை, காப்பியங்கள் இன்னொரு வகை.

இரண்டும் இல்லாமல் மதச்சார்பற்ற இலக்கியங்கள் மூன்றாவது வகை. இஸ்லாமியப் புலவர்களே மதச் சார்பற்ற இலக்கியங்களையும் உருவாக்கித் தந்திருக்கிறார்கள். அதிலே மிகவும் வியப்பான ஒரு செய்தி, முக்கூடற்பள்ளு என்கிற இலக்கியம் தமிழிலே புகழ் பெற்ற ஒன்று. பரவலாக எல்லா மேடைகளிலும் சொல்லப்படுகிற மிக அழகான பாடல்களையெல்லாம் உடைய இலக்கியம். அதனுடைய ஆசிரியர் யார் என்று தெரியவில்லை என்பதாக நம்முடைய இலக்கிய வரலாறு இன்றைக்கும் சொல்கின்றது. ஆனால் ஆராய்ச்சியாளர் பூரண லிங்கம் பிள்ளை அவர்கள் முக்கூடற் பள்ளுடைய ஆசிரியர் இன்னா நைனார் முகமது என்கிற ஒரு இஸ்லாமியர்தான் என்று தன்னுடைய் ஆய்விலே குறிப்பிடுகிறார். அவராகத்தான் இருக்கக்கூடும் என்பதற்கான பல சான்றுகளைத் தருகிறார். அதைப்போல விக்ரமாதித்தியன் கதையை எழுதியவர் ஒரு இஸ்லாமியர்தான் என்பது மிக அண்மைக்காலத்து ஆய்விலே வெளிப்பட்டிருக்கிறது. இன்னும் பல மதச்சார்பற்ற இலக்கியங்களை அவர்கள் தந்திருக்கிறார்கள்.

குலாம்காதிர் நாவலர் எழுதிய நூல்தான் மதுரை ஆற்றுப்படை என்கிற நூல். ஆற்றுப்படை என்பது நம்முடைய சங்ககாலத்தில் இருந்து வருகிற பழைய இலக்கிய மரபு. ஆற்றுப் படுத்துதல் என்றால் வழிப்படுத்துதல் என்று பொருள். ஒருவர் இன்னொருவரை ஒரு இடத்திற்கு வழிகாட்டி அனுப்புவதுதான் ஆற்றுப்படை. தமிழ்ச்சங்கத்திற்குப் போய்த் தமிழ் படியுங்கள், தமிழை வளர்த்திடுங்கள் என்று ஆற்றுப்படுத்துகிற ஒரு நூலை குலாம்கதிர் நாவலர் அவர்கள் எழுதியிருக்கிறார்கள்.

மயிலை சீனி.வேங்கடசாமி அவர்கள் நொண்டி நாடகம் என்ற ஒன்றைத் தந்தவர்களே இஸ்லாமியர்கள்தான் என்று எழுதுகிறார். பல நொண்டி நாடகங்கள் இஸ்லாமியர்களாலே எழுதப்பட்டிருக்கின்றன. நொண்டி நாடகக் கதைப்போக்கு ஒரே மாதிரியாக இருக்கும். குறவஞ்சி என்றால், அது குற்றாலக்குறவஞ்சி என்றாலும் சரி, வேறு தஞ்சைக் குறவஞ்சி என்றாலும் சரி, கதை ஒன்றாகத்தான் இருக்கும். கதையினுடைய நாயகர்கள், தலைவர்கள் மாறுவார்களே தவிர கதை ஒன்றாகத்தான் இருக்கும். அதைப்போலத்தான் இந்த நொண்டி நாடகத்தினுடைய கதையும். குதிரையை ஒருவன் திருடி விடுகிறான். அப்படித் திருடுகிறவனுடைய கையையோ காலையோ

வெட்டி விடுகிறார்கள். அவன் நொண்டியாகி விடுகிறான். நொண்டி நாடகம் இவ்வளவுதான். இன்றைக்கும் திருட்டுக்கு கையையோ காலையோ வெட்டுகிற தண்டனை இருக்கிறது என்பதை நாம் அறிவோம்.

அதையும் எப்படிச் சொல்கிறார்கள் என்றால் முதல்முறை திருடுகிறவனுக்கு கை மட்டும் வெட்டப்படும். இரண்டாவது முறையும் அதே தவற்றைச் செய்தால் கால் வெட்டப்படும். கை இல்லாமல்கூட நாம் நடமாடலாம். கால் இல்லை என்றால் அது மிகக் கடினமான ஒன்று. எனவே இரண்டாவது தண்டனையாகக் கால் வெட்டப்படுகிறது என்று சொல்கிறார்கள். இப்படி ஒரு நொண்டி நாடகம் என்கிற கதையைத் தமிழுக்குத் தந்தவர்கள் அவர்கள்தான் என்று மயிலை வேங்கடசாமியார் தன்னுடைய ஆய்வு நூலிலே எழுதி இருக்கிறார்.

எனவே மதம் சார்ந்த, மதம் சாராத இரு வகை இலக்கியங்களை அவர்கள் படைத்திருக்கிறார்கள், பல்வேறு விதமான சிற்றிலக்கியங்களைத் தமிழுக்குக் கொடுத்திருக்கிறார்கள். இன்றைக்கும் நம்முடன் வாழ்ந்து கொண்டிருக்கிற கவிக்கோ அப்துல்ரகுமான், கவிஞர் மேத்தா, கவிஞர் இன்குலாப் இப்படி அடுக்கிக் கொண்டே போகலாம். ஏராளமான மிகப்பெரிய இஸ்லாமிய அறிஞர்கள் தமிழ் உணர்வாளர்கள், தமிழ்ப் புலவர்கள் இன்றைக்கும் நம்மிடையே வாழ்ந்து கொண்டிருக்கிறார்கள். இஸ்லாமிய மதம் சார்ந்தும் சாராமலும் பல்வேறு இலக்கியப் படைப்புகளை இன்றைக்கும் கொடுத்துக் கொண்டிருக்கிறார்கள். எனவே சமயம் வழங்கிய கொடையில், இஸ்லாம் தமிழுக்கு வழங்கிய கொடையும் குறைந்ததன்று என்பதை நாம் குறித்துக் கொள்ள வேண்டும். ◻

ஆங்கிலமாகிப் போன தமிழ்ச் சொற்கள்

தமிழிலே காளம் என்று ஒரு சொல் உண்டு. காளம் என்றால் கறுப்புதான். அதை வைத்துக் கொண்டுதான் நாம் காளமேகம் என்று பெயர் சூட்டுகிறோம். காளமேகம் என்றால் கார் மேகம் கறுப்பு மேகம் என்றுதான் பொருள். கறுப்பாக இருக்கிற கடவுளுக்குத்தான் காளி என்று பெயர் வைத்திருக்கிறோம். கறுப்பு மக்களின் கடவுள் கறுப்பாகத்தானே இருக்க முடியும்.

மொழித்துறைகளைத் தாண்டி உலகில் உள்ள பல்வேறு மொழிகளை ஒன்றோடு ஒன்று ஒப்பிட்டு ஆராய் கிற மொழியியல் துறை, இன்றைக்கு வளர்ந்து கொண்டிருக்கிற துறை என்று சொல்லவேண்டும். மனிதக் கலப்புகளால், இனக் கலப்புகளால் மொழிக் கலப்புகளும் ஏற்படுகின்றன. ஒரு மொழியினு டைய சொல் கொஞ்சம் உருமாறி உருமாறி இன்னொரு மொழிக்குப் போய்ச் சேர்ந்து விடுகின்றது. இப்படித் தமிழிலிலிருந்து ஏராளமான சொற்கள் மேலைநாட்டு மொழிகளுக்கும், கீழை நாட்டு மொழிகளுக்கும் போயிருப்பதாக மொழி யியலாளர்கள் இன்றைக்குக் குறிப்பிடுகிறார்கள். அதைப்போலவே சில சொற்கள் வேற்று மொழி களிலிருந்து தமிழுக்கும் வந்து சேர்ந்திருக்கின்றன.

சொல்லுக்கு வேர் எங்கே இருக்கிறது என்று ஆராய்கிற ஆய்வுக்கு சொற்பிறப்பியல் ஆராய்ச்சி என்று பெயர். இந்த சொற் பிறப்பியல் ஆய்வில் மறைந்த நம்முடைய மொழி ஞாயிறு தேவநேயப்

பாவாணர் அவர்களை மிகச் சிறந்த அறிஞராக உலகம் பாராட்டியது. அவருக்குப் பிறகும் இன்றைக்கும் அந்தத் துறையிலே பல அறிஞர்கள் வளர்ந்து கொண்டிருக்கிறார்கள். நம்முடைய சொல்லாய்வறிஞர் அருளியார், பேராசிரியர் அரசேந்திரன், பேராசிரியர் மதிவாணன், சாத்தூர் சேகரன் என ஒரு நீண்ட பட்டியல் தமிழ்நாட்டிலேயும் இருக்கின்றது. அதில் பேராசிரியர் அரசேந்திரன் அவர்கள் தன்னுடைய தமிழ் அறிவோம் என்கிற நூலில் இரண்டு ஆங்கிலச் சொற்கள் தமிழில் இருந்து போன சொற்கள் என்பதற்கான ஓர் ஆதாரத்தைக் காட்டுகிறார். பார்க்கிறபோது நமக்கே வியப்பாக இருக்கிறது. அப்படியா என்று எண்ணத் தோன்றுகிறது. அது முடிந்த முடிவா அல்லது இன்னமும் ஆய்வுகள் தேவைப்படுகின்றனவா என்பது வேறு. ஆனால் அவர் தருகிற அந்தச் செய்தி, அவர் அடுக்கிக் காட்டுகிற ஆதாரம், நம்மை வியக்கவும் மலைக்கவும் வைக்கிறது என்பதுதான் உண்மை.

ஒன்று ஆங்கிலத்திலே வழங்கி வருகிற செக்ஸ் என்கிற சொல். இன்னொன்று நாம் எல்லோரும், நம்முடைய பிள்ளைகள் எல்லோரும் விரும்பிக் குடிக்கிற அந்த கோக்ககோலா என்கிற பானத்தினுடைய பிற்பகுதியாகிய கோலா என்கிற சொல். இரண்டும் தமிழ்க் கொடுத்த கொடை என்று பேராசிரியர் கூறுகிறார்.

செகு என்கிற சொல் தமிழிலே இருக்கிறது. செகு என்றால் பிரி என்றுதான் பொருள். ஆண் பெண் என்று பிரிப்பதற்கான அடிப்படைச் சொல் நம்மிடத்திலே இருக்கிற செகு என்பதுதான். செகு என்கிற சொல் எங்காவது இலக்கியத்திலே பயன்படுத்தப் பட்டிருக்கிறதா என்று கேட்டால் திருக்குறளிலே இருந்து அதற்குச் சான்று காட்டுகிறார்.

அவிசொரிந்து ஆயிரம் வேட்டலின் ஒன்றன்
உயிர் செகுத்துஉண்ணாமை நன்று

உடலைத் துண்டு துண்டாக வெட்டி ஒன்றன் உயிர் செகுத்து உண்ணாமை நன்று. செகு என்று இருக்கிறது. எண்ணையையும் பிண்ணாக்கையும் பிரிக்கிற காரணத்தினாலேதான், செகுப்பதி னாலேதான் அதற்குச் செக்கு என்று பெயர் என்கிறார். கமுக மரத்தினுடைய காய் பகுக்கப்படுவதினாலேதான் பகுதி என்பது பக்கு என்றாகி பாக்கு என்று ஆகிறது என்கிற அடுத்த செய்தியையும்

காட்டுகிறார். எனவே இந்தச் செகு என்பதுதான் செக் என்றாகிறது. எப்போதும் மேலை நாட்டில் கீழை நாட்டினுடைய ஒரு சொல்லை எடுத்துக் கொள்கிறபோது இறுதியிலே 'ஸ்' என்கிற எழுத்தைச் சேர்த்துக் கொள்வது அவர்களின் இயல்பு. அதற்குப் பல மாதிரியான சான்றுகளை அவர் தருகிறார். செக்ஸ் என்கிற ஆங்கிலச் சொல் செக்சஸ் என்கிற லத்தீன் மொழியிலே இருந்து வந்திருக்கிறது என்கிற ஒரு சான்று. அந்த செக்ஸ் என்கிற லத்தீன் மொழிச் சொல் கீழை நாட்டு மொழியிலே இருந்து வந்திருக்கிறது என்பது அகராதி தருகிற செய்தி. இவை எல்லாவற்றையும் வைத்துப் பார்க்கிறபோது, செகு என்பதுதான் அங்கேபோய் உருமாறி செக்ஸ் என்றாகி விட்டது என்று அவர் ஒரு செய்தியைத் தருகிறார்.

அதைப்போலவே கொக்ககோலாவைப் பற்றி அவர் சொல்கிறபோது, அதுவும் நமக்கு வியப்பாக இருக்கிறது. கொக்கோ என்கிற செடியிலிருந்தும் கோலா என்கிற செடியிலிருந்தும் விதைகளைக் கொண்டு தயாரிக்கப்படுகிற கறுப்புப் பானம்தான் கொக்ககோலா என்பதை நாம் அறிவோம். உலகம் முழுவதும் இன்றைக்கு அந்தப் பானம் இருக்கிறது. அதில் கோலா என்கிற பகுதி இருக்கிறது பாருங்கள். அது கறுப்பு என்பதைத்தான் காட்டுகிறது. தமிழிலே காளம் என்று ஒரு சொல் உண்டு. காளம் என்றால் கறுப்புதான். அதை வைத்துக் கொண்டுதான் நாம் காளமேகம் என்று பெயர் சூட்டுகிறோம். காளமேகம் என்றால் கார் மேகம், கறுப்பு மேகம் என்றுதான் பொருள். கறுப்பாக இருக்கிற கடவுளுக்குத்தான் காளி என்று பெயர் வைத்திருக்கிறோம். கறுப்பு மக்களின் கடவுள் கறுப்பாகத்தானே இருக்க முடியும். சிவப்புக் கடவுள் சிவப்பர்கள் வணங்கிய கடவுளாக இருக்கலாம். கறுப்பு மக்களின் கடவுள் கண்ணனைப்போல, காளியைப்போல கறுப்பாய்த்தான் இருக்க முடியும்.

எனவே காளி என்கிற சொல் காளம் என்கிறதிலிருந்துதான் வருகிறது. அந்தக் காளம் என்பது பிற மொழிக்குப் போகிறபோது அது காளா என்று ஆகும். எப்போதும் ம் என்பதும் ஐ என்பதும் ஆ என்றுதான் ஆகும். அதற்கு எடுத்துக்காட்டுகளை நாம் பார்க்க வேண்டுமானால் நாம் கலை என்று சொல்வதுதான் அங்கு கலா என்று ஆகிறது. சித்திரைதான் சித்திராவாகிறது. மேகலை என்பதைத்தான் நாம் மேகலா என்று பெயர் வைக்கிறோம். மேகலை

என்பதுதான் தமிழ்ப் பெயர். மேகலா என்று சொன்னால் அது வடசொல். தமிழில் 'ஐ'யில் முடிகிற அந்த எழுத்து வடமொழியிலே போகும்போது ஆ வில் முடியும். இந்திரா என்கிற பெயர் ஏராளமாக இருக்கிறது. இந்திரை என்றால் தமிழ்ச்சொல். எனவே இப்படி அந்தக் காளம் என்கிறது பிறகு காலா என்றாகிறது. அவர்கள் எல்லா லகரத்திற்கும் ஒரே ல என்றுதான் உச்சரிக்கிறார்கள். அழகப்பன் என்பதை ALA என்று எழுதுகிறபோது அலகப்பன் என்றுதான் ஆகிறது. சிலபேர் வேறுபாடு தெரிய வேண்டும் என்பதற்காக AZHA என்று போட்டு எழுதுகின்றனர். வெள்ளைக்காரர் படிக்கிறபோது அதை அஷகப்பன் என்று படிக்கிறார். அஷகப்பன் என்பதைவிட அலகப்பன் என்பதே மேல். ஆகையினாலே அவர்களுக்கு லவுக்கும் ழவுக்குமான வேறுபாடு இல்லை. ஒரே எழுத்துதான் அவர்களிடத்திலே இருக்கிறது. எனவே காளா என்பது காலர்வாகிறது.

காலா என்றாலும் கறுப்புதான். நம்முடைய காமராஜரை காலா காந்தி என்று அழைக்கிறோம். கறுப்புக் காந்தி என்று பொருள். காலா என்பது கோலா என்று மாறலாம் அதில் ஒன்றும் வியப்பில்லை. இந்த ஆ என்கிற ஒலியும் ஓ என்கிற ஒலியும் பல இடங்களிலே மாறி மாறி ஒலிக்கும். நம்முடைய அண்டை மாநிலமான கேரளத்திலும் கூட நாம் உச்சரிக்கும் ஆட்டோ என்கிற சொல்லை அவர்கள் ஓட்டோ என்றுதான் சொல்கிறார்கள். காபி என்று சொல்கிறவர்களும் உண்டு, கோபி என்று சொல்கிறவர்களும் உண்டு. ஈழத்து மக்கள் ஆ என்று ஒலிப்பதை ஓ என்று ஒலிக்கிறார்கள். எனவே காளம் காளாவாகி, காளா காலாவாகி, காலா கோலாவாகி விட்டது என்பதுதான் அவர் தருகிற செய்தி.

இது குறித்த மேலாய்வுகள் இன்னும் பன்மொழிப் புலவர்களால் மேற்கொள்ளப்பட்டு ஏற்கப்படுகிறபோது அது நம் தமிழ் மொழிக்கான பெருமையாக அமையும். இந்த மொழி ஆய்வுத்துறையில், இந்த சொற்பிறப்பியல் ஆய்வில், இத்தகைய ஆய்வுகள் எல்லாம் நடந்து கொண்டிருக்கின்றன. புதிய புதிய செய்திகள் வந்து கொண்டிருக்கின்றன என்பதை அறிந்து கொள்வதற்கு இது ஒரு வாய்ப்பாக இருக்கிறது.

◻

சமூகப் பார்வையில் வ.உ.சி.யும் சிவாவும்

"மறுமணம் செய்து கொள்ளலாம் அதாவது கணவனை இழந்த அந்த சின்னப் பிள்ளைகள் மறுமணம் செய்து கொள்ளலாம் என்று எழுது கிறார். இதிலெல்லாம் பிள்ளைவாளுக்கு உடன் பாடுபோலத் தெரிகிறது. இவையெல்லாம் இந்து தர்ம சாதி சடங்கு அதிர்ஷ்டானங்களுக்கு எதிரானவை என்பதைப் பிள்ளைவாள் மறந்து விட்டார். நான் இந்தக் கருத்துக்களை உறுதியாக, முழுமையாக மறுக்கிறேன்" என்று சிவா எழுதுகிறார். நாட்டு விடுதலைக்காக போராடியவர்கள் சமூக விடுதலையில் எவ்வ ளவு பின்னடைந்திருக்கிறார்கள் என்பதை இந்த நிகழ்ச்சி காட்டுகிறது.

செக்கிழுத்தச் செம்மல் வ.உ.சிதம்பரனாரைத் தெரியாத தமிழர்கள் இருக்க முடியாது. ஒருவேளை இருந்தால் அவர்கள் தமிழர்களாக இருக்க முடியாது. அவர் சிறை சென்ற நூற்றாண்டு இப்போது நடைபெற்றுக் கொண்டிருக்கிறது. 1908-ஆவது ஆண்டு வெள்ளை அரசினால் அவர் இரண்டு ஆயுள் தண்டனைகள் விதிக்கப்பெற்றுச் சிறையிலே அடைக்கப்பட்டார். அவருக்குக் கொடுத்த தண்டனை தான் இந்தியாவிலே மிக அதிகம் என்று சொல்லலாம். இரண்டு ஆயுள் தண்டனை என்றால் இரண்டு இருபது - நாற்பது ஆண்டுகள் தண்டனை. 1908 முதல் 1948 வரைக்கும் என்று அவருக்குத் தண்டனை

விதிக்கப்பட்டது. ஆனாலும் அவருடைய உடல் நிலை கருதி 1914-இல் அவர் விடுதலை செய்யப்பட்டார்.

1905 முதல் இந்தியாவில் வீறுகொண்டு எழுந்த விடுதலை இயக்கத்திற்குத் திசைக்கு ஒருவராய்த் தலைமையேற்றார்கள் என்று சொல்லலாம். மேற்கே தலைமையேற்றவர் பாலகங்காதரத் திலகர், கிழக்கே தலைமையேற்றவர் அரவிந்தர். வடக்கிலே விபின் சந்திரபால், தெற்கிலே வ.உ.சிதம்பரனார் என்று நான்கு தலைவர்கள் அந்தப் போராட்டத்தை வீரியமாக நடத்தினார்கள். வ.உ.சி.யின் மீது வெள்ளை அரசாங்கம் மிகக் கடுமையாக ஒடுக்கு முறையைத் தொடங்கியது. விடுதலை பெற்று வெளியே வந்த பின்பு நாட்டு விடுதலையில் மட்டுமல்லாமல் சமூக விடுதலையிலும் அவர் கூடுதலாகக் கவனம் செலுத்தத் தொடங்கினார்.

1914-ஆவது ஆண்டு அவர் ஒரு நூலை எழுதி வெளியிட்டார். அந்த நூலுக்கு 'மெய் அறம்' என்று பெயர். இன்றைக்கும் அந்த நூல் வெகு மக்களால் படிக்கப்படாத நூலாக இருக்கிறது. அந்த நூலில் உண்மையான அறம் எது, உண்மையான தர்மம் எது என்பது பற்றி எழுதுகிறபோது, பெண்களுக்கும் சம உரிமை தருவதுதான் உண்மையான அறம் என்று அவர் விளக்குகிறார். எவையெல்லாம் மெய் அறங்கள் என்று சொல்லிக் கொண்டு வருகிற நேரத்தில் பெண் உரிமை என்பதையும் ஒரு பகுதியாக, மெய் அறமாக அவர் காட்டுகிறார். அதில் குறிப்பாக அவர் சொல்வது, 14 வயதுக்கு முன்பாகப் பெண்களுக்குத் திருமணம் செய்வதில் எந்த நியாயமும் இல்லை. அன்றைக்கெல்லாம் ஒரு வயதிலிருந்து 5 வயதுக்குள் திருமணத்தைச் செய்து முடித்து விடுவார்கள். பெண் குழந்தைகளுக்குப் பருவம் அடைவதற்கு முன்பே திருமணம் செய்து வைக்க வேண்டும் என்பதுதான் அன்றைக்குத் தர்மமாகக் கருதப்பட்டது. அதை வ.உ.சி. மறுக்கிறார். அப்போது அதே ஆண்டில் ருதுமதி விவாக மசோதா என்று ஒரு சட்ட முன் வடிவு (மசோதா) தனி நபர் மசோதாவாகச் சட்டமன்றத்திலே முன்மொழியப்படுகிறது. அதை வ.உ.சி. ஆதரித்து எழுதுகிறார். இன்றைக்கும் நாம் பெண் வயதுக்கு வருவதைத்தான் ருது அடைவது என்று சொல்கிறோம். மதி என்றால் நிறைவு.

பருவமடைகிற நிகழ்வு நடைபெற்ற பிறகுதான் விவாகம், திருமணம் நடத்த வேண்டும் என்று சொல்கிற மசோதா அது. அதை அன்றைக்கு சட்டமன்றத்திலே பல பேர் எதிர்த்தார்கள். அங்கு என்ன ஒரு வேடிக்கை நிகழ்ந்தது என்றால், நாட்டு விடுதலைக்காகப் போராடிய பலர் சமூக விடுதலைக்கு எதிராக நின்றார்கள். அப்படி நின்றவர்களிலே சத்தியமூர்த்தி ஐயரும், எம்.கே. ஆச்சாரியாரும் குறிப்பிடத் தக்கவர்கள்.

சட்டமன்றத்திலே இந்த ருது மதி விவாகச் சட்டத்தை எதிர்த்து அவர்கள் இருவரும் கடுமையாகப் பேசினார்கள். அப்போது அவர்கள் குறிப்பிட்டார்கள், பருவம் அடைவதற்குள் பெண்ணுக்குத் திருமணம் செய்து வைத்து விட வேண்டும். அப்படி வைக்கவில்லை என்று சொன்னால் நீங்கள் நரகத்துக்குத்தான் போவீர்கள் என்று எங்கள் தர்மம் சொல்கிறது. ஆனால் வெள்ளைக்காரர்களாகிய நீங்களோ 14 வயது நிறைவடைந்ததற்குப் பிறகு, ஒரு பெண் பருவம் அடைந்ததற்குப் பிறகுதான் திருமணம் செய்ய வேண்டும், அதற்கு முன்னால் செய்தால் சிறைக்கு அனுப்பி விடுவோம் என்கிறீர்கள். இப்போது நாங்கள் நரகத்துக்குப் போவதா சிறைக்குப் போவதா, என்று தெரியாமல் தடுமாறுகிறோம் என்று அவர்கள் பேசிய பேச்சு சட்டமன்றக் குறிப்புகளில் பதிவாகி இருக்கிறது.

எனவே சின்னக்குழந்தைகளுக்குக் குழந்தை மணம் - பால்ய விவாதம்தான் சரி என்று நாட்டு விடுதலை கோரிய பலர் பேசிய நேரத்திலே, வ.உ.சி. உறுதியாக அதைக் கண்டித்து தன்னுடைய நூலிலே எழுதுகிறார். அப்படியெல்லாம் குழந்தைகளுக்குத் திருமணம் செய்து வைப்பது நியாயமில்லை. அன்றைக்குப் போதிய மருத்துவ வசதிகள் இல்லை. பிள்ளைகள் சின்னஞ்சிறுசுகளிலே எல்லாம் இறந்து போய்விடுகிறார்கள். 5 வயதுப் பையனுக்கும் 3 வயதுச் சிறுமிக்கும் திருமணம் நடக்கிறது. 5 வயதுப் பையன் 6 வயதிலே இறந்து போய் விடுகிறான். அந்தக் 'கணவன் குழந்தை' இறந்து போய் விட்டதற்காக இந்த 'மனைவிக் குழந்தை' அவள் சாகிற வரையில் விதவையாக இருக்க வேண்டு மென்று சொன்னால் என்ன நியாயம் என்று வ.உ.சி. கேட்கிறார். அந்த நேரத்தில் அது ஒரு புரட்சிகரமான குரல் என்பதை நாம் பதிவு செய்து

கொள்ளவேண்டும். இதைப் பலரும் எதிர்க்கிறார்கள். வ.உ.சி.யினுடைய கூற்று நம்முடைய இந்து தர்மத்துக்கு எதிரானது என்று அவர்கள் வாதிடுகிறார்கள். வ.உ.சி. சொல்கிறார், எனக்கு இந்து தர்மத்தைவிடப் பொதுவான மனித தர்மம்தான் முக்கியமானது என்று.

வ.உ.சி.யிடம் ஏற்பட்ட அந்தச் சமூக விடுதலை மாற்றங்கள் கொஞ்சம் கொஞ்சமாக அவரைப் பெரியாரிடத்திலே கொண்டு வந்து சேர்க்கின்றன. 1927-ஆவது ஆண்டு சேலத்திலே நடைபெற்ற மாநாட்டில் தலைமையேற்று அவர் பேசிய அந்தப் பேச்சு அரசியல் பெரும் சொல் என்று சிறு நூலாகவே இன்றைக்கு வந்திருக்கிறது. அதிலே அவர் சொல்கிறார், இனி இந்த நாட்டைக் காப்பாற்றுகிற ஆற்றல் நாயுடுவுக்கும் நாயக்கருக்கும்தான் இருக்கிறது என்று. நாயுடு என்று அவர் குறிப்பிடுவது வரதராஜுலு நாயுடுவை, நாயக்கர் என்று குறிப்பிடுவது தந்தை பெரியாரை.

அந்த மெய்யறம் புத்தகத்துக்கு மதிப்புரை எழுதியிருப்பவர் வ.உ.சி.யினுடைய மிக நெருக்கமான நண்பர், விடுதலைப் போராட்ட வீரர் சுப்பிரமணியசிவா. சுப்பிரமணிய சிவாதான், வ.உ.சி. சிறையில் இருந்து வெளியே வருகிறபோது எதிரிலே நின்று வரவேற்ற மிகச் சிலரிலே ஒருவர் என்று நாம் படித்திருக்கிறோம். வ.உ.சி.யைப் போலவே சுப்பிரமணிய சிவாவும் மிகக் கடுமையான ஒடுக்குமுறைகளுக்குச் சிறையிலே உள்ளாகி, நோய்களைச் சுமந்து வெளியே வந்தவர். நாட்டுக்காகத் தன்னை அழித்துக் கொண்டவர்.

நாட்டு விடுதலைக்காகத் தன் வாழ்வைப் பணயம் வைத்தவர். இவையெல்லாம் சுப்பிரமணிய சிவாவுக்கு இருக்கிற மிகப்பெரும் பெருமைகள். அதை நாம் மறுக்க முடியாது.

ஆனால் இந்தப் புத்தகத்திலே நமக்குக் காத்திருக்கிற அதிர்ச்சி வேறு மாதிரியானது. வ.உ.சி.யினுடைய வேண்டுகோளுக்கு இணங்க சிவாவினுடைய மதிப்புரை அந்த நூலிலே இருக்கிறது. அந்த மதிப்புரை வ.உ.சி.யின் கருத்துக்கு மாறாக உள்ளது. 'இந்தப் புத்தகத்தில் பிள்ளைவாள் பாலிய விவாகம் கூடாது என்கிறார், மறுமணம் செய்து கொள்ளலாம் அதாவது கணவனை இழந்த அந்தச் சின்னப் பிள்ளைகள் மறுமணம் செய்து கொள்ளலாம் என்று எழுதுகிறார். இதிலெல்லாம் பிள்ளைவாளுக்கு உடன்பாடுபோலத் தெரிகிறது. இவையெல்லாம் இந்து தர்மத்திற்கு எதிரானவை என்பதைப் பிள்ளைவாள் மறந்து விட்டார். இந்தக் கருத்துக்களை நான் உறுதியாக, முழுமையாக மறுக்கிறேன்' என்று சிவா எழுதுகிறார். நாட்டு விடுதலைக்காகப் போராடியவர்கள் சமூக விடுதலையில் எவ்வளவு பின்னடைந்திருக்கிறார்கள் என்பதை இந்த நிகழ்ச்சி காட்டுகிறது. ஆனால் செக்கிழுத்த செம்மல் வ.உ.சியைப் பொறுத்த அளவில் நாட்டு விடுதலை, சமூக விடுதலை என்கிற இரண்டிலும் சரியாக இருந்திருக்கிறார் என்பதையும் இந்தச் செய்திகள் நமக்கு எடுத்துக் காட்டுகின்றன.

◻

நப்போல் வளை

எனக்குத் துன்பம் வருகிறபோது உதவி செய்ய யாரும் வரவில்லை என்று பலர் புலம்புகிறார்கள். ஆனால், மற்றவனுக்குத் துன்பம் வந்த நேரத்திலே, நாம் எவ்வளவு தூரம் ஓடிப்போய் உதவினோம் என்று கேள்வி கேட்க மறந்து விடுகிறார்கள்.

கிராம மக்கள், நகர மக்கள் இருவரின் உரையாடலுக்கும் இடையில் பெரிய வேறுபாடு என்று ஒன்றைக் குறிப்பிடலாம். கிராமத்து மக்கள் பேச்சில் இடையிடையே பழமொழிகள் வந்து விழும். அறிஞர் பாவாணர் கட்டுரைகளிலேயும்கூட நிறையப் பழமொழிகள் கையாளப்பட்டிருக்கின்றன. பழமொழிகளைப் படிப்பது என்பது வாழ்க்கையைப் படித்துக் கொள்வது என்று பொருள். இன்றைய இளைய தலைமுறையினர் பலர் பழமொழி அறியாதவர்களாக அல்லது அறிவிக்கப்படாதவர்களாக இருக்கிறார்கள். பழமொழிகள் என்பவை அனுபவத்தினுடைய சாரம். ஒரு பழமொழி ஒரு மண்ணில் உருவாகுகிறது என்றால் அதற்காக அந்தச் சமூகம் பல தலைமுறைகள் காத்திருந்திருக்கிறது என்று பொருள். பல தலைமுறையின் அனுபவங்கள் பிழியப்பட்டுத்தான் ஒரு கூட்டு மாத்திரையைப்போல நமக்குப் பழமொழிகள் சொல்லப்பட்டிருக்கின்றன. அவற்றில் அறிந்து கொள்ளவேண்டிய ஒரு சில பலமொழிகளை நாம் நினைவு கூர்வது நல்லது.

அறிஞர் அண்ணா அவர்கள் ''எப்போதும் விட்டுக் கொடுக்கிறவர்கள் கெட்டுப்போவதில்லை.

கெட்டுப்போவதென்று முடிவெடுத்து விட்டவர்கள் விட்டுக் கொடுப்பதில்லை'' என்று சொல்வார். விட்டுக் கொடுப்பது, அடுத்தவனிடத்தில் குறை பார்க்காமல் இருப்பது, உறவைத் தழுவிக் கொள்வது, இவையெல்லாம் வாழ்க்கையின் வெற்றி ரகசியம். இதைத்தான் நம்முடைய பழமொழிகள் இப்படிச் சொல்கின்றன. ஒரு பழமொழி 'குற்றம் பார்க்கின் சுற்றம் இல்லை' என்று சொல்கிறது. இன்னொரு பழமொழி 'ஊருடன் பகைக்கின் வேருடன் கெடும்' என்று சொல்கிறது. இந்த இரண்டு பழமொழிகளையும் நாம் உள்வாங்கிக் கொண்டால் வாழக் கற்றுக்கொள்கிறோம் என்று பொருள்.

அடுத்தவனிடத்திலே நீ குற்றத்தையே தேடிக் கொண்டிருந்தால், உனக்கு உறவே மிஞ்சாது. அடுத்தவரிடம் குற்றமே இருக்காது என்று சொல்லவில்லை, குற்றம் இல்லாத மனிதர்கள் உலகத்திலே இல்லை. எல்லோரிடத்திலேயும் குற்றம் இருக்கும். சிலபேர் குற்றமே உருவமாக ஆகியிருப்பார்கள், அவர்கள் விதி விலக்குகள். ஆனால் குற்றமற்ற முழுமையான மனிதனை நாம் இந்த உலகில் எங்கேயும் தேடிக் கண்டுபிடிக்க முடியாது, ஏனென்றால் அப்படியொருவன் கிடையாது. எல்லோரிடமும் குற்றம் உண்டு. ஆனால் அந்தத் தவறுகளையே பார்த்துக் கொண்டிருக்காதீர்கள் என்று இந்தப் பழமொழி சொல்கிறது. ஆங்கிலத்திலேயும்கூட THE STUPIDEST THING IN THE WORLD IS FINDING FAULT WITH OTHERS. என்ற சொற்றொடர் இருக்கிறது. இந்த உலகத்திலே மிக மோசமான காரியம் எது என்றால் அடுத்தவனுடைய குற்றங்களைத் தேடிப் பார்த்துக் கொண்டிருப்பதுதான் என்று சொல்வர்.

நீ அடுத்தவனுடைய குற்றத்தையே பார்த்துக் கொண்டிருந்தால், அவனை மட்டும் துன்புறுத்துகிறாய் என்று பொருள் அல்ல. நீயும் துன்பத்துக்கு உள்ளாகிறாய் என்று பொருள். எப்போதும் நாம் பார்க்கலாம், கூட்டுக்குடும்பங்கள் சிதைந்து போவதற்குக் காரணமே இந்தக் குற்றம் பார்க்கிற குணம்தான். கூட்டுக் குடும்பங்கள் வேண்டும், நட்புக் குலையாமல் இருக்க வேண்டும், காதல் பிரியாமல் இருக்க வேண்டும் என்றெல்லாம் வைத்துக் கொண்டால், அதற்கெல்லாம் அடிப்படையில் இரண்டு குணங்கள் வேண்டும். ஒன்று அடுத்தவனுடைய குற்றத்தைப் பெரிதாக எடுத்துக் கொள்ளக்கூடாது. இன்னொன்று ஒரு சகிப்புத்தன்மை

வேண்டும். நம்மிடத்திலே இருந்து ஏறத்தாழ இரண்டுமே விடைபெற்றுக் கொண்டு போய் விட்டன. சகிப்புத்தன்மை என்பது நாளுக்கு நாள் நமக்குக் குறைந்து கொண்டே வருகிறது. இந்த உலகம் வெறும் நல்லவைகளால் மட்டும் ஆனதன்று. அதற்கு எதிர் நிலைகளும் உலகத்திலே சரி பாதியாக உண்டு. அவற்றை ஓரளவுக்கேனும் சகித்துக் கொள்ளும் மனப் பக்குவம் நமக்கு வந்தாகவேண்டும். அது தூய்மையற்ற இடமாக இருக்கலாம், தூய்மையற்ற மனமாகவும் இருக்கலாம். இரண்டையும் ஓரளவுக்குச் சகித்துக்கொள்கிற பக்குவம் நமக்கு வந்தாக வேண்டும். ஒரு குப்பை லாரி நமக்கு எதிரிலே போகிறபோது, நம்மால் அந்த நாற்றத்தைச் சகித்துக் கொள்ள முடியவில்லை. ஆனால் வேறு வழியில்லாமல் அந்தக் குப்பை லாரிகளிலேயே குப்பைகளை ஏற்றுபவனாகத் தொடர்ந்து பயணம் செய்து கொண்டிருக்கிறானே அந்த மனிதனை நினைத்துப் பார்ப்போம். அவனுடைய சகிப்புத்தன்மை அளவுக்கு இல்லாவிட்டாலும், சாக்கடைக்குள் இறங்கிச் சுத்தம் செய்கிற மனிதனை நினைத்துப் பார்ப்போம். அந்த அளவுக்குச் சகிப்புத் தன்மை இல்லாவிட்டாலும் சில நொடிகள் அந்த நாற்றத்தைச் சகித்துக்கொள்கிற பக்குவம் வேண்டும். அப்படித்தான் அடுத்தவனுடைய குற்றத்தை, அடுத்தவனுடைய குறைகளைச் சகித்துப் பழக வேண்டும். அடுத்த பழமொழி ஊரொடு பகைக்கின் வேரொடு கெடும் என்கிறது.

ஒவ்வொரு மனிதனையும் பகையாகப் பார்த்துக் கொண்டே வந்தால் கடைசியாக நாம் தன்னந்தனியாகத்தான் நின்று கொண்டிருக்க வேண்டும். பலபேர் வாழ்க்கையிலே ஆதங்கப்படுகிறார்கள். எனக்குத் துன்பம் வருகிறபோது உதவி செய்ய யாரும் வரவில்லை என்று பலர் புலம்புகிறார்கள். எதை அவர்கள் மறந்து விடுகிறார்கள் என்றால் மற்றவனுக்குத் துன்பம் வந்த நேரத்திலே நாம் எவ்வளவு தூரம் ஓடிப்போய் உதவினோம் என்று கேள்வி கேட்க மறந்து விடுகிறார்கள். அடுத்தவன் நமக்கு உதவ வில்லையே என்கிற ஆதங்கம் எல்லோருக்கும் இருக்கிறது. அடுத்தவனுக்கு நாம் உதவினோமா என்கிற கேள்வி யாரிடத்திலேயும் இல்லை.

எனவே அடுத்தவனுக்கு உதவுவது, அடுத்தவனோடு ஒத்துப் போவது, அவனால் பயன் இருக்கிறதா என்று பார்க்காமல், அவனுக்கு நாம் பயன்படுவோமா என்று பார்த்து, இணைந்தும்

இசைந்தும் போகிற ஒரு குணம் நமக்கு வரவேண்டும் என்பதைத்தான் இந்தப் பழமொழிகள் சொல்கின்றன. 'ங'ப்போல் வளை என்று ஒரு தொடர் இருக்கிறது. அதற்கு என்ன பொருள் என்றால் உரையாசிரியர்கள் பலரும் பல உரைகளை எழுதிக் கொண்டிருக்கிறார்கள். ங என்பது தமிழிலே இருக்கிற ஓர் எழுத்து. ஓர் உயிர் மெய் எழுத்து. ங் என்று மெய்யெழுத்தையும் வைத்துக் கொள்ளலாம். கஙசஞ என்று சொல்கிறோமே அதில் இரண்டாவது எழுத்து. ங என்கிற அந்த எழுத்தைத் தவிர அதன் இனமாக வருகிற மற்ற எழுத்துக்கள் ஙஙிஙெ இவைஎல்லாம் பெரும்பாலும் நம்முடைய மொழியில் பயன்படுவதே இல்லை.

ஆனாலும் தமிழில் எழுத்துப்பட்டியலில் அவையெல்லாம் இருக்கின்றன, ஒழித்துக்கட்டவில்லை. ங என்பது தன்னுடைய உறவுகளையெல்லாம் வளைத்துக் கொண்டு வைத்திருப்பதைப் போல, பயன் இல்லை என்றாலும் உறவு என்கிற அடிப்படையிலே வளைத்துக் கொண்டிருப்பதைப்போல, உறவினர்களை, நண்பர்களை அரவணைத்துக் கொண்டுபோகிற பக்குவம் உடையவனாக இரு என்பதுதான் அதன் பொருள். ஆகையினாலே (1) குற்றம் பார்க்கின் சுற்றம் இல்லை. (2)ஊருடன் பகைக்கின் வேருடன் கெடும் (3)ஙப்போல்வளை என்கிற மூன்றையும் நாம் நினைவிலே நிறுத்திக் கொண்டால், இந்த உலகத்திலே ஒன்று சேர்ந்து வாழ்வது எப்படி என்பதை நாம் கற்றுக் கொள்ளலாம்.

□

முதியோர் காதல்

இளைஞர்களுக்குள்ளே இருக்கிற காதல் தான் இனிமையானது என்று கருதவேண்டாம். முதியோர் காதலும் ஆழமானது, அன்பு கலந்தது.

காதலைப்பாடாத கவிஞர்களும், காதலைப் பேசாத இலக்கியமும் உலகத்தில் இல்லை என்று சொல்லலாம். ஆனால் எல்லா இலக்கியங்களும் யாரைக் குறித்துப் பேசுகின்றன என்றால் இளமை ததும்பும் இளைஞர்களைக் குறித்துத்தான் பேசுகின்றன. அழகும் பொலிவும் உள்ள அந்தக் கால கட்டத்தில் தோற்றப்பொலிவை, அவர்கள் பரிமாறிக்கொள்ளும் அன்பை, காமஉணர்வை அந்தக் காதல் பாடல்கள் நமக்கு எடுத்துக் காட்டுகின்றன. ஆனால் புரட்சிக் கவிஞன் பாரதிதாசன் ஒரு வித்தியாசமான காதலை நமக்குக் காட்டுகிறார். காதல் என்பது இளமையிலே தொடங்கலாம். ஆனால் இளமையிலேயே முடிந்து போய்விடும் என்று கூற முடியாது அல்லது முடிந்து போய்விடக்கூடாது என்பதுதான் சரி.

பாரதிதாசன் நமக்குக் காட்டுகிற காதல் எது தெரியுமா? குடும்ப விளக்கு என்கிற ஓர் புத்தகத்தினுடைய இறுதிப் பகுதியில் முதியோர் காதல் என்கிற ஒரு பகுதியை அவர் வைத்திருக்கிறார். முதியோருக்குள்ளே காதல் இருக்குமா என்று கேட்டால் கண்டிப்பாய் இருக்கும். இளமையில் இருக்கிற காதலாவது சில எதிர்பார்ப்புகளோடு இருக்கும். ஆனால் முதியோர்

காதல் எதையும் எதிர்பார்க்காமல், அன்பு என்கிற ஒரே ஒரு அடித்தளத்திலேதான் அது வாழும் என்பதை இந்தப் பாட்டு சொல்கிறது. ஒரு நான்கு வரிகளில் முதியோர் காதலினுடைய அழகைப் புரட்சிக்கவிஞர் மிக அழகாக எடுத்துச் சொல்கிறார்.

தன்னுடைய மனைவி இப்போது எப்படி இருக்கிறாள் என்று, ஒரு வயதான கிழவர் சொல்கிறார். ஒரு தாத்தாவும் பாட்டியும் தனியாக வாழ்ந்து கொண்டிருக்கிறார்கள். பிள்ளைகள் எல்லாரும் பிரிந்து போய்விட்டார்கள், இவர்கள் இரண்டு பேர் மட்டும்தான் அந்த வீட்டில் இருக்கிறார்கள். அப்போது அந்தக் கிழவனார் தன்னுடைய மனைவியை, அந்த மூதாட்டியைப் பார்த்துச் சொல்கிறார், புதுமலர் அன்று காய்ந்த புல் என்று சொல்கிறார். இவளுடைய உடம்பு ஒரு காலத்திலே புதுமலராக இருந்தது, இன்றைக்குப் புது மலர் அன்று காய்ந்து போனதற்குப் பிறகு ஒரு அழகும் இல்லாமல் வண்ணமிழந்து, வனப்பு இழந்து, பசுமை இழந்து போன ஒரு புல் கட்டைப்போல இவள் உடம்பு.

அவளுடைய நடை எப்படி இருக்கிறது, ஒரு காலத்திலே சதிராடும் நடையாக இருந்தது. இன்றைக்குச் சதிராடும் நடை அன்று, தள்ளாடி விழும் மூதாட்டி அன்றைக்கு நடந்து வருகிறபோதே ஒரு ஒயில் உண்டு. ஒயில் என்பதைத்தான் இன்றைக்கு நாம் ஆங்கிலத்திலே ஸ்டைல் என்று சொல்கிறோம். ஒயில் என்பது ஒருவிதமான அழகு, அதிலே இருந்து வருகிற ஆட்டம்தான் ஒயிலாட்டம். ஒயிலாட்டம் என்றால் ஒருவிதமான ஸ்டைலில் ஆடுகிற ஆட்டம் என்பது பொருள். எனவே அப்படி நளினமாகச் சதிராடி வருகிறவள் என்பதெல்லாம் போயிற்று,

சரி முகம் எப்படி இருக்கிறது. மதி போன்ற முகம் அவளுக்கு இல்லை. நிலவு போன்ற அழகான முகம் என்று சொல்கிறோமே அந்த மதி முகம் அவளுக்கு இல்லை. இப்போது முகம் எப்படி இருக்கிறது என்றால் வறள்நிலம், குழிகள் - கண்கள் இப்படி யாரும் பெண்ணை வருணித்துப் பாடியிருக்கிறார்களா என்று தெரியவில்லை. அழகைத்தான் வர்ணித்துப் பாடியிருக்கிறார்கள். அழகின்மையும் இந்த உலகத்தினுடைய ஒரு கூறுதான், ஒரு பகுதிதான். எனவே பாரதிதாசன் சொல்கிறார், அந்த மதி முகம் இன்று வறள் நிலமாக இருக்கிறது. காய்ந்து கிடக்கிற, பாளம் பாளமாக வெடித்துக் கிடக்கிற பூமியைப்போல முதுமை அவள்

முகத்திலே பல கோடுகளைப் போட்டிருக்கிறது. சில வெடிப்புகளை உண்டாக்கி இருக்கிறது. வறண்டுபோன நிலம் போல இருக்கிறது. கண்கள் எப்படி இருக்கின்றன என்று கேட்டால் குழியாக இருக்கிறது. அது கண்ணாக இல்லை. கயல் விழியாக இருந்த காலம் ஒன்று இருக்கலாம், மீன்போன்ற விழியாக இருந்திருக்கலாம், இன்றைக்கு வெறும் குழிகளாக இருக்கின்றன. இதிலே எது எனக்கு இன்பம் தரும் என்று கேட்கிறார்.

இதிலே எது எனக்கு இன்பம் தருகிறது, அவளுடைய நடையா? வறண்டு போன முகமா? குழியாய்ப்போன கண்களா? காய்ந்த புற்கட்டுப்போன்ற உடம்பா? எதுவும் ஓர் ஆணுக்கு இன்பம் தர முடியாது. எது அவருக்கு இன்பம் தரும் என்பதை கடைசியாய்ச் சொல்கிறார். எது எனக்கு இன்னமும் மகிழ்ச்சி தருகிறது தெரியுமா? **இருக்கின்றாள் என்பதொன்றே என்கிறார்.** உயிரோடு இருக்கிறாள், என்னை விட்டுப் போய்விடவில்லை. சாய்ந்துகொள்ள இப்போதும் ஒரு தோள் இருக்கிறது. பிடித்துக் கொள்ள இப்போதும் ஒரு கை இருக்கிறது. இரண்டு பேரும் இன்னமும் இருக்கிறோம். ஒருவருக்கொருவர் துணையாக, ஒருவருக்கொருவர் ஆதரவாக, ஒருவருக்கொருவர் நம்பிக்கையாக இன்னமும் இருக்கிறோம் என்பதுதான் இந்த வாழ்க்கையினுடைய கடைசி மிச்சம்.

எனவே இளைஞர்களுக்குள்ளே இருக்கிற காதல் தான் இனிமையானது என்று கருதவேண்டாம். முதியோர் காதலும் ஆழமானது, அன்பு கலந்தது, அவள் இருக்கிறாள் என்ற ஒன்றே இனிமை தருகிற ஒன்றாக இருக்கிறது. இளமைக் காலத்திலே வெறும் இருப்பு இன்பம் தரவில்லை. அவளுடைய அழகு இன்பம் தந்தது. அதிலே நாம் பெற்ற காம உணர்ச்சி இன்பம் தந்தது. இன்றைக்கு எல்லாம் இழந்து போன பிறகும் அன்பு மிச்சமிருக்கின்றது. எனவே அவள் இருக்கின்றாள் என்பது ஒன்றே நமக்கு இன்பம் தருகிறது என்று முதியோர் காதலை மிக அழகாகப் படம் பிடித்துக் காட்டுவார்.

பல ஆண்டுகளுக்கு முன்பு ஏ.தே.சுப்பையன் என்று ஒரு கவிஞன் எழுதிய ஒரு கவிதை. சாப்பாட்டுக்கூடை அவள் தலையில் இருக்கிறது, சமுதாயக் கொடுமைகளோ மனத்தில் கனக்கிறது, உருகுகின்ற தார்ச் சாலை ஒட்டுது அவள் பாதத்தில் ஒவ்வோர்

சுப. வீரபாண்டியன் □ 149

அடிக்கும் அவள் உயிர்வந்து போகிறது. இந்தக் காட்சியை ஒரு கவிதையாக மாற்றுகிறார். இன்றைக்கு அந்த வழக்கம் கொஞ்சம் கொஞ்சமாகக் குறைந்து கொண்டிருக்கிறது. முன்பெல்லாம் ஆண்களும், பெண்களுமாகத் தலையிலே கூடையைச் சுமந்து கொண்டு மதிய உணவை, வேலை பார்க்கிறவர்களுக்கு எடுத்துக் கொண்டு போவார்கள். இன்றைக்கும்கூட மும்பையிலே டப்பா வாலா என்று சொல்வார்கள். அப்படிச் சோறு சுமந்து கொண்டு போகிற அந்தப் பெண்ணினுடைய அழகை அல்லது அவளுடைய வறுமையை இப்படிப் படம் பிடித்துச் சொல்கிறான் கவிஞன்.

இவர்களுக்கு உடை எப்படி இருக்கிறது தெரியுமா? தாய் நிலவின் மேகத்தில் தனக்காய்க் கிழித்தெடுத்த இரண்டு முழக் கந்தலில்தான் இவள் வாழ்வு நடக்கிறது, தெருவோரம் பறக்கும் தேசியக் கொடி எதற்கு? இறக்குகிறேன் இவளேனும் இடை மறைத்துக் கொள்ளட்டும் என்று அந்தக் கவிதை முடிந்தபோது, அதற்கு ஒரு பெரிய எதிர்ப்பு ஒரு கட்டத்திலே வந்தது. இது தேசியக் கொடியை அவமதிக்கிற கவிதை என்று சொன்னார்கள், இல்லை... இது தேசத்தின் மக்களைக் கவுரவிக்கிற கவிதை என்று பிறகு உணரப்பட்டது.

மாவோவின் எட்டுக் கட்டளைகள்

போராளி என்கிறவன் துப்பாக்கி ஏந்தி, எதிரிகளோடு மட்டும் போராடுகிறவன் அல்ல. தனக்குள்ளே இருக்கிற ஆணவத்தை, தனக் குள்ளே இருக்கிற மற்ற தீய குணங்களை யும்கூட அழிக்கப் போராடுகிறவன் - அவன் தான் போராளி.

ஏசுநாதருடைய 10 கட்டளைகள் பற்றி நாம் அறிந்திருக்கிறோம். அதைப்போலவே பல்வேறு மதங்களுக்கும் பல்வேறு கட்டளைகள் உண்டு. ஆனால் தன்னுடைய நீண்ட பயணத்தின்போது, சீனத்தினுடைய புரட்சிகரத் தலைவர் மாசேதுங் அவர்கள் தன்னுடைய செம்படையினருக்கு 8 கட்டளைகளையிட்டார். மற்ற கட்டளைகளுக்கும் இவற்றுக்குமான அடிப்படையான வேறுபாடு என்ன என்றால், மற்ற கட்டளைகள் எல்லாம் வாழ்வில் மேம்பாடு அடைவதற்கும், இந்த வாழ்க்கைக்குப் பிறகு மறுவாழ்க்கையிலே பெறப் போகும் பயன்களுக்கு உதவியாக இருப்பதற்கு மான கட்டளைகளாக இருக்கும். ஆனால் மாவோவினுடைய கட்டளைகள் மக்களோடு எப்படிப் பழக வேண்டும் என்று தன் படை வீரர்களுக்கு இட்ட கட்டளைகள். இன்னொன்றை யும் சொன்னால் மிகச் சாதாரண செய்திகளைத்தான் அவர் தன்னுடைய கட்டளைகள் என்று சொன்னார். ஒரு பெரிய தலைவர், ஒரு தேசத்தினுடைய

புரட்சியை நடத்திக் கொண்டிருந்தவர், இப்படிச் சின்னச் சின்ன செய்திகளிலே கவனம் செலுத்த முடியுமா என்கிற கேள்வி நமக்குள்ளே எழும். ஆனால் அவற்றையெல்லாம் மாவோ மிகப்பெரிய செய்திகளாகக் கருதியிருக்கிறார்.

துப்பாக்கி ஏந்துவது, வெடிகுண்டு வீசுவது, உயிரையே அர்ப்பணித்துக் கொள்வது, புரட்சிகரக் களத்திலே எப்படித் தன்னை நடத்திக் கொள்ள வேண்டும் என்று தீர்மானிப்பது இவையெல்லாம் எப்படி முக்கியமோ அந்த அளவுக்கு மக்களிடையே எப்படிப் பழகுவது, இணைந்து போவது ஆகியனவும் முக்கியம் என்று மாவோ கருதியிருக்கிறார். அந்தத் தோழர்கள் ஒவ்வொரு பகுதியாக நடந்து செல்கிறார்கள். அதற்குத்தான் லாங்க் மார்ச் - நீண்ட பயணம் என்று பெயர். அந்த நீண்ட பயணத்திலே போகிறபோது, அங்கங்கே சின்னச்சின்னச் சிற்றூர்களில் கிராமங்களிலே தங்குகிறார்கள். அப்படித் தங்குகிற வேளைகளிலே, அவர்கள் மக்களோடு பழகுவதற்கான நெறிகளாகத்தான் இந்த கட்டளைகள் இருக்கின்றன. அவர்கள் இரவு நேரங்களிலே எப்படிப் படுத்து உறங்குகிறார்கள் என்றால், அந்த வீடுகளிலே இருக்கிற கதவுகளை அந்த மக்கள் கழற்றிக் கொடுக்கிறார்கள். அந்தக் கதவுகள் எல்லாம் மிக எளிதாகக் கழற்றக்கூடிய கதவுகளாக இருக்கும். கி.ராஜநாராயணன் கதவு என்றே ஒரு கதை எழுதியிருப்பார். கதவுகளைப் பிடித்துக் கொண்டு குழந்தைகள் வருவதும் போவதுமாக ஒரு ஊஞ்சலைப் போல... ஒரு வண்டியைப் போல இருக்கும், எளிதில் அதைக் கழற்றி விடலாம். அந்தக் கதவுகளைக் கழற்றி இரண்டு மூன்று கதவுகளை அடுக்கி ஒரு கட்டிலைப்போல இந்தத் தோழர்கள் படுத்துக் கொள்கிறார்கள்.

இன்னொரு பக்கத்திலே பார்த்தால், வைக்கோல் பாய் கொடுக்கிறார்கள். சிறைக்குப் போகிறவர்களுக்கு, போனவர்களுக்கு ஓர் அனுபவம் இருக்கும். முதல் வகுப்புக் கைதிகள் என்றால் சிறையிலே மெத்தைகள் எல்லாம் கொடுப்பார்கள் என்பார்கள். மெத்தையென்றால் வேறொன்றுமில்லை, வைக்கோலால் ஆக்கப்பட்ட மெத்தைதான், பஞ்சு மெத்தையிலே படுப்பதற்கும், வைக்கோல் மெத்தையிலே படுப்பதற்கும் நிறைய வேறுபாடு உண்டு. வைக்கோல் மெத்தையை விடத் தரையே மேல் என்று தோன்றும்.

மாவோ சொல்கிறார், முதல் கட்டளையே அதுதான்... இந்தக் கதவுகளிலே படுத்து உறங்குகிறவர்கள், இந்த வைக்கோல் பாயிலே படுத்து உறங்குகிறவர்கள், மறுநாள் கவனமாக அந்தக் கதவுகளை அந்த வீடுகளிலே கொடுத்து விடவேண்டும். மறுநாள் கவனமாக வைக்கோலை எடுத்த இடத்திலே வைத்து விடவேண்டும். இதையெல்லாம் அந்த மக்கள் செய்து கொள்ளமாட்டார்களா என்றால், கண்டிப்பாகச் செய்து கொள்வார்கள். நீங்கள் செய்வதைக் கூட வேண்டாம், நாங்கள் செய்து கொள்கிறோம் என்று தடுப்பார்கள், ஆனால் இது நம்முடைய கடமை. போராளி என்கிறவன் மக்களோடு நேயத்தோடு பழக வேண்டும். அவர்களுக்குச் சிரமம் கொடுக்கிறவர்களாக நாம் இருக்கக் கூடாது. வேறு வழியின்றி, சில தொல்லைகளை அவர்களுக்கு நாம் கொடுக்கிறோமே தவிர, இயன்ற வரையில் தொல்லைகள் இல்லாமல் பார்த்துக் கொள்ளவேண்டும் என்று இதனைத் தன்னுடைய கட்டளையாகவே மாவோ சொல்கிறார்.

அதைப்போல அடுத்து ஒரு கட்டளையைச் சொல்வார், இந்த ராணுவ வீரர்கள், படைவீரர்கள் என்பவர்கள் கடவுள்கள் இல்லை. அவர்கள் மக்களை அதிகாரம் செய்யக்கூடாது. ராணுவ உடையிலே வருகிற கம்பீரம், நடையிலே வருகிற கம்பீரம் இவைகளையெல்லாம் நீங்கள் களத்திலேதான் காட்ட வேண்டுமே தவிர, மக்களிடத்திலே காட்டக்கூடாது. மக்களிடம் பழகும்போது, அவர்களைக் காட்டிலும் எளியவர்களாக நீங்கள் இருக்க வேண்டும். அந்தக் கட்டளை என்பது போராளியைப் பக்குவப்படுத்துகிற ஒன்றாக இருக்கிறது. அவர் சொல்கிறார், போராளி என்கிறவன் துப்பாக்கி ஏந்தி எதிரிகளோடு மட்டும் போராடுகிறவன் அல்லன். தனக்குள்ளே இருக்கிற ஆணவத்தை தனக்குள்ளே இருக்கிற மற்ற தீய குணங்களையும்கூட அழிக்கப் போராடுகிறவன், அவன்தான் போராளி. அவர் எப்போதும் சொல்கிற செய்தி, போராட்டம் என்கிற நெருப்பு இருக்கிறதே, அது எதிரியை மட்டுமல்ல, நம்மிடத்திலே இருக்கும் அழுக்கையும் சேர்த்தே எரிக்கும். அப்படி எரித்தால்தான் போராட்டம் என்று சொல்வார்.

மக்களை மிரட்டக்கூடாது, உங்களுக்கு எதுவும் தேவை என்றால் அதைக் கொண்டுவா என்று சொல்லக் கூடாது, இது வேண்டும் என்று சொல்லக்கூடாது, இது கிடைக்குமா? இது உங்களால் தர

முடியுமா என்று பணிவாகக் கேட்க வேண்டும். உன்னுடைய ராணுவ உடைக்கு மக்கள் பயப்படக்கூடும். உன்னுடைய கையிலே இருக்கிற துப்பாக்கிக்கு மக்கள் அஞ்சக் கூடும். ஆனாலும் மக்களை அச்சுறுத்துவது உன்னுடைய வேலை அன்று, மக்களை அச்சுறுசுத்துகிறவன் போராளியும் இல்லை. எனவே நீ அவர்களிடத்திலே பணிவாகத்தான் கேட்க வேண்டும் என்று ஒரு கட்டளையை இடுகிறார்.

இன்றைக்கு உலகம் முழுவதும் இருக்கிற ராணுவம், மக்களிடம் எப்படி நடந்து கொள்கிறது... அந்நிய நாட்டு மக்களிடம் அல்ல... தன் சொந்த தேசத்து மக்களிடம்கூட பல வேளைகளிலே ராணுவத்திலே இருக்கிறவர்கள் எப்படி நடந்து கொள்கிறார்கள் என்பதை நாம் அறிவோம். அதை நாம் நியாயப்படுத்தவும் செய்கிறோம். குடும்பத்தையெல்லாம் விட்டுப் பிரிந்து

வாழ்கிறார்கள். தன்னந்தனியாக இருக்கிறார்கள், அவர்களிடத்திலே துப்பாக்கி வேறு இருக்கிறது. எனவே அதை நாம் சகித்துக் கொள்ளவேண்டும் என்று நாம் மக்களுக்குத்தான் கட்டளையிடு கிறோம். மாவோ போராளிகளுக்குக் கட்டளையிட்டார்.

அது மட்டுமல்லாமல், தூய்மை என்பது மிக முக்கியமானது என்கிறார். அந்த இடத்தை நீங்கள் சுத்தமாக வைத்துக் கொள்ளவேண்டும். மனிதர்களுக்கு இருக்கிற இயல்பு என்ன தெரியுமா? நாம் இந்த இடத்திலேயே நிரந்தரமாக இருக்கப்போகிறோம் என்றால், இது நம்வீடு என்றால், அதை நாம் தூய்மையாக வைத்துக் கொள்ள வேண்டும் என்று கருதுவோம். இன்றைக்கு இருப்போம், நாளை இந்த இடத்தை விட்டுப் போய்விடுவோம், மறுபடியும் வருவோமா இல்லையா என்றுகூடத் தெரியாது, வெறும் வழிப்போக்கர்களாக இருக்கிறோம் என்று சொன்னால், இது தூய்மையாக இருந்தால் என்ன இல்லாவிட்டால் என்ன, நாம் பயன்படுத்துகிறவரைக்கும் பயன்படுத்தி விட்டு அப்படியே போட்டு விட்டுப் போகலாம் என்று தோன்றும். அவர் சொல்கிறார் நீங்கள் வருகிறபோது இந்த ஊர் எப்படித் தூய்மையாக இருந்ததோ அப்படி மறுபடியும் தூய்மைப் படுத்திவிட்டு வெளியே போக வேண்டும் என்று.

பொதுவாக நாம் வைத்திருக்கிற ஒரு கோட்பாடு என்னவென்றால் அமைதியான சமூகத்துக்குப் பொருந்துகிற விதிகள் எல்லாம் போர்க்களத்திற்குப் பொருந்தாது. எனவே போராளிகள் என்பவர்கள் கொஞ்சம் கூடுதலாக இருக்கலாம், மிகையாக இருக்கலாம் அதை நாம் பொறுத்துக் கொள்ளவேண்டும் என்று கருதுகிறோம். ஆனால் மாவோ அதை ஏற்கவில்லை. போராளிகள் தான் முன் மாதிரியாக இருக்க வேண்டும், போராளிகள்தான் மற்றவர்களைக் காட்டிலும் கண்ணியமான வர்களாக, மற்றவர்களைக் காட்டிலும் தன்னடக்கம் உள்ளவர்களாய் இருக்க வேண்டும் என்று கற்பிக்கிறார்.

□

அகத்தியர் யார்?

முதல் சங்கத்தினுடைய காலம், இரண்டாவது சங்கத்தினுடைய காலம் இரண்டையும் கூட்டினால் 8140 ஆண்டுகள் வருகின்றன. ஒரு மனிதர் 8140 ஆண்டுகள் உயிர் வாழ்ந்தார் என்றால் அதை யாராலும் நம்ப முடியாது.

சில நேரங்களில் வரலாறும் புராணமும் மயங்கிக் கிடக்கின்றன. ஒரு பாத்திரம் வரலாற்றுப் பாத்திரமா அல்லது புராணப் பாத்திரமா என்று நம்மால் உறுதியாகச் சொல்ல முடியவில்லை. வரலாறு என்றால் அதற்கான ஆதாரங்கள் கண்டிப்பாக இருக்கும். புராணங்களுக்கு நாம் ஆதாரங்களைத் தேட முடியாது, அது நம்பிக்கை சார்ந்தது. ஆனால் சில பாத்திரங்கள் புராணத்திலே இடம் பெற்றாலும், வரலாற்றுப் பாத்திரங்கள் போலவே மக்கள் மத்தியிலே பதிவாகி விடுகின்றன. அத்தகையப் பாத்திரங்களிலே மிகக் குறிக்கத் தக்க ஒன்று அகத்தியர் என்கிற பாத்திரம்.

அகத்தியரை அறியாதவர்கள் பெரும்பாலும் இருக்கமாட்டார்கள். அகத்தியர் என்று சொன்ன உடனேயே அனைவரும் அருகிலிருந்து பழகியதைப்போல, அடடா குள்ளமானவர், கட்டை விரல் உயரம் என்றெல்லாம் சொல்கிறோம். ஆனால் அகத்தியர் வரலாற்றில் இருந்ததற்கான சான்றுகள் இருக்கின்றனவா? அல்லது வெறும் புராணப் பாத்திரம் தானா என்கிற ஆய்வு தேவைப்படுகிறது. இந்த ஆராய்ச்சியை இன்றைக்கு நேற்றைக்கு அல்ல, 80 ஆண்டுகளுக்கு முன்பு ஒரு

தமிழ்ப் பேராசிரியர் நிகழ்த்தி இருக்கிறார், அவருடைய பெயர் கா.நமச்சிவாயம் பிள்ளை என்பது.

நமச்சிவாயம் பிள்ளைதான் பொங்கலைத் தமிழர் திருநாளாக அறிவிக்க வேண்டும் என்று சொன்னவர், மிகப்பெரிய ஆய்வுகளை நிகழ்த்தியவர். அவர் அகத்தியர் பற்றி ஏறத்தாழ 20 பக்கங்களுக்கு மேலே எழுதியிருக்கிறார். அகத்தியர் என்பவர் தொல்காப்பியருடைய ஆசிரியராக அறியப்படுகிறார். தொல்காப்பியருக்கு மட்டுமின்றி, அதங்கோட்டு ஆசான், காக்கைப் பாடினியார் உள்ளிட்ட சங்ககாலத்துப் புலவர்கள் 12 பேருக்கும் அகத்தியர்தான் ஆசிரியர்... குருநாதர் என்று சொல்லப்படுகிறது. ஆனால் அந்த சங்ககாலப் புலவர்களினுடைய பாடல்களிலோ, தொல்காப்பியத்திலோ அல்லது வேறு எந்த சங்க இலக்கியத்திலோ அகத்தியர் பற்றிய எந்தக் குறிப்பையும் நாம் பார்க்க முடியவில்லை. தொல்காப்பியத்திலே இல்லை, எட்டுத் தொகையிலே இல்லை, பத்துப் பாட்டிலே இல்லை, பதினென் கீழ்க் கணக்கிலேயும் இல்லை. எங்கேயும் அகத்தியர் பற்றிய குறிப்புகள் காணப்படவில்லை. ஆனால் அகத்தியர்தான் தமிழை இந்த மக்களுக்கெல்லாம் அறிவித்தவர் என்று சொல்லப்படுகிறது.

சிலருடைய கூற்றுப்படி சிவபெருமான் ஒரே நேரத்திலே இரண்டு பேருக்கு இலக்கணங்களைச் சொன்னார், பாணினி என்பவருக்கு வடமொழி இலக்கணத்தையும், அகத்தியருக்குத் தமிழ் இலக்கணத்தையும் பயிற்றுவித்தார், அதன் மூலமாகத்தான் தமிழும், வடமொழியும் வளர்ந்தன. எனவே இரண்டும் கடவுளின் இரண்டு கண்கள் என்று கூறுகிறவர்கள் உண்டு. அகத்திய இலக்கணம் என்று ஒன்று இருக்கிறது. இயல், இசை, நாடகம் என்ற முத்தமிழுக்கான இலக்கணம் என்று சொல்வார்கள். அந்த இலக்கண நூலும் நமக்குக் கிடைக்கவில்லை. சங்க இலக்கியத்திலேயும் அவரைப் பற்றிய குறிப்புகள் இல்லை. அகத்தியரைப் பற்றிய கதைகள் எங்கே இருக்கின்றன என்றால் மணிமேகலையிலே தொடங்கிப் பல இடங்களிலே நமக்குக் கிடைக்கின்றன. எல்லாப் புராணங்களிலேயும் இருக்கிறது. விநாயகர் புராணமாக இருந்தாலும் சரி, திருவிளையாடல் புராணமானாலும், கந்த புராணமானாலும் எல்லாப் புராணங்களிலேயும் இருக்கிறது. உரையாசிரியர்கள் இளம்பூரனார், நச்சினார்க்கினியர் போன்றவர்களும்கூட அவரைக்

குறிப்பிட்டிருக்கிறார்கள். எப்படிக் குறிப்பிட்டிருக்கிறார்கள் என்றால் அதுவும் நம்புவதற்குக் கொஞ்சம் கடினமாகத்தான் இருக்கிறது.

மூன்று தமிழ்சங்கங்கள் இருந்தன என்பதை நாம் அறிவோம். அப்படி நம்முடைய பாடநூல்கள், வரலாற்று நூல்கள் கூறுகின்றன. அகத்தியர் முதல் சங்கத்திலேயும் இருந்தார், இரண்டாவது சங்கத்திலேயும் முழுமையாக இருந்தார் என்று மக்கள் நம்பியிருப்பார்கள் போலும் என இளம்பூரணாரும், இருந்திருக் கிறார் என்று நச்சினார்க்கினியரும் அழுத்திச் சொல்கிறார்கள். இரண்டு சங்கத்திலேயும் முழுமையாக இருந்திருக்கிறார் என்றால் அவர் எத்தனை காலம் உயிர் வாழ்ந்திருக்க வேண்டும் என்று

கணக்குப் பார்த்தால், மலைப்பாக இருக்கிறது. முதல் சங்கத்தினுடைய காலம், இரண்டாவது சங்கத்தினுடைய காலம் இரண்டையும் கூட்டினால் 8140 ஆண்டுகள் வருகின்றன. ஒரு மனிதர் 8140 ஆண்டுகள் உயிர் வாழ்ந்தார் என்றால் அதை யாராலும் நம்ப முடியாது. அதே அகத்தியர் என்கிற பெயரில் வேறு வேறு புலவர்கள் இருந்திருக்கக் கூடுமோ என்கிற ஐயம் வருகிறது.

இதே ஐயம் ஔவையாரைப் பற்றிய ஆய்விலும் நமக்கு ஏற்படுவது உண்டு. சங்ககாலத்திலேயும் ஔவையார் இருக்கிறார். பிற்காலத்திலேயும் ஔவையார் இருக்கிறார். தனிப்பாடல் களிலேயும் ஔவையார் இருக்கிறார். ஒரே ஔவையார் பல ஆயிரம் ஆண்டுகளுக்கு வாழ்ந்திருக்க முடியாது. ம.பொ.சி.கூட ஔவை யார்? என்று ஒரு புத்தகம் எழுதியிருக்கிறார். இதிலே 12 ஔவைகள் இருந்திருக்கலாம் என்று அவர் சான்றுகளைத் தருகிறார். எனவே பல்வேறு காலங்களிலே அதே பெயரில் பல்வேறு புலவர்கள் இருந்திருக்கக் கூடும். அதைப் போலவே அகத்தியர் என்று பல அகத்தியர்கள் இருந்திருக்கலாமோ என்று ஒரு ஐயம் வருகிறது. இரண்டாவது சங்கத்திலே தொல்காப்பியரும், அகத்தியரும் ஒன்றாகத்தான் இருந்திருக்கிறார்கள். அகத்திய ருடைய மாணவராகத்தான் தொல்காப்பியர் இருந்தார் என்று புராணங்கள் சொல்கின்றன.

அகத்தியர் பற்றிச் சொல்லப்படுகிற கதைகள் எல்லாம் இயற்கை இறந்தனவாக இருக்கின்றன. இயற்கையிலே நடக்கக் கூடியனவாக அல்லாமல், கடலையே அகத்தியர் குடித்தார் என்றும், அகத்தியருடைய கமண்டலம் சாய்ந்த போது, அதிலிருந்து வெளிப்பட்ட நீர்தான் இன்றைக்கும் காவிரியாக ஓடிக்கொண்டிருக் கிறது என்றும் செய்திகள் சொல்லப்படுகின்றன. எனவே இவைகளெல்லாம் இயற்கையைத் தாண்டி, மிகையாக ஒரு புராண அடிப்படையிலே சொல்லப் பட்டிருக்கின்றன என்பதை நாம் புரிந்து கொள்கிறோம்.

எனவே இந்தக் கதைகளை வைத்தும், இந்தச் செய்திகளை வைத்தும் பார்க்கிறபோது, அகத்தியர் என்பவர் ஒரு வரலாற்றுப் பாத்திரமாக அல்லாமல், மிகையாக உருவகிக்கப்பட்ட ஒரு புராணப் பாத்திரமாகத்தான் இருக்க முடியும் என்கிற கருத்து

வருகிறது. அவருடைய எண்ணம் இலக்கியங்கள் ஏதாவது நமக்குக் கிடைத்திருந்தால் அவற்றையெல்லாம் வைத்து நாம் ஆராய்ந்து பாத்திருக்க முடியும். அவர் தொல்காப்பியருக்கு ஆசிரியர் என்றால் நூலின் இடையில் இல்லை என்றாலும், பாயிரத்திலாவது தொல்காப்பியர் கண்டிப்பாக அதைப் பதிவு செய்திருக்க முடியும், அல்லது பதிவு செய்திருக்க வேண்டும்.

இன்னும் பல கதைகள் சொல்லப்படுகின்றன, அகத்தியரும் வசிஷ்டரும் ஒன்றாய்ப் பிறந்தவர்கள் என்ற செய்திகள் எல்லாம் இருக்கின்றன. ஆனால் எந்தச் செய்திக்கும் இலக்கிய ஆதாரமோ, வரலாற்று ஆதாரமோ நமக்குக் கிடைக்கவில்லை. ஆனால் அகத்தியர்தான் தமிழின் தொடக்கம் என்றும், காவிரி மட்டுமல்ல கன்னித் தமிழும் அகத்தியருடைய கமண்டலத்தில் இருந்துதான் வந்தது என்றும் நாம் கருதிக்கொண்டிருக்கிறோம். தமிழ், இலக்கிய வரலாற்றுப் பாடநூல்களிலேயும் பிள்ளைகளுக்குச் சொல்லிக் கொண்டிருக்கிறோம். ஆனால் அதற்கான சான்றுகள் ஏதும் கிடைக்கவில்லை. பேரா. பா.நமச்சிவாயம் அவர்களினுடைய ஆய்வின் முடிவிலே இருந்து நமக்கு ஏற்பட்டிருக்கிற புரிதல், அகத்தியர் என்பது ஒரு புராணப் பாத்திரமாகத்தான் இருந்திருக்க வேண்டுமே தவிர, அது வரலாற்றுப் பாத்திரமாக இருந்திருக்க வாய்ப்பில்லை என்பதுதான்.

நன்றியுரை

மத்தவிலாசத்திற்குத் தமிழ் மொழிப்பெயர்ப்பொன்றை ஔவை சு.துரைசாமிப்பிள்ளை அவர்கள் செய்துள்ளார் என அறியநேர்ந்ததும் பேரா. சீ.இரகு அவர்கள் மூலம் தமிழ்ப் பல்கலைக்கழக மேனாள் துணைவேந்தர் ஔவை நடராசன் அவர்களைத் தொலைபேசி வாயிலாகத் தொடர்பு கொண்டேன். தன் தந்தையார் மொழிபெயர்த்து அண்ணாமலைப் பல்கலைக்கழகத்தால் வெளியிடப் பெற்றது உண்மைதான் எனத் தெரிவித்த அவர், தந்தையார் நூல்களைத் தொகுத்து முறைப்படி பதிப்பித்த பதிப்பகத்தார்கூட, பல்கலைக் கழகத்தில் தேடியும் அம்மொழிபெயர்ப்பைப் கண்டுபிடிக்க இயலவில்லை எனத் தெரிவித்துவிட்டதாகவும் கூறினார். மேலும் தனக்கே உரிய பாணியில் 'மீன், கடலிலேயே இல்லையென்றால் எப்படி?' என்றார்.

அவர் செய்த உறுதிப்பாட்டில் உற்சாகமுற்று, நான் அண்ணாமலையில் அலுவலகக் கண்காணிப்பாளராக இருந்த என் நண்பர் கா.ராஜு அவர்களிடம் தெரிவித்தேன். கடுமையான முயற்சிக்குப் பின்னர் வரலாற்றுத்துறை நூலகத்திலிருந்த 1950ஆம் ஆண்டின் பல்கலைக்கழகப் பத்திரிகையில் அம்மொழிபெயர்ப்பு வெளிவந்துள்ளதைக் கண்டுபிடித்துப் படியெடுத்து அனுப்பினார்.

பரிதிமாற்கலைஞரின் தலைமாணாக்கர் பலராம ஐயர் அந்நாடகத்தைத் தமிழ்ப்படுத்தியுள்ளதை அறிய நேர்ந்து, நண்பர் ஆய்வாளர் ப.சரவணன் அவர்களிடம் தெரிவித்தேன். அவர், நா.சுப்பிரமணியம் மறுபதிப்புச் செய்த அம்மொழிபெயர்ப்பை அனுப்பியுதவினார். பின்னர் முனைவர் கோ.உத்திராடம் அவர்கள் அம்மொழிபெயர்ப்பு வெளிவந்த மூல நூலினை அரிதின் முயன்று தேடித் தந்தார்.

தி.கி.நாராயணசாமி நாயுடு அவர்கள் இந்நாடகத்தை மொழி பெயர்த்துள்ளதாக மு.கு.ஜகந்நாதராஜா அவர்கள் தன் நூலில் குறித்திருந்தார். அதனை அப்போது ஆய்வாளராக இருந்த

'எனக்கு வெகுநாளா ஒரு சந்தேகம்... உங்க நாயனத்துலதா
அப்படிச் சத்தம் வருதா... இல்ல எந்த நாயனத்த வாசிச்சாலும்
அந்தச் சத்தம் வருதான்னு பாக்கணும்...'
ஜில்ஜில் ரமாமணி

மனோரமா

'ஆமா... ஒரே பக்கமா ஆடுது... ஒரே பக்கம்...'
முத்துராக்கண்ணன்

டி.எஸ்.பாலையா

'ஆமா... இவ்வளவு பெரிய கழுத்த வச்சுண்டு
ரெண்டே ரெண்டு நகையப் போட்டிருக்கே...
எத்தன எடம் வீணாப் போறது...
வாங்கி வாங்கிப் போட வேண்டியதுதானே...'
வைத்தி

நாகேஷ்

ஆகிய நடர்களுக்கும்

'தில்லானா மோகனாம்பாள்' என்ற
தமிழ்ப்பண்பாட்டுத்
திரைக்காவியம் படைத்த

ஏ.பி.நாகராஜன்

என்ற சூத்திரதாரிக்கும்

காணிக்கை

சா.பாலுசாமி

வெளியீட்டு எண்: 0156

மத்தவிலாசப் பிரகசனம் (நாடகம்)
பதிப்பாசிரியர்: சா.பாலுசாமி©
Maththavilaasa prakasanam (Drama)
Print Editor: S.Balusami©

Print in India
1st Edition: Feb - 2023
ISBN: 978-93-95285-61-2
Pages - 160
Rs.180

Publisher • Sales Rights

Discovery Publications	**Discovery Book Palace (P) Ltd**
No. 9, Plot,1080A,	No. 1055-B, Munusamy Salai,
Rohini Flats, Munusamy Salai,	K.K.Nagar West,
K.K.Nagar West, Chennai - 78.	Chennai-600 078.
Tamilnadu, India.	Ph: (044) 4855 7525
Mobile: +91 99404 46650	Mobile: +91 87545 07070

discoverybookpalace@gmail.com
WWW.DISCOVERYBOOKPALACE.COM

இந்த நூலில் பிரசுரமாகியுள்ள எந்த ஒரு பகுதியையும் பதிப்பாளரின் எழுத்துபூர்வமான முன்அனுமதி பெறாமல் எடுத்தாள்வதோ, மறுபிரசுரம் செய்வதோ, மொழியாக்கம் செய்வதோ, அச்சு மற்றும் மின்னணு ஊடகங்களில் மறுபதிப்பு செய்வதோ, காப்புரிமைச் சட்டப்படி தடை செய்யப்பட்டுள்ளது. இந்த நூலிலிருந்து குறிப்பிட்ட பகுதிகளை மேற்கோள் காட்டி புத்தக விமர்சனம் செய்ய, ஊடகங்களுக்கு மட்டும் அனுமதி உண்டு.

உங்கள் மொபைல் போனிலிருந்து ஸ்கேன் செய்து டிஸ்கவரி புக் பேலஸின் மொபைல் ஆப்பை டவுன்லோடு செய்து, புத்தகங்களை வாங்குங்கள்.

முதலாம் மகேந்திரவர்ம பல்லவன் இயற்றிய
மத்தவிலாசப் பிரகசனம்
(வடமொழி நாடகத்தின் மூன்று அரிய
தமிழ் மொழிபெயர்ப்புகள்)

மொழிபெயர்ப்பாசிரியர்கள்:
ந.பலராம ஐயர்
தி.கி.நாராயணசாமி நாயடு
ஔவை சு.துரைசாமிப் பிள்ளை

பதிப்பாசிரியர்
சா.பாலுசாமி

வெ.எத்திராஜ் அவர்களிடம் கூறினேன். அரசு ஆவணக்காப்பகத்தில் தேடிப் படியெடுத்துக் கொணர்ந்தார்.

மகேந்திரவர்மனின் மற்றொரு நாடகமான பகவதஜ்ஜு வகம், சுப்பிரமணிய தீட்சதர் என்பவரால் 'யோகமகிமை' என்னும் பெயரில் மொழிபெயர்க்கப்பட்டு 1946ஆம் ஆண்டு தினமணி வெளியீடாக வெளிவந்துள்ளது என்று மு.கு.ஜகந்நாதராஜா அவர்கள் குறித்திருந்தார். அதை ஆண்டுக்கணக்கில் தேடியும் கண்டுபிடிக்க இயலவில்லை.

இறுதியில், மத்தவிலாசத்திற்கு இத்தமிழ்ச் சான்றோர்கள் செய்த மொழிபெயர்ப்புகளையாவது நூலாக்கம் செய்யலாம் என்ற எண்ணத்தின் விளைவு இந்நூல்.

ஆகவே, இம்மூன்று மொழிபெயர்ப்புகளையும் தேடித்தந்தவர்கள் நன்றிக்குரியர் ஆவர்.

தி.கி.நாராயணசாமி அவர்களின் வாழ்க்கைக் குறிப்புகளையும் புகைப்படத்தையும் கொண்ட நூலினைத் தந்துதவியவர் அறிஞர்தம் பெயரனார் திருமிகு சுப்பிரமண்யன் அவர்கள். அவருக்கு என் உளமார்ந்த நன்றிகள் உரியன.

என் எல்லா ஆய்வுச் செயற்பாடுகளிலும் துணை நின்று இடர் களைபவர் இளம் திரைப்பட இயக்குநர் பா.சிவக்குமார் அவர்கள். அவருக்கும் முனைவர் பா.இரவிக்குமார், பேரா.பச்சியப்பன், கவிஞர் பொன்.துரைச்செல்வி, முனைவர் ப.கல்பனா, முனைவர் திருமூலர் முருகன் ஆகியோருக்கும், என்மகன் முனைவர் பா.ஞானபாரதி மற்றும் துணைவியார் தமிழ்ச்செல்வம் ஆகியோருக்கும் நன்றி பாராட்டல் என் கடன்.

நூல்களைத் தேடித் தந்ததுடன் இந்நூலினை அச்சிடும் பொறுப்பையும் ஏற்ற முனைவர் கோ.உத்திராடம் அவர்களின் ஆர்வமும் கடும் உழைப்பும் கைம்மாறு கருதா உதவியும் நெஞ்சை நெகிழ்விப்பன. என்றுமுள நன்றி இன்று இதற்கும்.

பல்லவக் கலையில் தொடர்ந்து ஆய்வு செய்ய ஊக்கம் நல்கும் பேராசான் ப.தயா அவர்களுக்கும் இந்நூலை ஆர்வமுடன் வெளியிடும் டிஸ்கவரி பப்ளிகேஷன்ஸ் பதிப்பகத்தார்க்கும் என் நெஞ்சார்ந்த நன்றிகள்.

சா.பாலுசாமி

பொருளடக்கம்

பதிப்புரை ... 7

ந.பலராம ஐயர் மொழிபெயர்ப்பு ... 45

தி.கி.நாராயணசாமி நாயடு மொழிபெயர்ப்பு ... 89

ஔவை சு.துரைசாமிப் பிள்ளை மொழிபெயர்ப்பு ... 118

துணைநின்ற நூல்கள் ... 144

பின்னிணைப்பு:

1. மகேந்திரவர்மனின் சிற்பம் ... 149

2. மொழிபெயர்ப்பாசிரியர்கள் ... 150

3. வடமொழி நாடக வகைகள் ... 154

4. கேரளத்தில் மத்தவிலாசப் பிரஹசனம் ... 157

6 மத்தவிலாசப் பிரகசனம்

பதிப்புரை

சா.பாலுசாமி

தொன்மையும் இலக்கிய, இலக்கண வளமும் மிக்க தமிழும் சமஸ்கிருதமும் இந்தியத் துணைக்கண்டத்தின் இருபெரும் செம்மொழிகள் ஆகும். தமிழ், தென்மொழி எனவும் சமஸ்கிருதம் வடமொழி என வழங்கப்பெற்றன. தமிழ், திராவிட மொழிக் குடும்பத்தையும் வடமொழி, இந்தோ ஐரோப்பிய மொழிக் குடும்பத்தையும் சார்ந்தவை.

'சமஸ்கிருதம்' என்னும் சொல்லிற்குப் 'பண்படுத்தப்பட்ட' (Cultivated) எனவும் 'தூய்மைப்படுத்தப்பட்ட' (Furified) எனவும் பொருளுரைக்கப்படுகிறது. கி.மு.6-5ஆம் நூற்றாண்டைச் சேர்ந்த பாணினி, சமஸ்கிருதத்திற்கு இலக்கணம் வகுத்தார்.

தேவநாகரி வரிவடிவத்திலும் சாரதா, வங்காளம், குஜராத் ஆகிய மொழிகளின் வரிவடிவத்திலும் கிரந்த எழுத்திலும் சமஸ்கிருதம் எழுதப்பட்டு வந்துள்ளது. தேவநாகரி வரிவடிவம் அண்மைக்காலம் வரை தொடர்ந்து பயன்படுத்தப்பட்டு வருகிறது.

மகதநாட்டின் வளர்ச்சியோடு இணைந்தே சமஸ்கிருதம், அர்த்தமாகதி, பிராகிருதம், சௌரசேனி, பாலி ஆகிய மொழிகள் வளர்ச்சியுற்றன. மக்கள் மொழிகளான அர்த்தமாகதியிலும் பாலியிலும் சமணர்களும் பௌத்தர்களும் நூல்கள் இயற்றினர்.[1]

மௌரியர் காலத்தில், குறிப்பாக அசோகன் காலத்தில் சாசனங்கள் எழுதப் பிராகிருத மொழியே பயன்படுத்தப்பட்டது. அக்காலப்பகுதியில் சமஸ்கிருதம் மேல்வர்க்கத்தின் வழக்கு மொழியாகவும் பிராமணர்களே பயிலும் வேதமொழியாகவும் இருந்து வந்தது.

அயல்நாட்டைச் சார்ந்த சாக அரச மரபினனான ருத்ர தாமனே, கி.பி.150இல் கிர்னார் என்னுமிடத்தில் முதன்முதலாக நீண்ட கல்வெட்டொன்றை தூய சமஸ்கிருதத்தில் பொறித்தான். அதற்கு முன் பொறிக்கப்பட்ட அனைத்தும் பிராகிருத மொழியில் அமைந்தவையே ஆகும்.[2] ருத்ரதாமனின் வடமொழிக் கல்வெட்டுக் காவிய பாணியிலானது.[3]

பின்னர் குஷான மரபின் புகழ்பெற்ற அரசரான கனிஷ்கர் சமஸ்கிருத இலக்கியத்தின் மாபெரும் புரவலராகவும் காவலராகவும் திகழ்ந்தார்.[4]

மௌரியர்களுக்குப்பின் எழுச்சி பெற்ற சாதவாகன மன்னர்கள் தங்களைப் பிராமணர்கள் என அழைத்துக்கொண்டனர்.[5] பிராகிருதம் அவர்களது ஆட்சி மொழியாக இருந்துவந்தது.[6]

தெற்கிலிருந்த சாதவாகனர் ஆட்சியும் வடக்கிலிருந்த குஷானர் ஆட்சியும் முடிவிற்கு வந்தபோது குப்தப் பேரரசு எழுந்தது. அவர்கள் கி.பி.4–5ஆம் நூற்றாண்டில் புகழோடு திகழ்ந்தனர்.

குப்தர்கள் காலத்தில் பிராமணர்களின் ஆதிக்கம் மேலோங்கியது. மன்னர்கள் அவர்களின் மாபெரும் ஆதரவாளர்களாக விளங்கினர். ஏராளமான நிலங்களை மானியங்களாக வழங்கினர்; புத்தமதம் அரச ஆதரவை இழந்தது. பாகவத சமயம் என்னும் விஷ்ணு வழிபாடு பேரெழுச்சி பெற்றது. பிரம்மா, சிவன், விஷ்ணு ஆகியோரை ஒன்றிணைத்து, ‘மும்மூர்த்திகள்’ எனக் கொண்டாடும் முறை போற்றப்பட்டது.

சமஸ்கிருதமே குப்தர்களின் அரசவை மொழியாக இருந்தது. சமஸ்கிருத இலக்கணம் வளர்ச்சியுற்றது. சமய நூல்களும் சமயச் சார்பற்ற நூல்களும் வடமொழியில் ஏராளமாக இயற்றப்பட்டன. சமயச் சார்பற்ற அரிய இலக்கியப் படைப்புகளை வழங்கிய பெருமை இந்தக் காலக்கட்டத்திற்கே உரியதாகும்.[7]

பாஸகவி 13 நாடகங்களை இயற்றினார். சூதர்கரா, மிருச்சகடியம் எனும் இலக்கியத்தைப் படைத்தார். மகாகவி காளிதாசர் அற்புதமான படைப்புகளைப் படைத்து, குப்தர் காலத்திற்கு அழியாப் புகழைத் தேடித்தந்தார்.

இக்காலத்தில் எழுதப்பட்ட நாடகங்கள் சம்பந்தமாக இங்கு இரண்டு விஷயங்களைக் குறிப்பிட வேண்டும். முதலாவது, இன்பியல், துன்பியல் நாடகங்கள் என்று எவையும் இல்லை. இரண்டு, மேல்தட்டு வகுப்பாரைச் சேர்ந்த பாத்திரங்களும் கீழ்த்தட்டு வகுப்பாரைச் சேர்ந்த பாத்திரங்களும் ஒரே மொழியில் பேசவில்லை. இந்நாடகங்களில் வரும் பெண்பாத்திரங்களும் சூத்திரர் பாத்திரங்களும் பிராகிருத மொழியைப் பயன்படுத்துகின்றன.[8]

காளிதாசரை விக்கிரமாதித்தியனுடனும் அக்காலத்தில் வாழ்ந்ததாகக் கருதப்படும் திக்நாகருடனும் இணைத்துப் பேசுவது மரபாக இருந்து வருகிறது. மிருச்சகடியம், முத்ரா ராக்ஷசம், தேவி சந்திர குப்தம் ஆகிய புகழ்மிகு நாடகங்களை இயற்றிய ஆசிரியர்களையும் குப்தர் காலத்தவர் எனக் கருதுவது மரபெனினும் இதில் ஐயப்பாடு முழுதும் நீங்கியபாடில்லை. அரசக் கவிஞர்களான ஸ்ரீஹர்ஷர், மகேந்திரவர்மன், பாணர், மயூரர், பர்த்துருஹரி, சுபந்து ஆகியோரின் இலக்கியங்கள் கி.பி.7ஆம் நூற்றாண்டில் எழுந்தன.[9]

II

கி.பி.3ஆம் நூற்றாண்டு முதல் கி.பி.9ஆம் நூற்றாண்டு வரை ஏறக்குறைய 600 ஆண்டுகள் காஞ்சிபுரத்தைத் தலைநகராகக் கொண்டு, ஆந்திரத்தின் தென்பகுதி தொடங்கித் தமிழகத்தின் காவிரிக்கரை வரை ஆட்சிபுரிந்தவர்கள் பல்லவர்கள்.

இம்மரபினர் யார்? எங்கிருந்து வந்தவர்கள்? என்பது குறித்து அறிஞர்களிடம் ஒத்த கருத்தில்லை. இவர்கள் தமிழகத்தைச் சேர்ந்தவர்கள் எனவும் தமிழகத்திற்கு வெளியிலிருந்து வந்தவர்கள் எனவும் பல்வேறு கருத்துகள் முன்வைக்கப்பட்டுள்ளன.

இவர்கள், மேற்கிந்தியப் பகுதிகளிலும் சிந்துவெளியிலும் வாழ்ந்திருந்த பஹ்லவர் அல்லது பார்த்தியர் என்றழைக்கப்பட்ட இனத்தவர் என்றொரு கருத்து முன்வைக்கப்பட்டுள்ளது. சோழன் வெள்வேற் கிள்ளிக்கும் மணிபல்லவத் தீவிலிருந்த நாகர் குலத்தைச் சேர்ந்த பீலிவளைக்கும் பிறந்த தொண்டைமான் இளந்திரையன் மரபினைச் சேர்ந்தோரே பல்லவர் என்ற கருத்தும் கூறப்பட்டுள்ளது.

வாகாடகர்களின் ஒரு பிரிவினராக இவர்கள் இருக்கலாம் என்றும் கருதப்படுகிறது. பல்லவர்கள் தொண்டைமண்டலத்திலேயே தோன்றியவர்கள் என்றும் அறிஞர் சிலர் கருதுகின்றனர். அத்துடன் புலிந்தர் என்றதொரு பழங்குடியினர் 'பலடர்' என்று குறிப்பிடப்பெற்றனர்; அவ்வினத்திலிருந்து தோன்றியவர்களே பல்லவர் என்ற கருத்தும் உரைக்கப்பட்டுள்ளது.

கருநாடகப் பகுதியிலிருந்த சூட்டு குலத்து நாகவம்ச அரசர்கள் மகாராட்டிரப் பகுதியிலிருந்த சகபஹலவர்களோடு உறவு கொண்டனர். அந்த பஹலவன் ஒருவன் மூலமே காஞ்சியில் அரசு தோன்றியது எனவும் எண்ணப்படுகிறது.

பல்லவர்கள் என்ற பெயர் சங்க இலக்கியம் எதிலும் காணப்பெறவில்லை. 'பல்லவம்' என்பது சமஸ்கிருதச் சொல்லாகும். இச்சொல்லிற்கு இலை, கிளை, தளிர் என்று பலபொருள்கள் கூறப்படினும் இவை அனைத்தும் 'மூல ஒன்றிலிருந்து கிளைத்துத் தோன்றியவை' என்னும் அடிப்படைப் பொருண்மை உடையவை.

ஆகவே இதனைக் கொண்டு ஆந்திரத்தின் கிருஷ்ணா நதிப் பகுதியிலிருந்து ஆட்சிபுரிந்த சாதவாகன அரசமரபிலிருந்து கிளைத்தவர்களே பல்லவர்கள் என்ற கருத்தையும் அறிஞர்கள் வலியுறுத்துகின்றனர்.

ஆந்திரத்தின் கிருஷ்ணாநதிப் பகுதியைச் சார்ந்த (குண்டூர்ப்பகுதி) நிலப்பகுதி, பல்நாடு (Palnadu) என வழங்கியது. அப்பகுதியை, சாதவாகனருக்கு அடங்கி ஆண்டிருந்த குறுநில மன்னர் மரபினரே பின் தெற்கு நோக்கி வந்து காஞ்சியைத் தலைநகராகக் கொண்டு ஆட்சிபுரிந்தனர். அவர்களே பல்லவர்கள் என்ற கருத்தும் நம்பத் தகுந்த ஒன்றாகவே அமைகின்றது.[10]

பல்லவர்களை, முற்கால, இடைக்கால, பிற்காலப் பல்லவர்களென மூன்று பிரிவினராக வரலாற்றாசிரியர்கள் பகுக்கின்றனர்.

பப்பதேவன், வீரகூர்ச்சரன், ஸ்கந்த சிஷ்யன், குமார விஷ்ணு, புத்தவர்மன், சிவஸ்கந்த வர்மன், முதலாம் நந்திவர்மன் முதலிய அரசர்கள் முற்காலப் பல்லவராவர்.

இடைக்காலப் பல்லவர்கள் இரு கிளைகளைச் சார்ந்தோராவர். சிம்மவிஷ்ணுவின் வழிவந்தோர் முதற்கிளையினர். பீமவர்மனின் வழிவந்தோர் மற்றொரு கிளையினர்.[11]

சிம்மவிஷ்ணு, காவிரிபாயும் சோழவளநாட்டைக் கைப்பற்றிப் பல்லவ அரசுடன் சேர்த்தான். களப்பிர, மாளவ, சோழ, பாண்டிய, சாளுக்கிய, கேரள மன்னர்களை வெற்றி கொண்டான். பல்லவக் காலத்திய இலக்கிய வளர்ச்சியும் பண்பாட்டு மேம்பாடும் அரசியல் விரிவும் சிம்மவிஷ்ணுவின் காலத்திலிருந்தே தொடங்குகின்றன என்பர்.[12]

சிம்மவிஷ்ணுவிற்குப் பின்னர் அவன் மகன் முதலாம் மகேந்திரவர்மன் பட்டமேற்றான். அவனுக்குப்பின் முதலாம் நரசிம்மவர்மன், இரண்டாம் மகேந்திரவர்மன், முதலாம் பரமேச்வரவர்மன், இராஜசிம்மன் என்னும்

இரண்டாம் நரசிம்மவர்மன், மூன்றாம் மகேந்திரவர்மன், இரண்டாம் பரமேஸ்வரவர்மன் ஆகியோர் ஆட்சிபுரிந்தனர். இவர்கள் இடைக்காலப் பல்லவர்களாவர்.

இரண்டாம் நந்திவர்மன், தந்திவர்மன், மூன்றாம் நந்திவர்மன், நிருபதுங்கன், அபராஜிதன் ஆகியோர் பிற்காலப் பல்லவர்கள் ஆவர்.

III

சிம்மவிஷ்ணுவின் மகனான முதலாம் மகேந்திரவர்மன் கி.பி.600 முதல் – கி.பி.630வரை காஞ்சியைத் தலைநகராகக் கொண்டு பல்லவப் பேரரசை ஆட்சிபுரிந்தான். பல்துறை வித்தகனான இம்மன்னன் சிறந்த அரசியல் அறிஞனும் ஆவான். இவனது ஆட்சியில் பல்லவ நாட்டின் வாழ்க்கை பல வகைகளிலும் செழிப்புற்று விளங்கியது. கட்டடக்கலை, சிற்பக்கலை, ஓவியக்கலை, இசைக்கலை, இலக்கியக்கலை எனப் பல கலைகளும் இவன் ஆட்சியில் வளர்ந்தோங்கின. அவற்றில் தானும் துறைபோய கலைஞனாகத் திகழ்ந்து பல்லவ மரபில் புகழின் உச்சத்தை இவன் எட்டினான்.

குடைவரை (Rock Cut) அல்லது குகைக்கோயில் (Cave Temple) எனப்படும், ஒரே பாறையைக் குடைந்து கோயில் அமைக்கும் முறையினைப் பல்லவ நாட்டில் இவனே தோற்றுவித்தான். இது அவனுக்கு முன் செங்கல், மரம், உலோகம், சுதை ஆகியன கொண்டு கட்டப்பட்ட கோயில் கட்டடக்கலை மரபில் பெரும் திருப்புமுனையாகும். இதனைத் தான் எடுத்த மண்டகப்பட்டுக் குடைவரைக் கல்வெட்டில் பெருமிதத்தோடு குறிப்பிட்டுள்ளான்.[13]

பல்லாவரம், வல்லம், மாமண்டூர், தளவானூர், சீயமங்கலம், மகேந்திரவாடி, திருச்சிராப்பள்ளி முதலிய இடங்களில் இவன் வெட்டுவித்த குடைவரைகள் காணப்படுகின்றன.

இம்மன்னன், கட்டட, சிற்பக்கலைகளைப் போலவே ஓவியக்கலையிலும் பேரீடுபாடு கொண்டிருந்தான். தக்ஷிண சித்திரம் என்னும் ஓவிய நூலிற்கு உரை எழுதினான்.[14] தன்னைச் 'சித்திரகாரப்புலி' என அழைத்துக் கொண்டான்.

இசைக்கலையிலும் மகேந்திரனுக்கு எல்லையற்ற ஈடுபாடு இருந்துள்ளது. புதுக்கோட்டையைச் சார்ந்த 'குடுமியான்மலை' என்னும் குன்றின் மீதுள்ள குடைவரையின் பின்புறம் இரண்டு விநாயகர்

உருவங்களுக்கிடையே வெட்டப்பட்டுள்ள 38 வரிகளைக் கொண்ட இசைக்கல்வெட்டு மகேந்திரனுடையதெனக் கருதப்படுகிறது.[15]

போர்க்கலையிலும் வல்லவனான மகேந்திரன், சாளுக்கிய வேந்தன் இரண்டாம் புலிக்கேசியைப் புள்ளலூரில் நிகழ்ந்த போரில் வெற்றி கண்டதை இரண்டாம் நந்திவர்மனின் காசக்குடிப் பட்டயம் கூறுகின்றது.[16]

சமண சமயத்தை ஏற்றிருந்த மகேந்திரவர்மன், அப்பர் என்னும் திருநாவுக்கரசரால் சமணத்தை விடுத்துச் சைவ சமயத்தைத் தழுவினான். இந்தச் சமய மாற்றச் செய்தி சேக்கிழாரால் பெரியபுராணத்தில் விவரிக்கப்படுகிறது. மகேந்திரவர்மன் என்ற இயற்பெயரைச் சுட்டாமல் காடவன், பல்லவன் என்ற பெயர்களையே சுட்டுகிறார் சேக்கிழார். இருப்பினும் சமணப்பள்ளியை இடித்துத் திருவதிகைச் சிவன் கோயில் கட்டினான் எனும்போது அக்கோயிலைக் 'குணதரவீச்சுரம்' என்று குறிப்பிட்டுள்ளார். 'குணபரன்' என்பது மகேந்திரவர்மனின் பட்டப் பெயர்களுள் ஒன்றாகும்.

தான் குடைவித்த கோயில்களில் தன் ஏராளமான பட்டப் பெயர்களை மகேந்திரன் பொறிக்கச் செய்துள்ளான். அவை அவனது வரலாறு, சமயம், திறன்கள், பண்புநலன்கள் எனப் பலவற்றையும் உணரப் பெருந்துணைபுரிகின்றன.

இலக்கூற்றன், விசித்திர சித்தன், சேத்தகாரி, கலஹப்பிரியன், லளிதாங்குரன், சித்ரகாரப்புலி, ஸங்கீர்ண்ணஜாதி, பகாபிடுகு, குணபரன், சத்யசந்தன், மஹாமேகன், அவனிபாஜனன், அபிமுகன், நித்திய வினோதன், புருஷோத்தமன் ஆகியன அவற்றுள் சிலவாகும்.

மத்தவிலாசப் பிரஹசனத்தில் தன்னைப் புலவன்,நாடகக்கவி என்று சூத்திரதாரி வாயிலாகக் குறிப்பிட்டுக்கொள்கிறான்.

பல்கலை வித்தகனான மகேந்திரவர்மன் மத்தவிலாசம், பகவதஜ்ஜுகம் என்னும் இரண்டு நாடகங்களை இயற்றியுள்ளான். வடமொழியில் எழுதப்பட்ட இவ்விரு நாடகங்களும் 'பிரஹசனம்' என்னும் வகையைச் சார்ந்தவையாகும்.

மத்தவிலாசத்தை எழுதியதால் 'மத்தவிலாசன்' என்று மகேந்திரவர்மன் தன்னை அழைத்துக்கொண்டான். பல்லாவரக் குடைவரையிலுள்ள கல்வெட்டில் 'மத்தவிலாஸன்' என்ற பட்டப்பெயர்

12 ❁ மத்தவிலாசப் பிரகசனம்

பொறிக்கப்பட்டுள்ளது. அதேபோல் திருச்சிராப்பள்ளி மலைக்கோட்டை மேலுள்ள, இலளிதாங்குரபல்லவேசுரகிரகம் என்ற பெயர்கொண்ட குடைவரையில் கிழக்கு அரைத்தூணில் மேற்கு முகத்தில் 'மத்தவிலாச மயமயக்கு' என்ற பெயர் பொறிக்கப்பட்டுள்ளது.[17]

மாமண்டூரின் முதற்குடைவரையில் மத்தவிலாசப் பிரஹசனம், பகவதஜ்ஜுகம் என்னும் இரு நூல்களின் பெயர்களும் இடம்பெற்றுள்ளன.[18] 'மத்தவிலாஸாதிப ப்ரஹஸ(ந), என்னும் இக்கல்வெட்டை மயிலை சீனி.வேங்கடசாமி குறிப்பிட்டுள்ளார். ஆயினும் பகவதஜ்ஜுகத்தை மகேந்திரவர்மன் இயற்றியிருப்பின் பகவதஜ்ஜுகன்' என்றும் சிறப்புப் பெயர் வழங்கியிருக்கும். அவ்வாறு வழங்காமையால் அது இவனால் இயற்றப்பட்டதன்று என அவர் கருத்துரைத்துள்ளார்.[19]

பவதஜ்ஜுகத்தை இயற்றியவர் 'போதாயன கவி' என்றும் அவர் பாசகவி நாடகங்களின் தொகுப்புக் காலத்தைச் சேர்ந்தவர் என்றும் ஸ்ரீனிவாச ஸர்மா குறிப்பிட்டுள்ளார்.[20]

ஆயினும் தற்கால ஆராய்ச்சியாளர்கள் இது மகேந்திரவர்மனால் இயற்றப்பட்டதே எனக் கூறுவதாகவும் மாமண்டூர்க் கல்வெட்டில் 'பகவதஜ்ஜுக மத்தவிலாசாதி' என்னும் சொற்றொடர் காணப்படுவதாகவும் கூறி உறுதிப்படுத்துகின்றனர் என மு.கு. ஜகந்நாதராஜா குறிப்பிட்டுள்ளார்.[21]

மத்தவிலாசப் பிரஹசன நாடகத் தொடக்கத்தில் மகேந்திர விக்கிரவர்மன் என்னும் பெயருடையவன் பல்லவ குலத்தில் பிறந்தவன்; சிம்ம விஷ்ணுவின் புதல்வன் எனவும் நாடக இடையில் குணபரன் மற்றும் நாடக இறுதியில் பரதவாக்கியத்தில் சத்துருமல்லன் என்னும் பட்டப்பெயர்களும் இடம்பெற்றுள்ளன. ஆனால் பகவதஜ்ஜுகத்தில் இத்தகைய பெயர் ஏதும் காணப்பெறவில்லை. ஆயினும் மாறி அமையும் துறவி மற்றும் ராஜகணிகை ஆகியோரின் பெயர்கள் ஒட்டியமைந்து 'பகவதஜ்ஜுகம்' என்று அமையும் நாடகத்தலைப்பு மகேந்திரன் கல்வெட்டில் இடம் பெறுவதற்குப் பிறிதொரு காரணம் ஏதுமில்லை. அத்துடன் மத்தவிலாசம் குறிக்கப்பட்டு அதனுடன் தொடர்ந்து பகவதஜ்ஜுகம் குறிப்பிடப்படுவது இரண்டும் அவனால் உருவாக்கப்பட்ட நாடகங்களே என்பதை உணர்த்துகின்றது என்பதில் ஐயமில்லை.

சமணனான தான் சைவசமயத்தைத் தழுவியதைத் திருச்சிராப்பள்ளி லலிதாங்குர பல்லவேச்சுர கிரகக் கவிதைக் கல்வெட்டில், 'இலிங்கத்தை வழிபடும் இராசனான குணபரர், மாறுபட்ட நெறியிலிருந்து அந்த லிங்கத்தினால் திருத்தப்பட்ட அறிவை இவ்வுலகத்தில் நீண்டகாலம் பரவுமாறு செய்தார்' என மகேந்திரவர்மன் பொறிக்கச் செய்துள்ளான். அவனது சமயத் தொடர்பான உளமாற்றத்திற்கு இது சான்றாய் நிற்கிறது என்பர்.[22]

தளவானூர், சீயமங்கலம், பல்லாவரம், திருச்சிராப்பள்ளி முதலிய இடங்களில் கோயில்களையும் மகேந்திரவாடியில் பெருமாள் கோயிலையும் தோற்றுவித்துள்ளான். ஆகவே இவன் கி.பி.620 இல் சமணத்தை விட்டுச் சைவனாகி இருக்கலாம் என்று கணிக்கிறார் மா.இராசமாணிக்கனார்.[23]

மத்தவிலாசத்தில் காபாலிகம், பாசுபதம் ஆகிய சமயப்பிரிவுகளைச் சார்ந்தவர்களின் போலி ஒழுக்காறுகள் அம்பலப்படுத்தப்படுகின்றன. புத்தரும் புத்த மெய்யியலும் புத்த துறவியரும் விமர்ச்சிக்கப்படுகின்றனர். ஆகவே மகேந்திரன் சைவனாக மாறிய பின்னரே இந்நாடகம் எழுதப்பெற்றிருக்க வேண்டும் என்பர்.[24]

> ஆனால், ஜைன சமயத்தவர்களைப் பற்றி மகேந்திரவர்மன்
> ஒன்றும் கூறுகின்றானில்லை; இதனால், இந்நாடகத்தை
> அவன் ஜைன தருமத்தை மேற்கொண்டிருந்த காலையில்
> எழுதியிருக்க வேண்டுமெனக் காணலாம்

என்று ஔவை சு.துரைசாமி குறிப்பிட்டுள்ளார்.[25]

இந்நாடகத்துள் சமணசமயத்தைச் சார்ந்த நாடகமாந்தர் யாரும் படைக்கப்பெறவில்லை என்பது உண்மையே எனினும் சத்தியசோமன் தேவசோமாவிடம் சமணம் குறித்து இழித்துப் பேசுகின்றான்.

'ஆருகதர் முக்திக்கு வழி, வேறு சொல்கிறார்களே' என தேவசோமா வினவுகிறாள். அதற்குக் கபாலி,

> அவர்கள் நாத்திகர்கள். நம் சமயத்திற்கு மாறுபட்டவர்கள். எப்படியென்றால் அவர்கள் காரியத்தின் குணம் காரணத்திற்கும் உண்டென்பர். இன்பமெல்லாம் துன்பம் போலக் காரியம் என்பர்; தங்கள் கொள்கையைக் கொண்டே தங்களுக்குக் கேடு செய்து கொள்கிறார்கள். அந்தப்பாவிகள் பெயரை வசையாகக் கூடச் சொல்லக் கூடாது. உயிர்களுக்கு எவ்வளவு கொடுமை செய்கிறார்கள் தெரியுமா? துறவு, துறவு என்று துறவறம் பேசுவர்; தலை மயிரைத் தாங்களே பறிப்பர். உடம்பெல்லாம் அழுக்குப் படிந்திருப்பர்; உண்பதற்குக் கூடக் காலம் குறிப்பர்; அழுக்கு உடை உடுப்பர் (முதற்களம்)

என்று எள்ளி நகையாடுகிறான். அவர்களைப் பேசியதால் தனது நாக்கு அழுக்காகி விட்டது எனவும் அதனைக் கள்ளூற்றிக் கழுவ வேண்டும் எனவும் கூறுகிறான். இவ்வாறு இதனை மொழிபெயர்த்தவரே மகேந்திரவர்மன் ஜைன சமயத்தவர்களைப் பற்றி ஒன்றும் கூறவில்லை எனவும் அதனால் அவன் ஜைனனாக இருந்தபோதே இதனை இயற்றியிருக்க வேண்டும் எனவும் முடிவுரைப்பது ஏன் என்று விளங்கவில்லை.

டாக்டர் s.கிருஷ்ணசுவாமி ஐயங்காரின் கருத்தினையொட்டியே தன் கருத்தை முன் வைத்துள்ளதாக தோன்றுகிறது. *(S.Krishnasawami Aiyangar, Some Contributions of South India to Indian Culture, university of calcutta, 1923, P.204)*

அகப்புறச் சமயங்களான காபாலிகத்தையும் பாசுபதத்தையும் மகேந்திரன் எள்ளிநகையாடிய போதும், நாடகத் தொடக்கத்தில், சிவபெருமான் மூவுலகையும் ஆட்டுவிக்கும் முதல்வன், அவனது ஆடல் எங்கும் பரந்தது; அனைத்தும் அவன் விளையாட்டு; எல்லையற்ற அறிவனாகிய அவன் விருப்பப்படியே உணர்வுகள் எழுகின்றன. தான் நிகழ்த்தும் இப்பிரபஞ்ச நாடகத்தைத் தானே கண்டு ரசிப்பவன் அவன் எனக் கூறியுள்ளவை சிவன்பால் அவன் கொண்டிருந்த ஆழ்ந்த பற்றுதலையே உணர்த்துகின்றன. ஆகவே அவன் சமணத்திலிருந்து சைவத்தை ஏற்ற பிறகே இந்நாடகத்தை இயற்றியிருக்க வேண்டுமெனலாம்.

IV

மத்தவிலாசப் பிரஹசனத்தின் பிரதி கடந்த 20ஆம் நூற்றாண்டிலேயே (1917) கண்டுபிடிக்கப்பட்டது. 'திருவாங்கூர் வடமொழி நூற்பிரசுர சாலையில் கியூரேட்டராக இருந்தவர் மஹாமஹோபாத்தயாய டாக்டர் தருவை கணபதி சாஸ்திரியார், 'ஸ்வப்நவாஸவதத்தம், முதலான பதின்மூன்று நாடகங்களைக் கண்டெடுத்தவர்.[26] அவராலேயே மத்தவிலாசப் பிரஹசனமும் கண்டுபிடிக்கப்பட்டது.[27]

இந்நாடகம் வெளிவருவதற்குச் சில மாதங்களுக்கு முன்னரே, கணபதி சாஸ்திரி இம்முக்கியமான நாடகத்தைக் கண்டுபிடித்தமை குறித்து T.A.கோபிநாதராவ் சென்னைக் கிறித்தவக் கல்லூரி மலரில் *(Vol/34.1917)* எழுதிய கட்டுரை மூலம் அறிஞர் உலகிற்கு அறிவித்தார்.

1924இல் டாக்டர் ஜெ.ஹேர்ட்டல் *(J.Hertal)* என்பவர் *Mattavilasa – 'Die Streiche des Berauschten'* என்ற பெயரில் ஜெர்மன் மொழியில் மொழிபெயர்த்தார். அம்மொழிபெயர்ப்பு *leipzing*இல் வெளியிடப்

பெற்றது. ஆறு ஆண்டுகளுக்குப் பிறகு 1930இல் L.D.பார்னெட் (L.D.Barnett) என்பவரால் ஆங்கிலத்தில் மொழிபெயர்க்கப்பட்டு (*Bulletin of the School of Oriental Studies, London (Vol.5, Part 4)* வெளிவந்தது.

அதன்பின் 44 ஆண்டுகள் கடந்து 1974இல் K.P.உண்ணி மத்தவிலாசத்தின் ஆங்கில மொழிபெயர்ப்பின் முதற்பதிப்பை வெளியிட்டார்.[28]

மகேந்திரவர்ம மன்னரின் நாடகங்கள் *King Mahendravarman's Plays* என்ற தலைப்பில், பகவதஜ்ஜுகம் மற்றும் மத்தவிலாசம் ஆகியன மைக்கேல் லாக்வுட் மற்றும் A.விஷ்ணு பட் ஆகிய இருவராலும் ஆங்கிலத்தில் மொழிபெயர்க்கப்பட்டு 1991ஆம் ஆண்டு வெளிவந்துள்ளன. (வெளியீடு: *Tambaram Research Associates, M.C.C., Tambaram, Madras)*

மத்தவிலாசப் பிரஹசனத்திற்குப் பல தமிழ் மொழிபெயர்ப்புகள் வெளிவந்துள்ளன:

மொழிபெயர்ப்பாளர்	வெளியீடு	ஆண்டு
ந.பலராம ஐயர்	காரைக்குடிச் செந்தமிழ்க் கழகம், காரைக்குடி	1932
தி.கி.நாராயணசாமி நாயடு	செந்தமிழ்ச்செல்வி	1933–34
ஔவை சு.துரைசாமி	அண்ணாமலைப் பல்கலைக்கழகம், அண்ணாமலைநகர்	1950
மயிலை சீனி.வேங்கடசாமி	சைவசித்தாந்த நூற்பதிப்புக்கழகம், திருநெல்வேலி	1955
இ.ஜாண் ஆசீர்வாதம்	கிறிஸ்தவ இலக்கிய சங்கம், சென்னை	1981
கால சுப்ரமணியம்	தமிழினி, சென்னை	2019

மைக்கேல் லாக்வுட் மற்றும் விஷ்ணு பட், ஜாண் ஆசீர்வாதம், காலசுப்ரமணியம் ஆகியோர் பகவதஜ்ஜுகத்தையும் மொழிபெயர்த்து உடன் வெளியிட்டுள்ளனர். ஜாண் ஆசீர்வாதத்தின் மொழிபெயர்ப்பு 1979ஆம் ஆண்டு தனிநூலாகக் கிறிஸ்தவ இலக்கிய சங்கத்தால் வெளியிடப்பட்டுள்ளது.

V

கதையமைப்பு

சத்தியசோமன் என்னும் கபாலியும் அவன் பெண்துணையான தேவசோமா என்பவளும் நிறைந்த மதுபோதையில் வருகின்றனர். சமணரின் ஒழுக்கங்களையும் கொள்கைகளையும் பழித்தும் இழித்தும் பேசுகிறான் கபாலி. சமணர் பேரைக் கூறியதால் நாக்கு அழுக்கடைந்து விட்டதாகவும் அதனை மதுவால் தூய்மைப்படுத்த வேண்டும் எனவும் கூறி மதுச்சாலைக்குச் செல்கின்றனர்.

அவ்வமையம் பிச்சையிட ஒருவர் முன் வருகிறார். அப்போதுதான் தன் பிச்சைப்பாத்திரமான கபாலம் காணாமல் போனதைக் கபாலி அறிகிறான். மீண்டும் மதுச்சாலைக்குச் சென்று தேடியும் பிச்சைப் பாத்திரத்தைக் காணாத நிலையில் கபாலி புலம்பித் தவிக்கிறான். இருவரும் அதனைத் தேடிக் காஞ்சிநகரத் தெருக்களில் செல்கின்றனர்.

அப்போது தன் திருவோட்டில் ஏற்ற பிச்சையுடன் நாகசேனன் என்னும் புத்த துறவி தெருவில் சென்று கொண்டுள்ளான். அவனே தன்னுடைய பிச்சைப்பாத்திரத்தைத் திருடிச் செல்வதாக எண்ணிக் கபாலியும் தேவசோமாவும் அவனுடன் சச்சரவிடுகின்றனர். புத்ததுறவி எவ்வளவோ எடுத்துக் கூறியும் ஏற்காமல் புத்தரையும் அவர் தத்துவத்தையும் பழித்துரைத்த வண்ணம் அவனுடன் பூசலிடுகின்றனர்.[29]

வழியில் வரும் பப்ருகல்பன் என்ற பாசுபதன் செய்த சமாதானத்தையும் ஏற்காமல் நீதிமன்றம் செல்ல முடிவு செய்கின்றனர்.

அப்போது நாயிடமிருந்து பறித்த கபாலியின் பிச்சைப் பாத்திரத்துடன் பித்தன் ஒருவன் வருகிறான். ஒருவழியாக அவனிடமிருந்து அதனைப் பெறுகிறான் கபாலி. அனைவரும் சமாதானத்துடன் கலைகின்றனர்.

நாடக வகை

வடமொழியில் நாடகம் 'ரூபகம்' எனப்படும். 'தசரூபகம்' எனப் பத்தாகக் கருதப்படும் நாடக வகைகளுள் பிரஹசனமும் ஒன்று. ஏனையவை நாடகம், பிரகரணம், பாணம், வியாயோகம், சமவகாரம், வீதி, விஷ்கபேகம். இடிமம், ஈஹாமிருகம் என்பனவாகும். *(விரிவுக்குக் காண்க. பின்னிணைப்பு:3)*

> பிரஹசனம், நகைச்சுவையைச் சிறப்பாகக் கொண்ட நாடக வகையாகும். சுத்தம், சங்கீர்ணம் என இது இருவகைப்படும். இறைவன், தவநெறி மேற்கொண்டவர், அந்தணர், ஜைன முனிவர் போன்றவர்களைப் பற்றிய நகைச்சுவை கொண்ட செய்திகளைக் கொண்டும், கபடம் போன்ற தீய குணங்கள் உள்ள பாத்திரங்களைக் கொண்டும் நகையைத் தோற்றுவிக்கும் உரையாடல்கள் நிறைந்ததும், அவரவர்களுடைய பேச்சு, நடை, உடை பாவனையை அப்படியே எடுத்துக்காட்டுவதும், ஒரே ஒரு நபருடைய வரலாற்றைக் கொண்டதாகவும் இருப்பது சுத்த பிரஹஸனம் எனப்படும். நகைக்கு இடமாகும் விடை, செயல் முதலியவற்றுடன் கூடிய வேசி, அலி, விடன் (தூர்த்தன்), பல ஆடவர்களுடன் தொடர்புகொள்ளும் மங்கை போன்ற பாத்திரங்களுடன் கூடியது சங்கீர்ணம் எனப்படும். உலக மக்களிடையே வழக்கத்தில் உள்ள செய்திகளுடன் டம்பம், போக்கிரித்தனமுள்ள கபட வேடம் பூண்டவர்கள், பிறரை ஏமாற்றுபவர்கள், விடர்கள் போன்றவர்களின் உரையாடல்கள், வீண் வாதங்கள் பிரஹஸனத்தில் இருக்கவேண்டும்.

என்று பரதமுனிவர் இந்நாடக வகையின் இயல்புகளை விவரிக்கிறார்.[30]

> 'பிரஹஸனம்' ஆங்கிலத்தில் ஃபார்ஸ் *(Farce)* எனப்படும். அச்சொல்லிற்குப் பயனற்ற கழிவுப்பொருள் *(Stuff)* என்பது பொருளாகும். தாழ்ந்த நிலையிலுள்ள பாத்திரங்களின் சேஷ்டை, உரையாடல் முதலியவற்றைக் கொண்டதாகும் இது. எளியமக்களும், நல்ல பண்பாடு குறைந்த மக்களும் இதை மிகுதியாக விரும்புவர் என நாடக இலக்கண ஆசிரியர்கள் கூறுகின்றனர்.

என்கிறார் எஸ்.என்.ஸ்ரீராமதேசிகன்.[31]

> பிரஹசனம், இக்காலத்து விகட நாடகத்தை நினைவூட்டும் கிராமியக் கூத்திலிருந்தே தோன்றியிருக்கலாம். பொருள், கவியின் கற்பனையிலிருந்து பெறப்படும். கீழ்வகுப்பைச் சேர்ந்த விடர், சேடர் (அடிமை), நடர் (கூத்தர்) முதலியோரின் சண்டை, தந்திரம்

> என்பவற்றைப் பெரிதும் கொண்டிருக்கும். இந்நாடகம் ஒற்றை அங்கமேயுடையது, ஹாஸ்யரசம் தலைதூக்கி நிற்கும்.

என்கிறார் நவாலியூர் நடராஜன்.[32]

இவற்றைக் கருத்தில் கொண்டு மத்தவிலாசப் பிரஹசனம், சுத்தபிரகஹசன வகையைச் சார்ந்தது என்று தாராலா மேத்தா வகைப்படுத்தியுள்ளார்.[33] ஆயினும் பரதமுனிவர் சங்கீர்ண வகைக்குக் குறிப்பிட்டுள்ள பான்மைகள், குறிப்பாக, பல ஆடவர்களுடன் தொடர்புகொள்ளும் மங்கைப் பாத்திரம் தேவசோமாவுக்குப் பொருந்தி வருவதால் இதனை சுத்த பிரஹசனமென வகைப்படுத்துதல் முற்றிலும் பொருந்தக்கூடியதன்று எனலாம்.

களம்

இந்நாடகத்தின் களம் பல்லவர்களின் தலைநகரமாகத் திகழ்ந்த காஞ்சிபுரமாகும்.

நாடகத்துள் வருகின்ற புத்த துறவி எதிர்வரும் கபாலியைக் கண்டதும் 'இவன் ஏகம்பத்தில் வசிக்கும் போக்கிரி கபாலி அல்லவா?' என எண்ணுகிறான், தன் மடத்திற்கு விரைகின்றான். 'புத்த காஞ்சி' எனப் பல்லவர் காலத்தில் திகழ்ந்தது இன்று கைலாசநாதர் கோயிலிருக்கும் பகுதி என்பர். அதுபோன்றே ஏகாம்பரநாதர் கோயிலிருக்கும் பகுதியே 'சிவகாஞ்சி' எனப்பட்டது. ஆகவே இப்பாத்திரங்கள் சந்திக்கும் இடம் காஞ்சியின் இப்பகுதிகளே என நாடகாசிரியன் தன் எண்ணத்தில் கொண்டிருக்கலாம் எனத் தோன்றுகிறது.

சுவை

எண்வகையாகும் சுவைகளுள் 'ஹாஸ்யம்' என்னும் நகைச்சுவை இரண்டாவதாக பரதமுனிவரால் கூறப்படுகிறது. தொல்காப்பியர் எண்வகை மெய்ப்பாடுகளுள் நகையை முதலாவதாக வைத்துக் கூறுகிறார். *(தொல்.மெய்ப்பாட்டியல்:3)*

> நகை(சிரிப்பு) என்னும் நிலையான பாவத்தால் ஏற்படுவது ஹாஸ்ய ரசமாகும். பொருத்தமற்ற வேடம், அணிகலன், வெட்கமின்மை, நிலையற்றமனம், பொருத்தமற்ற உரையாடல், உறுப்புகளில் வேறுபாடு கொண்டவர்களைக் காண்பது, காரணமற்ற அச்சத்தையும் தகாத, பொருந்தாத செயல்களையும் வருணனை செய்து கூறுதல் போன்ற விபாவங்களால் நகைச்சுவை தோன்றும்.

என்று நகைச்சுவை தோன்றுவதற்கான காரணங்களை பரதமுனிவர் விவரிக்கின்றார்.[34]

இப்பாவங்கள் எவ்வாறு இடம்பெற்று மத்தவிலாசத்தை நகைச்சுவை நாடகமாக்குகின்றன எனக் காண்பது சுவையானது.

பொருத்தமற்ற வேடம் என்பது பொதுவாக ஒப்பனையையே குறிப்பினும் இந்நாடகத்தில் தாங்கள் கொண்டுள்ள சமயத் தோற்றத்திற்கு மாறானவர்களாகவும் பொருத்தமற்றவர்களாகவும் நாடகமாந்தர்கள் அமைந்துள்ளனர்.

அகப்புறச் சமயமாகிய காபாலிகத்தை ஏற்ற சத்தியசோமனும் தேவசோமாவும் சிவசிந்தனை சிறிதுமற்றிருப்பதுடன் மதுவையும் இறைச்சியையுமே நேசிப்பவர்களாக உலவுகின்றனர். சத்திய சோமனுக்குக் கள்ளுக்கடையே யாகசாலையாகவும், கடைபெயர்ப் பலகை தொங்கும் கம்பமே பூபஸ்தம்பமாகவும் கள்ளே சோம பானமாகவும் குடியர்களே புரோகிதர்களாகவும் குடிக்கும் கலயமே சோமபாத்திரமாகவும் போதை வெறியில் பேசும் பேச்சே மந்திரங்களாகவும் போதையில் பாடும் பாட்டே சாமகானமாகவும் கள் வார்க்கும் அகப்பையே நெய் வார்க்கும் தர்வியாகவும் குடிவேட்கையே வேள்வித் தீயாகவும் கடை முதலாளியே யாகம் செய்விப்போனாகவும் தெரிகிறது. தேவசோமாவிற்குக் காஞ்சிபுரமே கள் போல் அழகியதாகத் தோன்றுகிறது. இருவரும் காமத்தால் ஈர்க்கப்பட்டுள்ளனர். காபாலிகத்தில் இவை விலக்கப்பட்டவை அல்ல எனினும், இறை சார்ந்த எண்ணமோ உரையாடலோ செயலோ ஏதுமின்றிக் களியாட்டகாரர்களாக மட்டுமே அவர்கள் உள்ளனர்.

புத்த துறவியாகிய நாகசேனனும் பொய்வேடமே தாங்கியுள்ளான். மதுவருந்த வேண்டும், பெண்களோடு மகிழ்ந்திருக்க வேண்டும் என்ற ஆசைகளை உடையவனாகவே இருக்கிறான். புத்தர் இவற்றை அனுமதித்தே இருப்பார் எனவும் கிழட்டுத் துறவியர்களே அவர் கூறியதை மறைத்துவிட்டனர் எனவும் எண்ணுகிறான்.

பாசுபதனான பப்ருகல்பனும் தேவசோமா மீது ஆசைகொண்டு, முன்னர் தொடர்பிலிருந்தவனாகவும் காணப்படுகிறான். அவனது சமயவேடமும் பொய்வேடமே ஆகிறது.

நாணமின்மை இவர்கள்தம் செய்கைகளிலும் சொற்களிலும் வெளிப்படுகிறது. சத்தியசோமனும் தேவசோமாவும் மதுவருந்தித்

தள்ளாடித் தெருவில் வீழ்வது, மாட்டுக்கொம்பிலுள்ள மதுவை நடுத்தெருவில் அருந்துவது, நடுத்தெருவில் சண்டையிடுவது போன்றவை அவர்தம் நாணமின்மையின் வெளிப்பாடுகளாகின்றன.

நாகசேனனும் தான் புத்த துறவி என்பதை மறந்து தெருவில் வீழ்ந்துவிடும் தேவசோமாவை உள்ளார்ந்த ஆசையுடன் தொட்டுத் தூக்குகிறான்; காபாலியுடன் நடுத்தெருவில் சண்டையிடுகிறான்.

நிலையற்ற மனதிற்குக் கபாலியின் மனமாற்றமே சான்றாகும். குடிவெறியே தன்னைக் கெடுத்துவிட்டதாகவும் இன்று முதல் குடிக்கப்போதில்லை என்றும் சத்தியம் செய்யும் கபாலி, இப்படிச் சபதமிட்டுத் துறவைக் கெடுத்துக் கொள்ள வேண்டாமென தேவசோமா கூறியதும் மனதை மாற்றிக் கொள்கிறான்.

பொருத்தமற்ற உரையாடலை நாடக மாந்தர்கள் நிகழ்த்துகின்றனர். சமணம், சமணர், புத்தர், புத்த தத்துவம், புத்த துறவியின் ஒழுகலாறுகள் முதலியன குறித்து கபாலியாகிய சத்தியசோமன் இழித்துப் பேசுகின்றான். நாடகத்தின் இறுதியில் வரும் பித்தன், தன் நிலையின் காரணமாகப் பொருத்தமற்ற, தொடர்பற்ற சொற்களைப் பேசுகிறான். பன்றி, கடல், எருக்கஞ்செடி, கடோத்கஜன், வீமன் மருகன் என்றெல்லாம் பேசுகின்றான்.

நகைச்சுவையைத் தோற்றுவிக்க வேண்டுமெனில் சோர்வு, ஐயம், பொறாமை, சிரமம், சபலத்தன்மை, ஊக்கம், தூக்கம், அவஹித்தம் என்னும் பாவங்கள் பயன்படுத்தத் தக்கவை என்கிறார் பரதமுனிவர்.[35]

தன் பலிபாத்திரமான மண்டையோட்டைக் காணவில்லை என்றதும் சோர்ந்து விழுந்து அழுது புலம்புகிறான் சத்தியசோமன்; தன் திருவோட்டை மறைந்து எடுத்துச்செல்லும் புத்த துறவியே அதனை எடுத்திருப்பான் எனவும் மண்டையோட்டின் நிறத்தையும் வடிவத்தையும் புத்த துறவியே மாற்றியிருப்பான் எனவும் ஐயம் கொண்டு அவனுடன் வழக்கிட்டு உரையாடுகின்றான்.

புத்ததுறவி நாகசேனன் சுவைமிக்க உணவு, வசதியான இருப்பிடம், சிறந்த ஆடை ஆகியவற்றில் விருப்பமும் கள்ளருந்த வேண்டும்; இறைச்சி உண்ண வேண்டும் என்பதில் உள்ளார்ந்த விருப்பமும் பெண்ணின்பம் பெற வேண்டுமென்ற ஆசையும் உடையவன். சத்தியசோமனும் தேவசோமாவும் கள்ளருந்தும் போது தானும் அதனைப் பருகிட விருப்பமுள்ளவனாக இருக்கிறான். தெருவில் விழுந்திடும்

தேவசோமாவின் உடலைத் தொட்டுத் தூக்குகின்றான். மது, மங்கை ஆகியவற்றை, அனைத்தும் அறிந்த புத்தர் விலக்கியிருக்கமாட்டார் என எண்ணுகின்றான். இவையனைத்தும் அவனது சபல சித்தத்தை உணர்த்துகின்றன.

தன்னுடன் முன்னர் உறவு கொண்டிருந்த தேவசோமா தற்போது கபாலியுடன் இருப்பதைப் பார்த்ததும் எப்படியாவது அவர்களைப் பிரித்திடவேண்டும் என்று பாசுபதனான பப்ருகல்பனும் எண்ணுகிறான். அவனும் பெண்சபலம் கொண்டவனாகவும் பொறாமை கொண்டவனாகவும் இருக்கிறான்.

அவ்வித்தம் என்னும் நிந்தை மொழிபேசுதல் இந்நாடகம் முழுவதும் உள்ளது.

சமணர்கள் பாவிகள், பாதகர்கள், நோன்பு நோற்று உடலை வருத்துகின்றவர்கள், நாத்திகர்கள் என காபாலி சமணர்களை நிந்திக்கின்றான்.

'அயோக்கியா, 'போக்கிரி' 'போலிசந்நியாசி' எனப் புத்த துறவியை அழைக்கும் கபாலி, புத்தர் ஒரு கபடன், களவு நூல் இயற்றியவன், அந்தணர்கள் அயர்ந்திருக்கும் வேளையில் மகாபாரதத்திலிருந்தும் உபநிடதத்திலிருந்தும் கருத்துகளைத் திருடிக்கொண்டவன் என்று நிந்தனை செய்கிறான்.

'போக்கிரி, 'சீ' வெட்கமில்லாமல் கூத்தாடுகின்றான்' என்பவை புத்ததுறவி, காபாலியை நோக்கிக் கூறுபவையாகும்.

'அந்த நாயின் பல்லை உடைக்கிறேன்', 'பயந்தாங் கொள்ளி நாயே', 'கூத்தியார் மகனே', 'மண்டு' ஆகியன பித்தன் கூறும் வசை மொழிகள் ஆகும்.

சிரமம் என்ற பாவம் இளைப்பு, இரைச்சலுடன் தொடர்புடையது. இந்நாடகத்தின் இறுதிக்காட்சியில் பித்தனிடம் உள்ள மண்டையோடு காபாலிகனிடம் வந்து சேருவதற்குப் பல சிரமங்கள் ஏற்படுகின்றன. பித்தன் தரையில் வைத்த கபாலத்தைக் கபாலி எடுக்கச் செல்லும்போது, பித்தன் மீண்டும் அதனை எடுத்துக்கொண்டு ஓடுகிறான். காபாலி துரத்திச் செல்கிறான். பிடி கொடுக்காமல் ஓடும் பித்தன் 'இது கபாலமல்ல, பொன்கிண்ணம்' என்று சொல்லித் தர மறுக்கிறான். ஏமாற்றி அவனை அங்கிருந்து ஓடச்செய்த பின்பே மண்டையோட்டினைஅடையமுடிகிறது.

இவ்வாறு பொருத்தமற்ற வேடம், வெட்கமின்மை, நிலையற்ற மனம், பொருத்தமற்ற உரையாடல், தகாத செயல்கள், நிந்தனை ஆகியனவும் சோர்வு, ஐயம், பொறாமை, சலபத்தன்மை, சிரமம் ஆகிய பாவங்களும் இந்நாடகத்தின் நகைச்சுவைக்குக் காரணங்களாகின்றன.

வட்டாரச் செய்முறையில் *(Pravrtti)* இந்நாடகத்தைத் தென்னிந்திய முறை சார்ந்ததென்பர். அத்துடன் இந்நாடகத்தை லோகதர்மி என்னும் உலக வழக்குச்சார்ந்ததென உணர்வதும் இன்றியாமையாததாகும்.

அந்தந்தப் பகுதியில் வாழும் மக்களின் பழக்கவழக்கங்கள், சம்பிரதாயங்கள், நம்பிக்கைகள், அவர்களது எண்ணங்களை வெளிப்படுத்த அவர்கள் இயற்கையாகச் செய்யும் அங்க அசைவுகள் போன்றவற்றை நன்கு உணர்ந்து கொண்டு சாஸ்திர விதிக்கு மாறாமல் தான் கற்ற கல்விக்கு மெருகூட்டும் வகையில் இயற்கையாகச் செய்யும் அபிநயம்[36] உலோக தர்மி எனப்படும்[37].

‘உலகத்தில் பெரும்பாலுமுள்ள வழக்குகளுடன் கூடி, மிக இயற்கையான அபிநயங்களைக் கொண்டதாகப் பல்வகை ஆண்பெண் பாத்திரங்களைக் கொண்டது லோகதர்மி எனும் விதிக்கு முழுமையாக மத்தவிலாசம் பொருந்தி நிற்கிறது. ஒழுக்கநெறி சாராத காபாலிகன், காபாலினி, புத்ததுறவி, தேவசோமா, பாசுபதன், பித்தன் ஆகியோரைப் பாத்திரங்களாகக் கொண்ட இந்நாடகத்தில் அவர்களது பழக்க வழக்கங்களும் உரையாடல், மொழிகளும் மிக ஏதார்த்த முறையில் கையாளப்பட்டுள்ளன.

காபாலிகர், மண்டையோட்டிலும் மாட்டுக்கொம்பிலும் பிச்சையேற்று உண்ணுதல், அதிலேயே மது ஊற்றி நடுத்தெருவிலும் அருந்துதல், பாம்புத்தோல் வைத்திருத்தல், வரைமுறைக்குட்படாத ஆண் – பெண் உறவு முறையைக் கைக்கொள்ளுல், கொச்சை வழக்காறுகளுடன் உரையாடல், சிவன் குறித்தான நம்பிக்கை ஆகிய பண்புகளையும் பழக்கங்களையும் நுட்பமாக நாடகம் கையாண்டுள்ளது.

அதுபோன்றே புத்த துறவிகள், திருவோட்டில் பிச்சையேற்றல், அதனைப் பிறர் கண்ணில் படாமல் மறைவாக எடுத்துச்செல்லுதல், மடங்களில் தங்கியிருத்தல், மீனும் இறைச்சியும் உண்ணல், நீண்ட உடை அணிதல், பொய்யாமை, கொல்லாமை ஆகியவற்றைக் கைக்கொள்ளுதல், மதுவையும் மங்கையையும் விலக்குதல் ஆகிய ஒழுக்காறுகள் திறம்பட நாடகத்தில் அமைக்கப்பெற்றுள்ளன.

பித்தன், கந்தலையும் கிழிசலையும் கட்டிக்கொண்டு, பரட்டைத் தலையுடன், சாம்பலில் புரண்டெழுந்த உடலுடன், கழுத்தில் எருக்கம்பூ மாலையுடன், எச்சில் இலையில் பொறுக்கி உண்டு கொண்டு வரும் கோலம் பாசுபதன் கூற்றாகச் சித்திரித்துக் காட்டப்பட்டுள்ளது. பித்தனுடைய தொடர்பற்ற செயல்களும் பொருளற்ற பேச்சுக்களும் மிகச்சிறப்பாக நாடகத்தில் இடம்பெற்றுள்ளன.

ஒழுக்கநெறி நில்லா மாந்தர்களே பிரஹசனத்தில் மிகுதியும் இடம்பெறுவர் என்பதை இந்நாடக மாந்தர்களின் செயல்களும் வசைச்சொற்களும் தேவசோமா குறித்த புத்த துறவி மற்றும் பாசுபதனின் எண்ண ஓட்டங்களும் காட்டுகின்றன.

நடர்கள் (நாடக மாந்தர்கள் - Dramtis Personae)

கபாலி

சத்தியசோமன், காபாலிகப் பிரிவினைச் சார்ந்தவன். மதுவையும் பெண்ணையும் சமய ஒழுகலாறாகக் கொண்டவன். ஒழுங்கினமான இவனது வசைப்பேச்சுகளும் தவறான செயற்பாடுகளும் நகைச்சுவைக்குக் காரணங்களாகின்றன.

தேவசோமா

கபாலிகனின் பெண் துணை. முன்பு பாசுபதனோடு உறவில் இருந்தவள். இளமையும் கவர்ச்சியும் உடையவள். கபாலிகன், பௌத்தன், பாசுபதன் ஆகிய மூவராலும் விரும்பப்படுபவள். கீழான ஒழுக்கமுள்ளவள், தெருவிலும் மதுவருந்துபவள், வசைச்சொற்களைப் பொழிபவள், உடல்ரீதியாகவும் பிறரோடு சண்டையிடுபவள், நாடகத்துள் வரும் ஒரே பெண்பாத்திரம்.

பாசுபதன்

பப்ருகல்பன் பெண்ணின்ப நாட்டமும் சூழ்ச்சியும் கொண்டவன்.

புத்ததுறவி

நாகசேனன் உணவு, உடை, இருப்பிடம் ஆகியவற்றில் விருப்பமுடையவன். இவனது தரம் தாழ்ந்த நிலை (Inferior) நாடகத்தின் நகைச்சுவைக்கு உதவுகிறது.

பித்தன்

இவனது தொடர்பற்ற பேச்சுக்களும் செயல்களும் கபாலத்தைத் தராமல் அலைக்கழிப்பதும் நகைச்சுவைக்குக் கரணங்களாகின்றன.

ஆஹார்யம் (Aharya)

அணிந்திருக்கும் ஆடை, அணிகலன்களின் மூலமும் செய்து கொண்டிருக்கும் ஒப்பனை மூலமும் அபிநயத்துக் காட்டுவது.

கபாலிகன்

அடர்பழுப்பு வண்ணம் பூசப்பட்ட உடல், மார்பிலும் கை, கால்களிலும் சாம்பல் பூச்சுக்கள், முடியப்பட்ட சடைமுடி, அடர்த்தியான தாடி, கிழிந்து தொங்கும் அழுக்கடைந்த ஆடை, மண்டையோட்டு மாலை, கழுத்து, தோள், முன்கை, கால் ஆகியவற்றில் எலும்பு மணிகளாலான மாலை, இடைக்கச்சையில் மாட்டுக்கொம்பு, கையில் மண்டையோடு.

தேவசோமா

கறுப்பு அல்லது வெளிர் பழுப்பு வண்ணம் பூசப்பட்ட உடல், புள்ளிகளாக நெற்றியில் குற்றப்பட்ட பச்சை, கலைந்து கிடக்கும் கூந்தல், உடலை மூடியுள்ள ஒற்றை ஆடை, மணிகளால் ஆன கழுத்தணி, அத்துடன் பிற அணிகள், கிழிந்து அழுக்கடைந்த பை.

புத்ததுறவி

அடர்பழுப்பு வண்ணத்தில் தோல், முழுவதும் மழித்த தலை, காசாய அடர்சிவப்பு வண்ணத்தில் இரண்டு ஆடைகள், சீவரா என்னும் கீழாடை பல மடிப்புகளுடன் உடலில் மேற்பகுதியைப் போர்த்திய நிலை, கையில் திருவோடு, காபாலிகனோடு ஒப்பிடும்போது நேர்த்தியான, தூய்மையான தோற்றம்.[38]

பாசுபதன்

சாம்பலும் களிமண்ணும் பூசப்பட்ட உடல், கறுப்புநிற உடை, முடியிட்ட அல்லது முடியிடாத தலைமுடி.[39]

நாடக அரங்கம்

நாடகங்கள் நிகழ்ந்த அரங்குகளின் நிர்மானம், அமைப்பு, அளவு, பயன்பாடு ஆகியன குறித்து நாட்டிய சாஸ்திர நூல்கள் விரிவான தகவல்களைத் தருகின்றன.

பண்டைக்காலத்தில் மூன்றுவகையான நாடக அரங்குகள் பயன்பாட்டில் இருந்துள்ளன. அவற்றின் தன்மைகளும் பயன்களும் வேறுபட்டுள்ளன.

1. விகிருஷ்டம் (Vikrsta)

இவ்வரங்கு '96x48' என்னும் அளவில் செவ்வக வடிவில் அமைவது. இது தெய்வங்கள் தொடர்பான நாடகங்கள் நடத்தப் பயன்படுத்தப்பெறும்.

2. சதுரஸ்ரம் (Caturasra)

சதுரவடிவில் '48x48' என்னும் அளவில் அமையும் இவ்வரங்கு அரசர் தொடர்பான நாடகங்கள் நிகழ்த்தப் பயன்படுத்தப்பட்டுள்ளது.

3. திரியச்ரம் (Tryasra)

முக்கோணவடிவில் மூன்றுபுறமும் 24' என்னும் அளவுடையதாக அமைக்கப்பெறும். இவ்வரங்கில் பொதுமக்கள் தொடர்பான நாடகங்கள் நிகழ்த்தப்பெற்றுள்ளன.

நாடக அரங்கம் என்பது மேடை மற்றும் பார்வையாளர் இடம் என இரண்டாக அமையும். மேடை என்பது நடிகர்கள் நடிக்கும் இடமாகும். இதன் பின் ரங்கசீர்ஷம் என்னும் பகுதி அமையும் இது, நடிகர்கள் மேடையில் நுழைவதற்காகக் காத்திருக்கும், நடித்த நடிகர்கள் சென்று மறு காட்சிக்காக வரும் வரை காத்திருக்கும் இடமாகும். இப்பகுதியில் பாடகர்களும் இசைக்கலைஞர்களும் இருப்பர்..[40] மிருதங்கம், பறை, வீணை, புல்லாங்குழல் முதலியன இசைக்கவும் வாய்ப்பாட்டுப் பாடவும் மொத்தம் பன்னிரண்டு கலைஞர்கள் இங்கு இடம் பெற்றிருப்பர்.[41]

இதன் பின்னர் நெபத்திய கிரஹம் எனப்படும் நடிகர்களின் ஒப்பனை அறை இருக்கும்.

இது ஆண் பெண் நடிகர்ககளுக்காக இரு பிரிவுகளாகப் பகுக்கப் பட்டிருக்கும்.

மேடையின் பின்னால் யவனிகா (Yavanika) எனப்படும் திரைச்சீலை தொங்கவிடப்பட்டிருக்கும். அத்திரைச்சீலையில் வண்ண ஓவியங்கள் நிறைந்திருக்கும். திரையின் வண்ணம், நாடகம் எழுப்பும் உணர்ச்சிக்கு ஏற்ற வகையில் அமைந்திருக்கும்.[42]

மேடையின் முன்னால் மரத்தாலும் செங்கற்களாலுமான பார்வையாளர் இருக்கைகள் வரிசை வரிசையாக, முப்புறத்திருந்தும் காணத்தக்க வகையில் அமைக்கப்பட்டிருக்கும்.

அரங்கத்தின் கூரையை அழகிய தூண்கள் தாங்கியிருக்கும். அரங்கின் முன்னும் ஒப்பனை அறையின் பின்னும் வாயில்கள் அமைந்திருக்கும்.

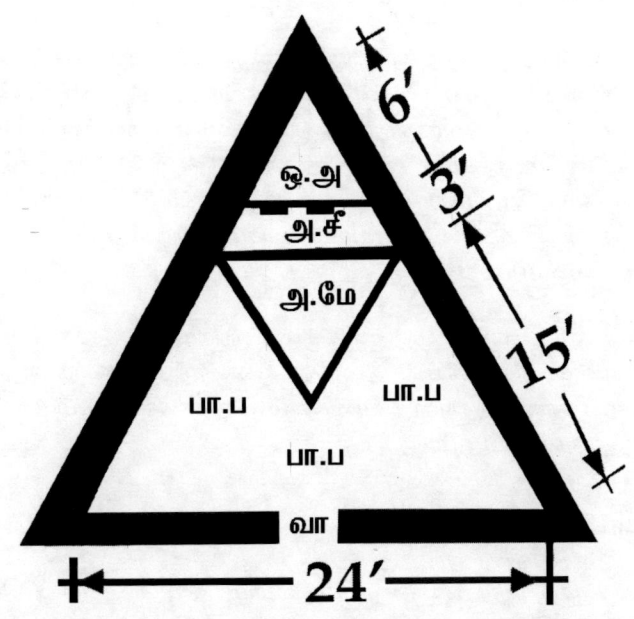

ஒ.அ. = ஒப்பனை அறை
அ.சீ. = அரங்க சீர்ஷம்
அ.மே. = அரங்க மேடை
பா.ப. = பார்வையாளர் பகுதிகள்
வா. = வாயில்

இந்த முக்கோண வடிவ அரங்கத்திலேயே மத்தவிலாசப் பிரஹசன நாடகம் நிகழ்த்தப்பட்டுள்ளது.[43]

நடிப்பு

நாடகத்தில் உடல்மொழி, தாழ்நிலைப் பாத்திரங்களில் மிக்கிருக்கும். உரையாடலுக்கேற்ப நிகழும் உடலசைவு முக்கியமானதாக அமையும். மதுவருந்திய கபாலி மற்றும் தேவசோமாவின் உடலில் தள்ளாட்டம் இருக்கும். அடிக்கடி உடல்கள் முன்னும் பின்னும் சாயும். இருவரும் இதே தன்மையுடன் மேடையில் சுற்றிவருவர்.

மண்டையோட்டைத் தேடி நெடுந்தூரம் நடக்கும்போது பல்வேறு காட்சிகளைக் காண்பது பாவனைகள் மூலம் வெளிப்படுத்தப்படும். மூன்று பக்கங்களிலுமுள்ள பார்வையாளர்களை நோக்கி இவ்வாறு பல இடங்களிலும் நடிப்பர்.

மேடையின் வடபகுதியிலிருந்து புத்த துறவி அரங்கினுள் நுழைவார். துறவியின் நீண்ட உரையாடலின்போது சத்தியசோமனும் தேவசோமாவும் அசைவற்றிருப்பது அவர்கள் மிகு குடியால் உணர்வற்று மயங்கியுள்ள நிலையை உணர்த்தும். புத்த துறவி தன்னுள் பேசிக்கொள்ளும் தனிமொழியை இடப்புறமுள்ள தூணை நோக்கித் திரும்பிப் பேசுவார். குரலை ஏற்றி இறக்கி, உரையாடலையும் தனிமொழியையும் பிரித்து உணர்த்த வேண்டும்.

கபாலிக்கும் புத்த துறவிக்கும் நிகழும் சச்சரவு உலகம் ஒப்புக்கொள்ளும் வகையில் அமைதல் வேண்டும். அவர்களிடும் பூசலை தேவசோமா தூணில் சாய்ந்த வண்ணம் பார்க்கவேண்டும்.[44] இது ஒரு சிறு எடுத்துக்காட்டாகும்.

உரையாடல்

மத்தவிலாசப் பிரஹசனத்தை வடமொழி நாடகம் எனப் பொதுவாக வழங்கினும் இதன் உரையாடல்கள் சமஸ்கிருதத்தில் மட்டுமன்றிப் பிராகிருதமொழியிலும் அமைந்துள்ளன.

இந்நாடகத்துள் காபாலிகனும் பாசுபதனும் சமஸ்கிருதத்தில் உரையாடுகின்றனர். ஏனைய மூவரும் பிராகிருதத்தில் உரையாடுகின்றனர். அப்பிராகிருதமும் வேறுபட்டு அமைந்துள்ளது. புத்த துறவியும் தேவசோமாவும் சௌராசினி பிராகிருதத்தையும் *(Shauraseni Prakrit)*, பித்தன், மாகதி பிராகிருதத்தையும் *(Magadhi Prakrit)* பயன்படுத்துகின்றனர்.[45]

நாடகத்தின் முன்னும் பின்னும்

'நாந்தி' என்னும் இறை வாழ்த்தைத் தொடர்ந்து, நாடக இயக்குநனும், (சூத்திரதாரன்) அவன் மனைவியாகிய 'நடி' (நடிகை) ஒருத்தியும் உரையாடும் பகுதி அமைந்துள்ளது.

சூத்திரதாரன் வாயிலாக, நாடகாசிரியன் பெயரும் அவன்தம் பெருமைகளும் பாராட்டப்படுகின்றன. நடத்தப்போகும் நாடகம் குறித்த அறிமுகமும் இடம்பெறுகிறது.

மத்தவிலாசப் பிரஹசனத்தில் இப்பகுதியே ஒரு சிறு நாடகமாக அமைந்துள்ளது. சூத்திரதாரனுக்கு இரு மனைவியரெனவும் அதனால் மூத்த மனைவி ஊடல் கொண்டிருப்பதாகவும் அவ்வூடலைத் தீர்க்கவும் இந்த நாடகம் பயன்படுமெனச் சூத்திரதாரன் எண்ணுவதாகவும் இப்பகுதியில் கூறப்படுகிறது. ஊடலோடு மனைவியும் ஊடல்தீர்க்கச் சூத்திரதாரனும் நிகழ்த்தும் உரையாடலே சிறுநாடகமாக அமைகிறது. பார்வையாளருக்கும் இதனால் தோன்றும் நகைச்சுவை உணர்வும் மனநிலையும் பின்வரும் நகைச்சுவை நாடகத்தில் முற்றிலும் தோய்ந்து ரசிக்கும் சூழலையும் மனநிலையையும் முன்னமே அமைத்துத் தருகிறது.

நாடக அறிமுகம் மட்டுமன்றி இறைவாழ்த்தையும் அரசவாழ்த்தையும் இப்பகுதி இணைத்துக் கொள்கிறது. இங்கு அரசனும் நாடகாசிரியனும் ஒருவராக இருப்பது தனிச்சிறப்பு.

நாடகத்தின் முடிவில் 'பரதவாக்கியம்' என்னும் வாழ்த்துப்பாட்டு இடம்பெற்றுள்ளது. அந்தணர், வானவர், ஆக்கள் வளமுறுக எனவும் வேள்வி சிறக்க, நீதியும் கடமையும் நிலைக்க எனவும் துன்பம் ஒழிந்து நாடு இன்பமெய்துக எனவும் சத்துரு மல்லனாகிய அரசனது ஆட்சி சிறக்க எனவும் அரசபக்தி பெருகுக எனவும் வாழ்த்தப்பெறுகிறது.

இவ்வகைத் தொடக்கமும் முடிவும் நாட்டுப்புறக் கூத்து மரபிலிருந்து செவ்வியல் நாடக மரபிற்கு வந்திருக்க வாய்ப்புண்டு. சிலப்பதிகாரத் தொடக்கத்தில் இயற்கை, பூம்புகார் மற்றும் அரச வாழ்த்தாக அமையும் தொடக்கப் பகுதியும் வரந்தருகாதையில் இளங்கோவடிகள் உரைப்பதாக அமையும் அறவுரையும் வாழ்த்தும் இத்தன்மை கொண்டிருப்பதைப் பொருத்தி உணரலாம்.

'பல்லவ மன்னன் இராசசிம்மன் காலத்தவரான பாஸகவியின் நாடகப்பகுதிகள் மத்தவிலாசப் பிரகசனத்தை ஒத்துள்ளன' என

மா.இராசமாணிக்கனார் குறிப்பிட்டுள்ளார்.[46] 'மகேந்திரவர்மனும் பாஸகவியும் ஒத்த நெறிப்பட்ட உத்திகளைப் பயன்படுத்தியுள்ள அடையாளங்களைக் காணமுடிகிறது' என பெரிட்டல் கெய்தும் குறிப்பிட்டுள்ளார்.[47]

தன்நாடகத்தின் ஸ்தாபனைப் பகுதியில் பாஸகவி, மகேந்திரவர்மனைத் தழுவிச் சென்றுள்ளார். பிரதிமா நாடகத்தில், அரங்கிற்கு வரும் சூத்திரதாரி, திரையின் பக்கம் பார்த்து நடியை அழைக்கிறான். சரத்காலம் பற்றிப்பாட வேண்டுகின்றான். நடி பாடுகிறாள். திரைக்குப் பின்னிருந்து 'ஐயா ஐயா' என அழைக்கும் குரல் கேட்கிறது. அதைக்கேட்ட சூத்திரதாரி, 'அது துவாரபாலிகை போலிருக்கிறது' என்று கூறுவதுடன் நாடகம் தொடங்கிவிடுகிறது. நாடகம் குறித்தோ நாடகாசிரியன் குறித்தோ அறிமுகம் ஏதுமில்லை. அதேபோல் பரதவாக்கியமும் இடம்பெறவில்லை.

அவரது ஸ்வப்ன வாசதத்தம் என்னும் நாடகத்தில் சூத்திரதாரன் மட்டும் வருகிறான். திரைக்குப் பின்னால், 'விலகுங்கள் விலகுங்கள்' என்ற குரலொலி மட்டும் கேட்கிறது. 'மகத இளவரசியின் சேவகர்கள், முனிவர்களை விலக்குகிறார்கள்' என்று அவன் கூறுவதுடன் ஸ்தாபனை முடிந்து நாடகம் தொடங்கிவிடுகிறது. 'இமயம், விந்தியம் உள்ளிட்ட, கடல்களை எல்லைகளாகக் கொண்ட பூமியை ராசசிம்மன் ஒரு குடைக்கீழ் ஆளட்டும்! என்ற வாழ்த்துடன் பரதவாக்கியம் முடிகிறது.

மகேந்திரவர்மனின் பகவதஜ்ஜுகத்தில் சூத்திரதாரியும் விதூசகனும் இடம்பெற்றுள்ளனர். பத்து வகையான நாடகங்கள் இருப்பதாகவும், நகைச்சுவை நாடகம் நடத்த வேண்டும் எனவும் சூத்திரதாரி உரைக்கிறான்.

உலகை யோகம் ஆளவேண்டும்; வானவர்களின் அருள்கிட்ட வேண்டும்; இன்னல்கள் தொலைந்து இன்பம் நிலைக்கவேண்டும் என்ற வாழ்த்துடன் பரதவாக்கியம் முடிகிறது. அரச வாழ்த்தென ஏதுமில்லை.

சமூகக்கூறுகள்

ஐந்து மாந்தர்கள் மட்டும் பங்கேற்கும் சிறந்ததொரு ஓரங்க நாடகமே மத்தவிலாசப் பிரஹசனம். எனினும் அது தான் தோன்றிய காலக்கட்டச் சமூக, சமய நிலைகளைத் துல்லியமாகப் பிரதிபலிக்கும் கண்ணாடியாகத் திகழ்கிறது. அவற்றின் விமர்சனமாகவும் விளங்குகிறது. அவற்றுடன் கலையின்பம் தரும் நாடகப் பனுவலாகவும் திகழ்வது விதந்து குறிப்பிட வேண்டிய ஒன்றாகும்.

சிவகாஞ்சி, விஷ்ணுகாஞ்சி, பௌத்த காஞ்சி, ஜைனகாஞ்சி என நான்கு பகுதிகளாகத் திகழ்ந்த காஞ்சிமா நகரம், சமய தத்துவங்களின் தொட்டிலாகும். சமயப் பெரியோர்கள் வாழ்ந்த இடமாகும். ஆயினும் சமயவாதிகள் பலரும் எத்தகு போலி ஒழுகலாறுகளையும் காழ்ப்புணர்வுகளையும் கொண்டிருந்தனர் என்பதை அம்பலப்படுத்தும் நோக்குடனேயே காபாலிகம், பௌத்தம், பாசுபதம் ஆகிய சமய நடைமுறைகளை ஏற்றவர்கள் நாடக மாந்தர்களாக அமைக்கப்பெற்றுள்ளனர். அவர்தம் செயற்பாடுகள் அக்காலச் சமயவாதிகள் பலரின் வீழ்ச்சி நிலைகளைப் புலப்படுத்துகின்றன.

மேலும் கதை நிகழ்களமான காஞ்சிபுரம் குறித்ததொரு அழகிய சித்திரத்தையும் நாடகம் முன்வைக்கிறது. காஞ்சி, உன்னதமானது; ஈடு இணையற்ற திருமலிந்த நகரம்; அதன் ஒருபுறம் பேரிகைகள் முழங்கும்; உயர்ந்த கோபுரங்கள் வானளாவி நிற்கும்; பல வண்ணங்களைக் கொண்ட மலர்மாலைகளை விற்கும் கடைகள் நிறைந்திருக்கும். ஏராளமான அணிகலன்களை அணிந்த செல்வக்குடிப் பெண்டிர் நிறைந்திருப்பர்.

கடைகளுக்கு அவற்றின் பெயர்பொறித்த பலகைகள் கம்பத்தில் பொருத்தப்பட்டிருக்கும். கள் விற்கும் கடைகள் உண்டு. அங்கு மதுவருந்துவோர் சுட்ட இறைச்சி உண்பர், பானையிலிருக்கும் கள்ளினை அகப்பையால் முகந்து, கலங்களில் ஊற்றித்தருவர்; கடையை நிர்வகிக்க முதலாளிகள் இருப்பர்; மதுவருந்தியோர் இசைக்கருவிகள் இசைத்துப் பாடியும் மகிழ்ந்திருப்பர்; அவர்கள் கழுத்தில் மாலைகளை அணிந்திருப்பர். காபாலிகர்கள் தம் பெண் துணையுடன் மதுச்சாலைகளுக்கு வந்து மதுவருந்துவர்; அவர்கள் உண்கலமாக மண்டையோட்டினையும் மதுவருந்த மாட்டுக் கொம்பினையும் கொண்டிருப்பர்; பிச்சையேற்பர்; இறைச்சியுண்பர், அவர்தம் மண்டையோட்டுப் பாத்திரம் வெண்ணிறமாகவும் கள் நாற்றத்துடனும் இருக்கும். காஞ்சிபுர ஏகாம்பரேஸ்வரர் கோயில்காபாலிகர்களின் முக்கிய இடமாக விளங்கியது.[48] உடலில் சாம்பலைப் பூசியிருந்த காபாலிகர், பாம்புத்தோலை வைத்திருந்தனர்.

புத்த துறவியர் நீண்ட துவராடை அணிந்திருந்தனர்; தலையை முற்றிலும் மழித்திருந்தனர்; திருவோட்டைப் பிச்சைப் பாத்திரமாகக் கொண்டிருந்தனர்; பிச்சை பெற்ற திருவோட்டைப் பிறர் கண்ணில் படாமல் ஆடையால் மறைத்து எடுத்துச்சென்று மடத்தில் உண்டனர். புத்த துறவியர் பெரிதும் வணிகர்களால் புரக்கப்பட்டனர். அவர்கள் சுவையான உணவுகளைத் துறவியர்க்கு வழங்கினர். மீனையும் பிற இறைச்சி வகைகளையும் புத்த துறவியர் உண்டனர். உயர்ந்த மாடங்களில்

சா. பாலுசாமி

வசிக்கவும் பஞ்சு மெத்தையில் துயிலவும் முற்பகலில் வயிறார உண்ணவும் பிற்பகலில் மணங்கமழும் பான வகைகளைப் பருகவும், ஐந்து நறுமணங்களுடன் கூடிய தாம்பூலம் தரிக்கவும் மென்மையான சிறந்த ஆடைகளை அணியவும் அவர்களுக்கு அனுமதியிருந்தது. புத்த துறவியர் மதுவருந்தவும் பெண்களுடன் கூடவும் கடும் தடையிருந்தது. வயதில் மூத்த துறவியர்க்கு இளந்துறவியரை வழிநடத்தும் உரிமையிருந்தது.

பிறரால் தரப்படாத பொருளை எடுத்தல் கூடாது; பொய்பேசுதல் கூடாது; பிரம்மச்சார்யத்திலிருந்து வழுவுதல் கூடாது; எந்த உயிரையும் கொன்று உண்ணக் கூடாது; காலம் தவறியுண்ணக் கூடாது ஆகிய கொள்கைகள் புத்த துறவியரால் உறுதியாகக் கடைப்பிடிக்கப்பட்டன.

மக்கள் தம்முள் தீர்த்துக் கொள்ளவியலாச் சிக்கல் நேர்ந்தபோது நீதிமன்றங்களை நாடினர்; நீதிபதிகளின் தீர்ப்புகளை ஏற்றனர். நீதிமன்ற அதிகாரிகள் சிலர் கையூட்டுப் பெறுவோராகவும் இருந்தனர். பிராயச்சித்தம் என்னும் பரிகாரம் செய்தால், செய்த பாவத்திலிருந்து விமோசனம் பெறமுடியும் என்ற நம்பிக்கை சைவர்களிடம் இருந்தது. வேதம் உயர்மதிப்பைப் பெற்றிருந்தது. வேத வேள்விகள் நிகழ்த்தப்பெற்றன.

சைவம், வைணவம், பௌத்தம், சமணம் ஆகிய பெருஞ்சமயங்கள் பல்லவ நாட்டில் செழித்திருந்தன. அச்சமயங்களைச் சார்ந்த துறவியர் காஞ்சியில் மிக்கிருந்தனர். வைணவம் சார்ந்த எந்தவொரு குறிப்பும் நாடகத்தில் இடம்பெறவில்லை. சமயப்பூசல்களும் பிற சமயங்களையும் அவற்றின் தத்துவங்களையும் சமய நடைமுறைகளையும் இழித்தும் பழித்தும் பேசும் வழக்கமிருந்தது.

மனநிலை பிறழ்ந்த பித்தர்கள் தெருவில் அலைந்து, கிடைப்பதை உண்டிருந்தனர். சமூகத்தின் சாதி அடுக்கில் சண்டாளர் என்போர் மிகக் கீழான நிலையில் இருந்துள்ளனர்.

மூன்று மொழிபெயர்ப்புகள்

மத்தவிலாசப் பிரஹசனப் பிரதி 1917ஆம் ஆண்டு கிடைத்தது முதற்கொண்டு அது உலக அறிஞர்கள் மற்றும் கலைஞர்களின் கவனத்தை மிகவும் ஈர்த்து வந்துள்ளது. ஆங்கில மொழிபெயர்ப்பைத் தொடர்ந்து பல்வேறு மொழிபெயர்ப்புகள் தமிழில் வெளிவந்துள்ளன. 1930, 1933, 1950 ஆகிய ஆண்டுகளில் தொடர்ந்து தமிழின் முக்கிய

ஆளுமைகளால் இந்நாடகம் மொழிபெயர்க்கப்பட்டுள்ளது. அவற்றில் இரண்டு மொழிபெயர்ப்புகளுக்கு அண்ணாமலைப் பல்கலைக்கழகமே களனாக இருந்துள்ளது.

ந.பலராம ஐயர் மொழிபெயர்ப்பு

'மத்தவிலாஸப் பிரகஸனம் (ஒரு நாடகம்)' என்னும் தலைப்பில் ந.பலராம ஐயர் இதனை மொழிபெயர்த்துள்ளார்.

அண்ணாமலைப் பல்கலைக்கழகத்தில் அவர் தமிழ்ப்பண்டிதராகப் பணியாற்றியபோது, அங்கு வரலாற்றுத் துறைப் பேராசிரியராக இருந்த P.T.சீனிவாச ஐயங்கார் பணித்ததற்கு இணங்க, வடமொழிப் புலமை பெற்ற நண்பர்கள் சிலர் உதவியுடனும் பார்கெட் செய்த ஆங்கில மொழிபெயர்ப்பின் உதவியுடனும் மொழிபெயர்த்துள்ளார்.[49]

'P.T.சீனிவாச ஐயங்கார் இப்பணியினை இட்ட நாளிலிருந்து ஒரு மாத கால அளவிற்குள் மொழிபெயர்த்து முடித்து நாடகமும் நடிக்கப்பெற்றது. இந்நூலை மொழிபெயர்க்கும் பணியில் ஐயர் அவர்களுக்குப் பெரிதும் உதவியவர் பல்கலைக்கழகத்தில் வரலாற்று விரிவுரையாளராக இருந்த எஸ்.கே.கோவிந்தசாமி என்பாரே. அவர்கள் நடிப்புத்திறனிலும் இசைப்பாடுவதிலும் வல்லுநராதலின் அன்னார் உதவி பேருதவியாயிற்று. இதுவே இந்நாடகத்தின் முதல் தமிழ் ஆக்கம் ஆகும்' என ந.சுப்ரமணியன் குறிப்பிட்டுள்ளார்.[50]

இந்நாடகம் 1931ஆம் ஆண்டு நவம்பர் 9ஆம் நாள் அண்ணாமலைப் பல்கலைக்கழக நிறுவுநர் அண்ணாமலை அரசர்தினக் கொண்டாட்டத்தின்போது பல்கலைக்கழகத்தில் அரங்கேறியது. பின்னர் அண்ணாமலைப் பல்கலைக்கழகத் தமிழ்ப்பேராசிரியர் சுவாமி விபுலானந்தரின் முன்னுரையோடும் பலராம ஐயர் முகவுரையோடும் 1932இல் நூலாக வெளிவந்துள்ளது. காரைக்குடி மெ.நா.சித.நாகப்ப செட்டியார் இதனைப் பதிப்பித்துள்ளார்.

ந.பலராம ஐயர், பரிதிமாற்கலைஞரின் தலைமாணாக்கர் ஆவார். அக்கால இயல்பிற்கேற்ப, வடமொழிச் சொற்களைக் கலந்தே மொழிபெயர்த்துள்ளார். நாடகத்தில் காபாலிகன், பாசுபதன் தவிர்த்த ஏனைய மாந்தர்தம் உரையாடல்கள் பேச்சுவழக்குப் பிராகிருத மொழியிலேயே அமைந்துள்ளன. ஆனால் பலராம ஐயர் பேச்சு மொழிக்குரிய கொச்சை வழக்காறுகள் வட்டார வழக்காறுகள், சிதைவுகள் ஏதுமின்றி எளிய எழுத்து வழக்குநடையில் மொழிபெயர்த்துள்ளார்.

உரையாடல்களின் இடையிலமைந்துள்ள 26 இசைப்பாடல்களை மரபு யாப்பில் மொழிபெயர்த்துள்ளார். அவற்றுள் பெரும்பான்மையானவை கடினநடையிலும் சில மிக எளிய நடையிலும் அமைந்துள்ளன. சில பெயர்களுக்கும் சொற்களுக்கும் அடிக்குறிப்பில் விளக்கங்கள் தரப்பட்டுள்ளன. மதுவைக் கள், சாராயம், பிராந்தி என்ற பெயர்களால் வழங்கியுள்ளார். 'சிம்மவிஷ்ணு பல்லவனே வாதாபி கொண்ட நரசிம்ம பல்லவனென்று சரித்திர ஆராய்ச்சியாளர் கூறுகின்றனர்' என அவர் முகவுரையில் (ப.ii) குறித்திருப்பது, வாதாபி கொண்டது முதலாம் மகேந்திரனின் மகன் நரசிம்மவர்மன் என்று பின்னர் வரலாற்றுச் சான்றுகளால் மறுக்கப்பட்டுள்ளது.

தி.கி.நாராயணசாமி நாயடு மொழிபெயர்ப்பு

'மத்த விலாசப் பிரகசனம் அல்லது சம்பந்தர் கால சமயிகள் நிலை' என்ற தலைப்பிலும் 'மகேந்திரவர்மன் வடமொழியில் இயற்றிய மத்தவிலாசம் – களிக்கூத்து என்னும் தலைப்பிலும் தி.கி.நாராயணசாமி நாயடுவின் மொழிபெயர்ப்பு 1933 1934 செந்தமிழ்ச்செல்வி இதழ்களில், முன்னுரைகள் இருபகுதிகளாகவும் நாடகம் மூன்று பகுதிகளாகவும் வெளிவந்துள்ளன.

1. முன்னுரை – தொகுதி –12, 1933 –1934; பரல் –7, பக்.333–336

2. முன்னுரை, ஆராய்ச்சி உரைக்குறிப்புகள் தொடர்ச்சி – தொகுதி –12, 1933–1934; பரல்–1, பக்.431–433

3. நாடகம், முதற்களம் – தொகுதி –12, 1933–1934; பரல்–10, பக்.475–478

4. நாடகம் – இரண்டாம், மூன்றாம் களங்கள், தொகுதி–12, பரல்–11, பக்.527–530

5. நாடகம் – மூன்றாம் களம், தொகுதி–12, பரல்–12, பக்.557–562

6. நாடகம் – நான்காம் களம், தொகுதி–13, 1934–1935, பரல்–1, பக்.37–40

முன்னுரை, பிரகசன நாடகம் குறித்தும் பாசுபதம், பௌத்தம், காபாலிகம் முதலிய சமயங்கள் குறித்தும் விவரிக்கிறது; அவற்றுடன் *L.D.*பார்னெட் *(L.D.Bernett), A.B.*கெய்த் *(A.B.Keith), Dr S.*கிருஷ்ணசாமி

ஐயங்கார், R.கோபாலன் ஆகியோரின் ஆராய்ச்சிக் குறிப்புகளையும் தருகிறது.

நாராயணசாமி நாயடுவின் மொழிபெயர்ப்பு மிக இயல்பான, பழகுதமிழில் அமைந்துள்ளது. இயன்றவரை வடசொற்கள் கலவாமலும் திரிசொற்களைத் தவிர்த்தும் எழுதப்பெற்றுள்ளது. தமிழ்மரபில் தமிழ்மொழி பேசப்படும் இயல்பை ஒட்டியே சொற்றொடர்கள் அமைந்துள்ளன.

காபாலி, தேவசோமா, புத்த துறவி, பித்தன் ஆகியோரின் உரையாடல்கள் மூல ஆசிரியன் மொழியில் செய்ததைப் போலவே தமிழ்ப்பேச்சு வழக்குச் சொற்களையும் கொச்சைச் சொற்களையும் பயன்படுத்தி 'மூலத்திற்கு மிக நெருங்கி இருக்கும் வகையில் அமைக்கப்பட்டுள்ளமை இதன் தனிச்சிறப்பாகும்.

"நீ சொல்ரது பாத்தா நான் குடித்திருக்கிறாப்பில இருக்கே"

"இதென்ன பேச்சு' இத்தானா மோச்சத்துக்கு வழி? ஆருகதர் வேறு தினுசா சொல்ராங்களே"

"ஓ! ஒங்க அழகு வருணனே ஒயுங்கா இருக்குதே."

"அவனைப் பிடிச்சி, அது என்னாணு பாக்கலாம்."

பெரும்பாலும் சென்னை மற்றும் தென்னார்க்காடு பகுதிகளைச் சார்ந்த மொழிப் பயன்பாட்டு வடிவினைக் கையாண்டு, உரையாடல்களை மொழிபெயர்ப்பாசிரியர் சிறப்புற அமைத்துள்ளார். இசைப்பாடல்களும் யாப்பு மரபில், எளிமையான செய்யுட்களாக மொழிபெயர்க்கப்பெற்றுள்ளன.

சித்தாந்த கலாநிதி ஔவை சு.துரைசாமி மொழிபெயர்ப்பு

மத்தவிலாசம் – பல்லவ வேந்தனான முதன் மகேந்திரவர்மன் எழுதியது என்ற தலைப்புடன் அண்ணாமலைப் பல்கலைக்கழகப் பத்திரிகை (Journal) தொகுதி XIஇல் 1950 மார்சு திங்களில் வெளிவந்துள்ளது.

பல்லவர்கள் குறித்தும், மகேந்திரவர்மன் குறித்தும், நாடகம் குறித்தும் விரிவான தகவல்கள் முன்னுரையில் இடம்பெற்றுள்ளன. இந்நாடகத்தை மொழிபெயர்த்தற்கான காரணம் ஏதும் முன்னுரையில் சுட்டப்பெறவில்லை. அதுபோல் இந்நாடக மொழிபெயர்ப்பில் உதவியவர்கள் குறித்த தகவலேதும் இல்லை.

1942ஆம் ஆண்டு திருப்பதி திருவேங்கடவன் கீழ்த்திசைக் கல்லூரியில் ஆராய்ச்சியாளராகப் பணியாற்றியபோது அங்கு வேலைபார்த்த பிரபாகர சாத்திரியார், ஐயாசாமி சாத்திரியார் முதலிய வடமொழி, பாலிமொழிப் பேராசிரியர்களின் அரிய நட்பு அவருக்குக் கிடைத்ததாக ச.சாம்பசிவனார் குறிப்பிட்டுள்ளார்.[51] 1943ஆண்டு அண்ணாமலைப் பல்கலைக்கழகத்தில் விரிவுரையாளராகப் பணியிலமர்ந்தார். அங்கு மத்தவிலாசம் மொழிபெயர்க்கப்பட்டு 1931ஆம் ஆண்டில் மேடையில் அரங்கேறியும் இருந்தது. ஆதலால் இவ்விரு இடங்களும் அங்கிருந்த பேராசிரியர்களும் இந்நாடகத்தை மொழிபெயர்க்கத் தூண்டுதலாக இருந்திருக்க வாய்ப்புண்டு எனலாம். 1951 சூலைத் திங்களில் மதுரைத் தியாகராசர் கல்லூரியில் பேராசிரியர் பணியை ஏற்றுள்ளார்.[52] ஆகவே அண்ணாமலைப் பல்கலைக்கழகத்தில் பணியாற்றிய வேளையிலேயே இம்மொழிபெயர்ப்புப் பணி நிகழ்ந்து, 1950இல் பல்கலைக்கழகப் பத்திரிகையில் வெளிவந்திருத்தல் வேண்டும்.

நாடக மொழிபெயர்ப்பு செம்மார்ந்த நடையில் அமைந்துள்ளது. பழந்தமிழில் ஆசிரியருக்குள்ள பயில்வு, மொழிபெயர்ப்பு முழுதும் வெளிப்படுகின்றது. இருப்பினும் உரையாடல் பல இடங்களில் பேச்சுமரபைச் சார்ந்ததாக, எளிமையாக அமைந்துள்ளது.

"ஏ, அண்ணே! காபாலி! இப்படிப் பேசாதே!

"என் பாத்திரத்தைக் கொடடா"

இசைப்பாடல்கள் பழந்தமிழ்ச் சொல்லாட்சிகளுடன் செம்மார்ந்த நடையில் யாப்பில் மொழிபெயர்க்கப்பட்டுள்ளன. அருஞ்சொற்களுக்குப் பொருளும் தரப்பட்டுள்ளது.

'அந்தமில் இன்பத் தழிவில் வீடு'

என்று கபாலி கூறுவது பரிமேழகரின் திருக்குறள் உரைத் தொடராகும்.

'வாழ்க அந்தணர் வானவ ரானினம்'

என்ற பரதவாக்கியத் தொடர் ஞானசம்பந்தரின் தேவாரப் (திருப்பாசுரம்,1) பாடலடியாகும்.

'பல்புகழ் ஞாயிறு'

என்ற தொடர் திருமுருகாற்றுப்படையின் (அடி;2) செல்வாக்கு உடையதாகும்.

இம்மொழிபெயர்ப்பு, உரையாடல் எண்.175 முதல் 183 வர இடம் மாறுதலாய் அச்சிடப்பட்டுள்ளது. அதாவது, 'இவனென்ன பித்தனா?, எனப் புத்த துறவி கேட்பது முதலாக, 'உண்மையே நோக்கின் இந்த மகிழ்ச்சி உம்முடையதே' எனக் கபாலி கூறும் உரையாடல் வரை "இது பொற்கபாலம்' எனப் பித்தன் கூறும் உரையாடலின் பின் இடம் பெற்றிருத்தல் வேண்டும்.

வாசகர் இடர்படாதிருக்க, அப்பிழை இந்நூலில் திருத்திக் கொள்ளப் பெற்றுள்ளது.

பித்தன் இடம்பெறும் நிகழ்ச்சியை ஏனைய இரு மொழிபெயர்ப்பாளர்களும் நான்காம் காட்சியாக அமைத்துள்ளனர். ஆனால், மூலத்தில் உள்ளதுபோல், ஔவை சு.துரைசாமி மூன்றாம் காட்சியிலேயே அமைத்தள்ளமை குறிப்பிடத்தக்கது.

அடிக்குறிப்புகள்

1. ஆர்,பார்த்தசாரதி, முகவுரை, நாவலியூர் நடராசன், வடமொழி இலக்கிய வரலாறு, ப.8
2. ஆர்.எஸ்.சர்மா, பண்டைக்கால இந்தியா, ப.242
3. மேலது, ப.254
4. மேலது, ப.244
5. மேலது, ப.267
6. மேலது, ப.273
7. மேலது, ப.335
8. மேலது, ப.335
9. R.C.மஜூம்தார்,(மற்றும் இருவர்), இந்தியாவின் சிறப்பு வரலாறு, (முதற்பகுதி), ப.274.
10. டாக்டர் மா.இராசமாணிக்கம்பிள்ளை, பல்லவர் வரலாறு, பல பக்கங்கள்.
11. பல்லவர் செப்பேடுகள் முப்பது, p.XI

12. டாக்டர் கே.கே.பிள்ளை, தமிழக வரலாறு மக்களும் பண்பாடும், ப.193.

13. ஏத த2 நிஷ்டக மத்ரும மலோ
ஹ மசு4தம் விசித்ர சித்தேக
நிர்ம் மாபித நருபேண ப்4ரஹ்ம
ச்ஂவர விஷ்ணு லக்ஷிதாயதநம்.

(செங்கல், மரம், உலோகம், சுதை முதலியன இல்லாமல் பிரம்மா, சிவன், விஷ்ணு ஆகிய மும்மூர்த்திகளுக்கும் விசித்திரசித்தன் என்னும் அரசன் இந்த இலக்ஷிதக் கோயிலை எடுத்தான்.)

14. மாமண்டூரிலுள்ள
“...கல்பாத் ப்ரவிபஜ்ய... வ்ருத்தீம்...
தக்ஷிண சித்ராக்யம் (கார)மித்வா யதா விதிஹி...
ஸ்ச விவதைஹ் க்ருத்வா வர்ண சதுர்த்த...

என்னும் கல்வெட்டு ஓவிய நூலிற்கு மகேந்திரன் உரை எழுதியதைக் குறிக்கிறதென அறிஞர்கள் சுட்டுகின்றனர்.

மயிலை சீனி.வேங்கிடசாமி, மகேந்திரவர்மன்,ப.114; மு.நளினி மற்றும் இரா.கலைக்கோவன், மகேந்திரர் குடைவரைகள், அடிக்குறிப்பு 46, பக்.64

15. மயிலை சீனி.வேங்கிடசாமி, மகேந்திரவர்மன், பக்.125126.

16. டாக்டர் மா.இராசமாணிக்கம்பிள்ளை, பல்லவர் வரலாறு, ப.91.

17. மு.நளினி மற்றும் இரா.கலைக்கோவன், மகேந்திரர் குடைவரைகள், ப.182.

18. மேலது ப.54

19. மே.நூல், பக்.131132.

20. ஸ்ரீநிவாச ஸர்மா, வடமொழி நாடக இலக்கிய வரலாறு, ப.147.

21. மு.கு.ஜகந்நாதராஜா, வடமொழி வளத்திற்குத் தமிழரின் பங்கு, ப.289.

22. மு.நளினி மற்றும் இரா.கலைக்கோவன், மகேந்திரர் குடைவரைகள், ப.184

23. மே.கூ.நூ, ப.94.

24. மேலது, பக்.110111.

25. ஔவை சு.துரைசாமி, மத்தவிலாசம் – மொழிபெயர்ப்பு, முன்னுரை, ப.5.

26. ஜி.ஹரிஹர சாஸ்திரியார், முன்னுரை, பிரதிமா நாடகம்.

27. தமிழகத்தில் இயற்றப்பட்ட மத்தவிலாசப் பிரஹசனத்தின் பிரதி, தமிழகத்தில் கிடைக்காமல் கேரளத்தில் கிடைத்தமை குறித்தும் அது அங்குச் சாக்கியார்களால் தொடர்ந்து நிகழ்த்தப் பெறுவது குறித்தும் மயிலை சீனி.வேங்கடசாமி கூறும் தகவல் அறியத்தக்கது; சுவையானது:

'இடைக்காலத்தில் இந்த நூல் தமிழ்நாட்டிலே அஞ்ஞாதவாசம் செய்திருந்தது... இடைக்காலத்திலே மலையாள நாட்டு அரசன் ஒருவன் தொண்டைமண்டலத்தைக் கைப்பற்றி காஞ்சிபுரத்தைத் தலைநகராகக் கொண்டு அரசாண்டான். மலையாள மன்னன் காஞ்சிபுரத்திலிருந்து அரசாண்டதற்கு அறிகுறியாக இன்னும் காஞ்சிபுரத்தில் மலையாளத்தெரு என்று ஒரு தெரு இருக்கிறது. அன்றியும் மலையாள நாச்சியாருக்கு ஒரு சிறு கோயிலும் உண்டு. மலையாள மன்னன் காஞ்சிபுரத்தில் இருந்தபோது அவன் பரிவாரங்களில் சாக்கியார்களும் இருந்திருக்க வேண்டும். சாக்கியார் என்பவர் பாட்டுப்பாடிக் கூத்தாடுகின்ற ஒரு வகுப்பார்... (இவர்கள்) இரண்டாயிரம் ஆண்டுகளாகச் சேரநாட்டில் இருந்து வருகிறார்கள். காஞ்சிபுரத்திலே அரசாண்ட அரசனுடைய சபையிலே இருந்த சாக்கியார்கள் முற்காலத்திலே காஞ்சிபுரத்திலே மகேந்திரவர்மன் இயற்றிய மத்தவிலாசப் பிரஹசனத்தைப் படித்து, அதன் பெருமையை யறிந்து அதனைப் போற்றி வைத்தனர் போலும்... மலையாள அரசன் ஆட்சி முடிவடைந்த பிறகு சாக்கியார்கள் தமது சொந்த மலையாள நாட்டுக்குச் சென்றபோது இந்நூலையுந் தங்களுடன் கொண்டு போய்ப் போற்றி வைத்திருக்க வேண்டும். தமிழ்நாட்டில் எக்காரணத்தாலோ இந்நூல் மறைந்து விட்டது. இவ்வாறு நெடுங்காலமாக இடைக்காலத்தில் மறைந்து கிடந்த மத்தவிலாசம் மேலே கூறியபடி மலையாள தேசத்தில் கண்டுபிடிக்கப்பட்டு 1917இல் அச்சிட்டு வெளிப்படுத்தப்பட்டது.

மயிலை சீனி.வேங்கடசாமி, மகேந்திரவர்மன், பக்.132,133.

28. Micheael Lockwood and A.Vishnu Bhat, Mahendravarman's plays, Preface, p.III.

29. பிராமணர்கள் ஏமாந்திருந்த வேளையில், அவர்தம் தத்துவங்களைப் புத்தர் களவாடிக் கொண்டார் என்று கபாலி கூறுகிறான். புத்தரது கொள்கைகள் குறித்து வேத ஆய்வாளர் மாக்ஸ் முல்லரும் இத்தகைய கருத்துகளையே முன்வைத்துள்ளார். கிழக்கின் புனித நூல்கள் (Secred Books of the East) என்னும் பதினைந்தாம் தொகுப்பின் முன்னுரையில்,

என் புத்திக்கேற்ப உபநிஷதங்களே புத்தமதத்திற்கு மூலம், புத்தமதம் பலவாற்றானும் உபநிஷத்தின் கொள்கையை எந்த முடிவு வரையில் கொண்டு செலுத்தலாமோ, அந்த முடிபாகவுள்ளது. அது பின்னும் அந்த உபநிஷதங்களின் கொள்கையையே தன்னுடைய நூதனமான கோட்பாட்டிற்கு ஆதாரமாகவுடையது. கொள்கையைப் பற்றிச் சொல்லப் புகுங்கால் வேதாந்தத்தால் நாடப்படுவதும் எவற்றிற்கும் மேலான முடிவானதுமாகிய ஆத்ம தத்துவ ஞானமானது பௌத்தர்களுடைய ஸம்பக்ஷம்போதியேயாம், (நல்ல ஞானம்). ஆசாரத்தைப் பற்றிப் பேசுங்கால் ஹிந்து ஸந்யாசியே பௌத்த பிக்ஷுவாம், பிராமணப் பிரம்மசாரிய ஆச்சிரமத்திற்குரிய துன்புறுத்தும் நீடித்த நியமத்தினின்றும், பிராமண கிருகஸ்தனுடைய தருமங்களின்றும், பிராமண வானப்ரஸ்தனுக்கு நியமித்திருக்கும் தவச்சுமையினின்றும் விடுதலையடைந்த துறவியே அந்த பிக்ஷு. ஹிந்து மதத்தில் ஸந்யாஸிக்கே உரிய ஆத்ம ஸம்பந்த ஸ்வாதந்திரியமானது பௌத்த மதத்தில் ஸங்கமென்கிற சகோர கோஷ்டியிலுள்ள எல்லார்க்குமே உரிய பொதுப்பொருளாம். அந்தக் கோஷ்டியில் இளைஞரும், முதியரும், பார்ப்பாரும், சூத்திரரும், வறிஞரும், செல்வரும், அறிஞரும், மேதையரும் ஆகிய எல்லோருமே ஒருங்கு சேரலாம். உண்மையில் வேதத்தைப் பற்றி நிற்குமுலகமும், திரிபிடகத்தைப் பற்றி நிற்குமுலகமும் தொடர்ச்சியற்றவையே அல்ல. அவ்விரண்டிற்கும் தேச சரித்திரத்தால் தொடச்சியுண்டு. ஒன்றோடொன்று மிக்க வேறுபாடுற்றுத் தோன்றும் இவ்விரண்டு கோடிகளையும் சேர்த்துப் பொருத்திக் காட்டுவதற்குள்ள இயைபுவை உபநிடதங்களில் தேடிக்கண்டு கொள்ள வேண்டும் என்று குறிப்பிட்டுள்ளார்.

உ.வே.சாமிநாதையர், புத்த சரித்திரம், பௌத்த தர்மம், பௌத்த சங்கம், ப.60.

30. பரதமுனிவர், பரதநாட்டிய சாஸ்திரம், ப.230.

31. மேலது, ப.234.

32. நவாலியூர் நடராஜன், வடமொழி இலக்கிய வரலாறு, ப.247.

33. *Tarala Mehta. Sanskrit Play Production in Ancient India, p.364.*

34. மு.கூ.நூ, ப.80

35. மேலது, ப.111

36. அபிநயம்:

அபிநயம் என்னும் சமஸ்கிருதச் சொல்லில் உள்ள 'அபி' என்பதற்கு முன்புறத்தில் அல்லது எதிரில் என்று பொருள். 'நயம்' என்பதற்குக் கொண்டு சேர்ப்பது என்பது பொருள். ஆகவே பார்ப்பவர்களின் எதிரில் ஒரு கதாபாத்திரத்தை, ஒரு சம்பவத்தை ஒரு காட்சியைக் கொண்டு சேர்ப்பது அல்லது அடையாளம் தெரிந்து கொள்ள உதவுவது அபிநயம். நவரசங்களைப் பிரதிபலிக்கும் உணர்ச்சிகளை முகபாவத்தாலும் அங்க அசைவுகளாலும் வெளியிடுவது அபிநயம். இது ஆங்சிகம் (அங்க அசைவுகள் மூலம் வெளிப்படுத்துவது), வாசிகம் (பேசுவதன் மூலம் வெளிப்படுத்துவது), ஆஹார்யம் (ஒப்பனைகள் மூலம் வெளிப்படுத்துவது) ஸாத்வீகம் (பாவங்கள் மூலம் உணர்ச்சிகளைப் பிரதிபலிப்பது என நான்கு வகைப்படும்.

கமலநாதன், கேரளத்துக் கோயில் கலைகள், பக்.15,16

37. பரதமுனிவர், பரத நாட்டிய சாஸ்திரம், *p. IXV*

38. *Tarala Mehta, Sanskrit Play Production in Ancient India, pp.365, 366.*

39. சமுதாயத்தில் இருந்த பாசுபதர்களின் இத்தகைய தோற்றமே நாடகத்திலும் இடம் பெற்றிருக்க வேண்டும் எனலாம்.

ப.சிவனடி, இந்திய சரித்திரக் களஞ்சியம், (இரண்டாம் தொகுதி), ப.342.

40. *D.R.Mankad, Ancient Indian Theatre, p.12A*

41. *Tarale Mehta. Sanskrit Play Production in Ancient India, pp.222, 223*

42. *Ibid, p.359.*

43. மூன்று வகை அரங்குகளின் தரைப்படங்களையும் தந்துள்ள D.R.மான்காட் அவை பிரீலா விஸ்வகர்மா மகா வித்யாலயாவிலிருந்து பெறப்பட்டதாகக் குறிப்பிட்டுள்ளார். ப.12A

சங்கம் மருவிய காலத்தில், தமிழகத்தில் அரங்கு அமைக்கப்பட்ட பான்மையைச் சிலப்பதிகார அரங்கேற்றுக்காதை விவரிக்கிறது. 7 கோல் அகலமும் 8 கோல் நீளமும் உடையதாக அரங்க மேடையும் அதன் நாற்புறம் தூண்களும் விளக்குகளும் அமைக்கப்பட்டிருந்தன. அரங்கின் உள் வரவும் வெளிச்செல்லவும் இருவாயில்கள் இருந்தன.

ஒரு முக எழினி, பொருமுக எழினி, கரந்துவரல் எழினி என மூவகையான திரைச்சீலைகள் பயன்பாட்டில் இருந்தன. ஆடல் ஆசான், இசையாசிரியன், புலவன், தண்ணுமை முதல்வன், குழலோன், யாழோன் முதலியோர் இருந்தனர்.

இவற்றுள் திரைச்சீலை குறித்த அரும்பத உரையாசிரியர் குறிப்பு மனங்கொளத்தக்கது:

இடத் தூணிலை யிடத்தே உருவுதிரையாக ஒருமுகவெழினியும் இரண்டு வலத்தூணிடத்தும் உருவு திரையாகப் பொருமுகவெழினியும் மேற்கட்டுத் திரையாகக் கரந்துவரலெழினியும் செயற்பாட்டுடன் வகுத்ததென்க எனவும் மேற்கட்டுத் திரையாக நிற்பது ஆகாயச்சாரிகளாய்த் தோன்றுவார்க்கெனக் கொள்க எனவும் குறிப்பிட்டுள்ளார்.

சிலப்பதிகாரம், அரும்பத உரையும் அடியார்க்கு நல்லார் உரையும், ப.115.

44. *Tarale Mehta. Sanskrit Play Production in Ancient India, pp.368 370.*

45. சௌராசினி பிராகிருதம் *(Shauraseni Prakrit)*

நடு இந்தோஆரிய மொழியான இது நாடகப் பிராகிருதம் ஆகும். வடஇந்தியாவில், இடைக்காலத்தில இயற்றப்பெற்ற நாடகங்களில் இதுவே முதன்மையான மொழியாகத் திகழ்ந்தது. கி.பி. 3ஆம் நூற்றாண்டு முதல் 10ஆம் நூற்றாண்டு வரையிலான காலக்கட்டத்தில் ஏராளமான படைப்புகள் இம்மொழியில் தோன்றின. சூரசேன நாட்டில் கி.மு.2ஆம்

நூற்றாண்டில் இது வட்டாரப் பேச்சு மொழியாக விளங்கியிருக்கக் கூடும். பிராகிருத மொழிகளுள் செவ்வியல் சமஸ்கிருதத்தற்கு இதுவே மிக நெருங்கித் திகழ்ந்தது. செவ்வியல் சமஸ்கிருதத்தை அடிப்படையாகக் கொண்டிருந்த மத்தியதேசப் பகுதியின் இந்தோஆரிய மொழியிலிருந்து இது தோன்றியது.

– *Wikipedia*

மகதி பிராகிருதம் (Magadhi Prakrit)

மகதி பிராகிருதம், நாடகம் சார்ந்த மூன்று பிராகிருதங்களுள் ஒன்றாகும். பண்டைய இந்தியாவின் எழுத்துமொழிகளான பாலி, சமஸ்கிருதம் ஆகியவற்றைத் தொடர்ந்து இதுவும் வீழ்ச்சியுற்றது. நடு இந்தியா ஆரிய மொழியான இது, வட்டாரப் பேச்சு மொழியாகும். தொடக்ககால வேத சமஸ்கிருதத்தின் இடத்தை இது பிடித்தது. இந்தியத் துணைக்கண்டத்தின் கிழக்குப் பகுதியில் இது பேச்சுமொழியாக விளங்கியது. மேலும் அதனுடன் இணைந்த வங்காளதேசம், நேபாளம் ஆகிய பகுதிகளிலும் பேசப்பட்டது. தற்போது வங்காளம், பீகார், உத்திரப்பிரதேசம் ஆகிய பகுதிகளில் பேசப்படுவதுடன் வட்டாரப்பேச்சு மொழி தேவைப்படும் சில நாடக உரையாடல்களிலும் பயன்படுத்தப்படுகிறது.

சமயத் தலைவர்களான கௌதமபுத்தர், வர்த்தமான மகாவீரர் ஆகியோராலும் இம்மொழி பேசப்பட்டதாக நம்பப்படுகிறது. மகதத்தைச் சார்ந்த அரசவைகளிலும் மௌரியப் பேரரசிலும் ஆட்சிமொழியாகத் திகழ்ந்துள்ளது. அசோகரின் சில பொறிப்புகள் இம்மொழியில் அமைந்துள்ளன. பிற்காலத்தில் இது கிழக்கு இந்தோ ஆரிய மொழிகளாகப் பரிணமித்தது.

– *Wikipedia*

46. டாக்டர் மா.இராசமாணிக்கம்பிள்ளை, பல்லவர் வரலாறு, ப.168.

47. *A.Berriedale Keith, The Sanskrit Drama, p.182*

48. காபாலிகப்பிரிவு தென்னிந்தியாவிலேயே தோற்றம் கொண்டது. கி.பி.8ஆம் நூற்றாண்டிற்கு முன்பிருந்தே அது வழக்கிலிருந்தது. இந்தியா முழுவதும் பல்வேறு பகுதிகளிலும் பரவியிருந்த இப்பிரிவினர் தமிழகத்தில் காஞ்சியில் மிகுதியாக இருந்தனர்.

விரிவுக்கு: *David N.Loranzen, The Kapalikas and Kalamukhas, p.52,53*

காஞ்சி ஏகாம்பரநாதர் கோயிலில் திருக்கச்சி மயானேசுவரர் கோயில் தனித்தலமாக அமைந்துள்ளது. அப்பர்,

மைப்படிந்த கண்ணாளும் தானுங் கச்சி
மயானத்தான்... (திருவினாத் திருத்தாண்டகம் 1)

என வைப்புத்தலமாக வைத்து இதனைப் பாடியுள்ளார். மயானம் என்னும் பெயருக்கேற்ப இது சுடலையாகவே தொடக்கத்தில் இருந்துள்ளது. இதனைக் காக்கும் கடவுளாகப் பைரவர் கருதப்படுகிறார். அவருக்கெனத் தனிச் சிறுகோயில் உள்ளது.

காபாலிகர்கள் சுடலையில் உறைவர், சுடலைப் பொடி பூசியிருப்பர், பைரவரை வழிபடுவர் என்னும் செய்திகளோடு இணைத்தெண்ணும்போது ஏகாம்பரநாதர் கோயில் கச்சிமயானமே காபாலிகர் இடமாகத் திகழ்ந்துள்ளதை உணரமுடிகிறது.

49. மத்தவிலாசப் பிரகஸனம் (ஒரு நாடகம்), முகவுரை, ப.VII

50. ந.சுப்ரமண்யன், அமரர் ந.பலராம ஐயரவர்கள், ப.70

இங்குக் குறிப்பிடப்பட்டுள்ள எஸ்.கோவிந்தசாமி எனும் பேராசிரியரே தஞ்சைப் பெருவுடையார் கோயிலில் நாயக்கர்கால ஓவியங்களின்கீழ் மறைக்கப்பட்டிருந்த சோழர் கால ஓவியங்களைக் கண்டறிந்து உலகிற்கு அறிவித்தவர். இவர் 1941ஆம் ஆண்டு தனது 38ஆம் வயதில் காலமானார். (பதி.ஆ.)

51. ச.சாம்பசிவனார், உரைவேந்தர் ஔவை சு.துரைசாமிப் பிள்ளை, பக்.26, 27.

52. மேலது, ப.28

சிவமயம்
திருச்சிற்றம்பலம்

மத்தவிலாஸப் பிரகஸனம்

(ஒரு நாடகம்)

ந.பலராம ஐயர் மொழிபெயர்ப்பு

முன்னுரை

பிரஹஸனம் நாடக வகைகளுள் ஒன்று. இது சுத்தம், விகிர்தம், சங்கீர்ணம் என மூவகைப்படும். சுத்தப் பிரஹஸனத்திலே பாஷண்டர், விப்பிரர், சேடன், சேடி என்னும் இன்னோர் தோற்றிப் பொருத்தமான வேஷமும் பாஷையும் தோன்ற நகையை விளைக்கும் நகைப்புக் குறிப்பு மொழிகளைக் கூறி நடிப்பர். காமுகராதியோர் தோற்றிக் காமக்குறிப்புத் தோன்ற நடிப்பது விகிர்தப் பிரஹஸனம்; தூர்த்தர் பலர்தோற்ற அறுவகை நகைக்குறிப்பும், வீதியென்னும் மற்றொரு நாட்டிய வகையின் இலக்கணமும் பெற்று வருவது ஸங்கீர்ணப் பிரஹஸனம் என நாடக நூலாசிரியர் பிரஹஸனத்தை மூவகைப்படுத்தி யுரைப்பர்.

மத்தவிலாஸப் பிரஹஸனமாகிய இந்நூல் முதல்வகையாகிய சுத்தப் பிரஹஸனத்தின்பாற்பட்டது. காபாலி யொருவனும், பாசுபதன் ஒருவனும், ஒரு பௌத்தபிக்ஷுவும், ஒரு பைத்தியக்காரனும், சூத்திரதாரனும், நடியும் காபாலிகனுடைய காமக்கிழத்தியும் ஆகிய அறுவர் நாடகபாத்திரர் தோற்றி, நகைக் குறிப்புமொழி கூறி நடிப்பர்.

பிரஸ்தாவனை முடியக் காபாலியும் அவனது காதன் மங்கையும் காஞ்சீநகர வீதியிலே தோற்றுவதோடு நாடகம் ஆரம்பமாகிறது. முதற் காட்சியிலே மது மயக்கமுற்ற காபாலி, தேவஸோமையாகிய காதன் மங்கையோடு வார்த்தையாடிக் கொண்டிருப்பதும், தனது பிஷையேற்கும் கபாலத்தைக் காணாது அதனைத் தேட முயலுவதும்; இரண்டாங் காட்சியிலே மதுக்கடையை வருணிப்பதும்; மூன்றாங்காட்சியிலே அவ்வழியே வந்த சாக்கிய பிக்ஷுவை யணுகி அவன் கையிலிருக்குங் கப்பரையைத் தனது கபாலமென வெண்ணிக் கைப்பற்ற முயலுவதும், பாசுபதன்றோற்றக் காபாலியும் பிக்ஷுவும் அவனிடம் முறையிடுவதும்; நான்காங் காட்சியிலே பைத்தியக்காரனொருவன் வெறிநாயின் வாயிலிருந்து தான்பிடுங்கியெடுத்த கபாலத்தோடுவருவதும் காபாலி காபாலத்தைப்பெற்று மகிழ்வதும், அனைவரும் சமாதானமாகச் செல்லுவதுமே நாடகத்தின் கதைச் சுருக்கமாகும்.

இந்த நூலினை வடமொழியில் ஆக்கியவன் மஹேந்திரவர்ம பல்லவனென்னும் அரசன். இவன் கிறிஸ்தாப்தம் ஏழாம் நூற்றாண்டின் தொடக்கத்திலே காஞ்சீநகரை ராஜதானியாகக்கொண்டு அரசு புரிந்தவன். பல்லவகுலத்துத் தோன்றலாகிய இவ்வரசன் சிம்மவிஷ்ணு பல்லவனுக்கு மைந்தன். இவனுக்குச் சிறப்புப் பெயர்கள் பலவுள. அவற்றின் காரணத்தை நூன்முகத்தினுள்ளே காண்க.

இவ்வரசன் காவியக்கலை, சிற்பக்கலை, ஓவியக்கலை என்னுமிவற்றிலே மிகுந்த தேர்ச்சி யெய்தியவன். அக்காலத்திலுள்ள அரசர் அருங்கலை விநோதராக இருந்தாரென்பதற்கு இவ்வரசன் சான்றாகின்றான். பல்லவர் காலத்திலே எழுந்த கற்றளிகளும் சித்திரங்களும் இவர்களை நினைவுகூருவதற்கு அறிகுறியாக விளங்குகின்றன. எத்தனையோ கோயில்களும் குகைகளும் இந்நூலாசிரியனாகிய மஹேந்திரவர்மனது பெயரினைப்பூண்டு நிலவுகின்றன. அப்பர் சுவாமிகளைத் துன்புறுத்திய அரசன் இவனெனக் கொள்வோமாயின், இவன் ஆரம்பத்திலே சமண சமயத்தைச் சார்ந்திருந்து பின்பு சைவனானானென்பது பெறப்படும். குணதரேச்சுரம் என்னும் கோயிலைச் சைவனான பின்பு கட்டியிருக்கவேண்டும். இந்நூல் எழுந்தது இவ்வரசன் சமணனாயிருந்த காலத்திலாதல் வேண்டும். இதனுள்ளே, சைவத்தி னுட்பிரிவுகளாகிய காபாலிக பாசுபத மதங்களையும், புறச்சமயமாகிய பௌத்தத்தையும் இழித்துக் கூறுவது, இவ்வரசன் சமண சமயத்தைச் சார்ந்தவன் என்பதற்கு ஒரு சான்றாகும்.

மொழிபெயர்ப்பு முதனூலினது சொன்னயம் பொருணயங்களைத் தழுவி மஹேந்திரவர்மனது உளப்பாட்டினையும் கவிச்சுவையினையும் தெளிவுறக் காட்டுகின்றது. வடமொழிச் சுலோகங்களின் நேர் மொழிபெயர்ப்பாக வருகின்ற தமிழ்ச்செய்யுட்கள் நன்றாக அமைந்திருக்கின்றன. முதனூலிலே நகைச்சுவை நிறைந்திருப்பது போலவே மொழிபெயர்ப்பும் நகைச்சுவை நிறைந்து விளங்குகிறது. மொழிபெயர்ப்பு நூல் சிறந்த இலக்கியமாகும்; ஆதலினால் தமிழ் கற்கும் மாணவர்க்கு இது பெரிதும் பயன்படுமென்பது எமது துணிவு.

ஸ்வாமி விபுலானந்தர்
B.Sc., (LONDON)
அண்ணாமலை பல்கலைக்கழகத்
தமிழ்ப்பேராசிரியர்

அண்ணாமலை நகர்,
23–3–1932

முகவுரை

இச்சிறுநாடகத்தை வடமொழியில் இயற்றியவன், தென்னிந்தியாவில் அரசுபுரிந்துவந்த பல்லவ அரசர்களுள் ஒருவனாகிய மஹேந்திர விக்கிரம வருமன் என்பவன். பல்லவர்கள் கிறிஸ்து சகாப்தத்தின் தொடக்கத்தில் வடதேசத்திலிருந்து தக்ஷிண இந்தியாவிற் குடியேறியவர்கள். கி.பி. மூன்றாம் நூற்றாண்டில் 'தக்ஷிண இந்தியாவின் வடகீழ்ப் பகுதியிலிருந்த சாதவாகன ஆந்திர ராஜ்யம் நிலைகுலையவே, இப்பல்லவர்கள் ஒருசிறிய இராஜ்ஜியத்தைத் தமக்கென ஏற்படுத்திக்கொள்ளச் சமயம் வாய்த்தது. வரவர அவர்கள் ஊக்கங்கொண்டு தமது இராஜ்ஜியத்தை விசாலப்படுத்தித் தக்ஷிண மன்னர்களாகிய சேர சோழ பாண்டியர்களுக்கு நிகராக அரசுபுரிய லாயினர். இவர்களுக்குக் காஞ்சீபுரம் தலைநகராக அமைந்திருந்தது. இதனையே இந்நாடகக்கதை நிகழ்விடமாக ஆசிரியன் கொண்டுளான். பல்லவ மன்னர்கள், சிற்பம் சித்திரமாதிய நுண்கலைகளையும் பாஷையின் இலக்கிய இலக்கண நூற்றுறைகளையும் சாஸ்திரங்களையும் மிக்க ஆர்வத்துடன் போற்றி வளர்த்தனர். இதனானே அவர்களது நாட்டிற் பல சிறந்த புலவர்கள் தோன்றித் திகழ்ந்ததன்றித் தாமும் பல கலை நலஞ் செறிந்த பண்டிதராய் விளங்கினர். அவர்கள் இயற்றிய கைத்தொழில் நலந்திகழும் பழைய கட்டிடங்களும் சீரிய சிலையுருவங்களும் இக்காலத்தும் அன்னோர்தஞ் செவ்விய சிற்பக்கலையின் திறனை நன்கு புலப்படுத்துஞ் சான்றுகளாகப் பலவிடங்களிலுங் காணக்கிடக்கின்றன.

இந்நாடக ஆசிரியனாகிய மகேந்திர விக்கிரம பல்லவன் கி.பி. ஏழாம் நூற்றாண்டின் தொடக்கத்தில் அரசு புரிந்த ஸிம்ஹவிஷ்ணு பல்லவனின் புதல்வன். இவன் கீர்த்தி வாய்ந்த பல்லவ மன்னர்களுட் பல்லாற்றாலும் தலைசிறந்து விளங்கினன் என்பதொருதலை. இவன்

கல்வியறி வொழுக்கங்களில் மேம்பாடுற்று விளங்கியதோடு மகா பராக்கிரம ஜயசீலனாய்த் தன் இராஜ்ஜியத்தை நாற்புறமும் பரவச்செய்து வாழ்ந்த பெருந்தகை யென்று கூறுவது பொருந்தும். இவன் காலத்திற் பல்லவராஜ்யம் தெற்கே திருச்சிராப்பள்ளிவரை பரவியிருந்ததாகச் சரித்திரங் கூறுகின்றது. இவன் வடமொழியி லியற்றிய இச்சிறு நாடகம் ஒன்றே இவன் கல்வி வன்மையைத் தெரிவிக்கப்போதிய சான்றெனக் கூறலாம். பல கோவில்களிலும் குகைகளிலும் காணக்கிடக்கும் சிலாசாசனங்களில் இவன் கீர்த்திப் பிரதாபங்களாற் பெற்ற பல பட்டப்பெயர்கள் விளங்குகின்றன. அவற்றுட்சில – மத்தவிலாஸன், குணபரன், அவநிபாஜநன், சத்ருமல்லன், லளிதாங்குரன், விசித்திர சித்தன், ஸங்கீர்ணஜாதி, சேதக்காரி முதலியன. இவை பலவும் இவனது குணாதிசயங்களை விளக்கும் பெயர்களாக வமைந்தனவென ஐயமின்றிக் கூறலாம். இப்பட்டப் பெயர்களுட் சில ★இந்நாடகத்தின்கண்ணும் அமைந்திருத்தல் இந்நூலைப் படிப்பவர்க்குப் புலனாகும். யௌவன குணபார மத்தவிலாஸன் என்ற இவனது சிறப்புப்பெயரை நோக்குமிடத்து இவன் வாலிபதசையின் குணங்களை வகிப்பதாற் பல களிவிளையாடல்களைப் புரிபவன் என்று ஊகித்தற்கு இடனாகின்றது.

அடிக்குறிப்பு

இந்த நாடக நாந்திச்லோகத்தில் 'வ்யாப்தாவநிபாஜநம்' என்னுஞ் சொற்றொடரில் அவநிபாஜநப் பெயரும், பரதவாக்கியத்தில் சத்ருமல்லன் என்ற பெயரும், மத்த விலாஸன், குணபரன் என்னும் பெயர்கள் பிரஸ்தாவனையிலும் அமைந்திருக்கின்றன. இப்பெயர்கள் பலவும் அம்மன்னனுக்குப் பழிப்பதுபோலப் புகழும் பட்டப் பெயர்களாக அமைந்துள்ளன. மத்தவிலாஸன்: களிவிளையாட்டினன். குணபரன்: மிகுந்த குணங்களை வகித்தவன். "பல்லுயிர்க்கும், ஆக்கை கொடுத்தளித்த கோனே குணபரனே" (நாலா.திவ்.பிர.) அவநிபாஜநன்: பூமிபாத்திரன்; பூமியாகிய பாத்திரத்திற் றன்புகழ் நிரம்பச் செய்தவன். சத்ருமல்லன், பகைவரை வெல்லும் வீரன்: இலளிதாங்குரன் பல்லவ குலதருவின் அழகிய முளை போன்றவன். விசித்திர சித்தன்: பல திறப்பட்ட ஆலோசனைகளை யுடையவன்: ஸங்கீர்ண ஜாதி, பல நறுமணங்கலந்த ஜாதீபுஷ்பம் போன்றவன், சேதக்காரி: நினைத்ததைச் செய்து முடிப்பவன்.

இச்சிறுநாடகம், வடநூல் நாடக வகைகளாகிய தசரூபகங்களுள் ஒன்றாகிய பிரகஸனஜாதியைச் சேர்ந்தது. நகைச்சுவை நாடகங்களுள் ஒன்றாகிய பிரகஸனத்தின் இலக்கணத்தை,

"முனிவர் தேவர் முதுமறை யந்தணர்
எனுமிவ ரிடைவர விழிவு நிந்தையும்
பெறவெறும் போலிக ளூறுதலை மக்களாச்
சாத்து வதியே கைசிகி தந்து
நகைச்சுவை தன்னை மிகுத்துக் காட்டி
யொன்றே யாத லிரண்டே யாத
லங்கங் கொண்ட தரும்பிர கசனம்"

என்னும் நாடகவியற் சூத்திரத்தால் நன்குணரலாம். இந்நாடகம் நான்கு களங்களடங்கிய ஓரங்கத்தான் முற்றுப்பெற்றுள்ளது. வடநூன்முறைக் கிணங்கப் பிரஸ்தாவனையாகிய முன்னுரையினையும், பரதவாக்கியமாகிய பின்னுரையினையுங் கொண்டுள்ளது. பிரஸ்தாவனை, பரதவாக்கியம் இவற்றின் இலக்கணங்களை நாடகவியலில் நன்கு காணலாம்.

இந்நாடகத்தின் கதை மிகச் சிறியதே. மது மயக்க மேற்கொண்ட கபாலி (கபாலமாகிய மண்டையோட்டைக் கைக்கொண்டு பிச்சையேற்கும் சைவசமய வகையினரைச் சேர்ந்தவன்) ஒருவன் தன், காதற் கிழத்தியாகிய மடந்தையுடன் காஞ்சீநகர வீதியில் வரும்பொழுது, தனது பிக்ஷாகபாலத்தை இழந்ததும், எதிரில் வந்தவொரு பௌத்த சந்நியாசி கையில் வைத்திருந்த கப்பரையை இழந்த கபாலமாகக் கருதிச் சச்சரவு செய்ததும், இடையே வந்த பாசுபதன் ஒருவன் விவாதமத்தியஸ்தனாக நின்றதும், முடிவில், பைத்தியக்காரன் ஒருவன் கையிலிருந்து இழந்த கபாலங் கிடைக்கப்பெற்றுக் கபாலி களித்ததுமாகிய விஷயங்களே இந்நாடகக் கதையின் பகுதிகளாம். செறிவற்றுச் சுருங்கிய இக்கதையினை அதிசாமர்த்திய விகடவசனங்களோடு நகைச்சுவை ததும்பும் அழகிய நாடகமாகப் புனைந்த ஆசிரியன் திறமை மிகவும் பாராட்டற்பாலது. இதன்கண் நாடக பாத்திரங்களின் குணவிசேட அமைப்பு நன்கு வாய்ந்துள்ளது. பாத்திரங்களில் முன்னோடு பின் மாறுபடாத தன்மையும் தத்தமக் குரியதெனக் கொண்ட சிறப்பியல்பும், நாடகவாசிரியன் பாத்திரவாயிலாய் விளக்கக் கருதிய பண்பு தெளிவாக இனிது முடிந்து நிற்குஞ் செவ்வியும் இச்சிறுநாடகத்தில் விளங்கக் காணலாம். மதுபோதை மிக்க கபாலி தங்குதடையின்றிப் பேசுந் தருக்கவாதங்களும், மதக்கோட்பாடுகளும் மிக அழகாகப் புனையப் பெற்றுள்ளன. மதுபானத்திலும் மாதராசையிலும் மட்டற்ற வாஞ்சையாற் சபலசித்தங்கொண்ட பௌத்தபிக்ஷு தான் மேற்கொண்ட பௌத்த தருமத்தை விடாமலே பிடக புத்தகங்களிலிருந்து ஸ்திரீ பரிக்ரகஸுராபான விதான பாகங்களைத் தேட விரும்பிய மநோபாவமும், தேவஸோமையின் தந்திரமிக்கசமயோசிதவார்த்தைகளும், பைத்தியக்காரன்முன்னுக்குப்பின்

முரணாகக்கூறுங் குழறுபடைமொழிகளும் இன்னோரன்னபலவும் யாவர்க்கும் இன்பம் பயப்பதொருதலை. இக்காலத்திற் காண்பதற்கரிய பைரவவேஷதாரிகளான காபாலிக மதத்தினர், அறுவகை யுட்சமயிகளுள் ஒருவகையினராகிய பாசுபதர், பௌத்தபிக்ஷுக்கள் முதலியோர் ஏழாம் நூற்றாண்டிலிருந்த நிலை யொருவாறு புலனாவதோடு, அவர்கள் மதவிஷயமாகத் தனக்குள்ளே கொண்டுள்ள பரஸ்பர அபிப்பிராய பேதங்களும், ஒருவர்க்கொருவர் பரிகாசமாகப் பேசிக்கொள்ளு முறையும், இத்தகைய பலவேறு சமயிகளையும் வேற்றுமையின்றி அக்காலத்திய அரசர் பொதுநோக்குடன் பரிபாலித்து வந்தனரென்பது இந்நூலான் இனிது விளங்கும்.

இந்த மத்தவிலாஸப்பிரகஸன வடமொழி நாடகத்தை, கி.பி.1917ம் ஆண்டில், திருவநந்தபுரம் கணபதிசாஸ்திரிகள் முதலில் அச்சிட்டு வெளிப்படுத்தினர். பின்னர், 1924ம் வருஷத்தில் லீப்ஸிக் நகர ஜெர்மானியப் புலவராகிய டாக்டர் ஜே.ஹெர்டல் என்பவர் ஜெர்மனிய பாஷையில் மொழிபெயர்த்தனர். பிறகு ஆங்கிலப்புலவராகிய W.பார்நெட் என்பவர் 1929ஆம் வருஷத்தில் இதை ஆங்கிலத்தில் அழகுபெற மொழிபெயர்த்துள்ளார்.

அண்ணாமலை பல்கலைக்கழகச் சரித்திரப் பேராசிரியராக இருந்த ஸ்ரீமான் P.T.ஸ்ரீநிவாஸையங்கார் அவர்கள் தக்ஷிண இந்தியாவில் அரசுபுரிந்த பல்லவராஜ குலதிலகனான மகேந்திர விக்கிரம வர்மா வரைந்துள்ள இந்நாடகத்தினைப் பலரும் பார்த்து மகிழவேண்டுமென்று பெருவிருப்புற்று, அதனைத் தமிழில் மொழிபெயர்க்க எனக்கு ஆஜ்ஞாபித்தனர். வடமொழியினின்றும் மொழிபெயர்க்கு மாற்றல் ஒரு சிறிதுமி லேனெனினும் பெரியாராணைக் கடங்கி யொழுகுதலைக் கடப்பாடாகக்கொண்டு அன்னார் மொழிக்கிணங்கி, வடமொழிவல்ல எனது நண்பர்களின் உதவியைக்கொண்டு ஒருவாறு இதனை மொழிபெயர்த்தனன். இதற்கு மிஸ்டர் பார்நெட் எழுதிய ஆங்கில மொழிபெயர்ப்புப் பெரிதும் பயன்பட்டது. என்மீதுள்ள அன்புமேலீட்டால் எனது மொழிபெயர்ப்பையும் இனிதெனக் கருதிய ஸ்ரீமான் P.T.ஸ்ரீநிவாஸையங்கார் அவர்கள் இதனை 1930ம் வருஷம் நவம்பர் மாதத்தில் நடைபெற்ற அண்ணாமலை யுனிவெர்ஸிடி ஸ்தாபகர் தினக்கொண்டாட்ட தினத்தில் தக்க அறிவாளரைக்கண்டு நாடக அரங்கத்திலும் நடித்துக்காட்டிப் பலரையு மகிழ்வித்தனர். ஒன்றற்கும் பற்றாத எனது புன்மொழியா னியன்ற மொழிபெயர்ப்புக்கும் மகிழ்ந்து என்னைக் கௌரவித்துப் பல்லாற்றாலும் ஊக்கியருளிய அப்பெருந்தகையாளர்க்கு யான் செய்யுங் கைம்மாறொன்றுமின்று.

“கைம்மாறு வேண்டா கடப்பாடு மாரிமாட்
டென்னாற்றுங் கொல்லோ வுலகு.”

இச்சிறு நூலையச்சிட்டால் தமிழ்பயிலும் இளைஞர் பலரும் மகிழ்வரென்று கருதிய, என்மாட்டு உழுவலன்புடைய எனது நண்பரும், தமிழ்நூற்பயிற்சி யொன்றையே தமக்குப் பெரும் பொழுதுபோக்காகக்கொண்டு எப்பொழுதும் புத்தகமுங் கையுமாக இருக்கும் காரைக்குடி ஸ்ரீமான் மெ.நா.சித.நாகப்ப செட்டியார் அவர்கள் இதனை அச்சிட்டுதவினர். அந்தமிலின்பச் செந்தமிழ் மொழியினைச் சந்ததம் வளர்க்குந் தவமேற்கொள்ளத் துறவுமேற் கொண்ட பெருந்தகையாளரும் அண்ணாமலை பல்கலைக்கழகத் தமிழ்ப்பேராசிரியருமாகிய ஸ்ரீமான் விபுலானந்த சுவாமிகள் அவர்கள் எனது மொழிபெயர்ப்பினைப் பார்வையிட்டுப் பெருங்கருணையோடு ஓர் முன்னுரையும் அன்புடன் வரைந்தருளினர். இப்பெரியார்கள் செய்த நன்றியை எழுமையும் மறவேன்.

ந.பலராம ஐயர்.

அண்ணாமலை நகர்,
22.2.1932.

1930 வருஷம் நவம்பர் மாதம் 9ஆம் நடைபெற்ற அண்ணாமலை யுனிவெர்ஸிடி ஸ்தாபகர் தினக்கொண்டாட்டத்தில், பல்கலைக்கழகச் சரித்திரப் பேராசிரியராயிருந்த ஸ்ரீமான் P.T. ஸ்ரீநிவாஸையங்கார் அவர்கள் பார்வையின்கீழ் இந்நாடகம் அரங்கேறியபொழுது ஆசிரியர் கூறிய வாழ்த்துப்பா.

உலகமொரு நடனமிடு சாலையா கக்கொண்
டுயிர்த்தொகுதி பலவுமாட
வொளிதவழு மம்பொனம் பலமேவி நடமாடு
மொருவனது திருவருளினா

விலகுதரு மம்பலவி னுங்கல்வி யீகையே
யிணையில தெனத்தேர்ந்துளத்
தின்பமொடு தன்பெயரி னாற்றனிப் பல்கலைக
ளியல்கழக மிவணிழைத்த

நலமலி தரும்புகழ்க் கொடையரச னிவனென்ன
நானில மியம்புசீர்த்தி
நண்ணரசன் அண்ணா மலைக் குருசில்நீடுழி
நாடொறு மினிதுவாழி

அலகிலமழ குடனவ னளித்தகழ கம்வாழி
யன்னவன் பிரதானியாம்
அரங்கநா தப்பெயர்கொ ளண்ணல் வாழியவன்பர்
அனையோரும் வாழி யரரோ.

சுபம்.

மத்தவிலாஸப் பிரகஸன

நாடகபாத்திரங்கள்

1. சத்தியசோமன்: ஒரு கபாலி.
(மண்டையோட்டைக் கையிற் கொண்டு பிச்சை யெடுக்கும் பைரவ வேஷதாரியாகிய கபாலிக மதத்தினன்)

2. பப்புருகல்பன்: ஒரு பாசுபதன்.
(அறுவகை உட்சமயத்தைச் சார்ந்த பாசுபதமதத்தினன்)

3. நாகசேனன்: ஒரு பௌத்தபிக்ஷு

4. ஒரு பைத்தியக்காரன்.

5. தேவஸோமை: சத்தியசோமனின் காதலி

6. சூத்திரதாரன், நடி.

கதை நிகழ்விடம்: காஞ்சீநகர வீதிகள்.

மத்தவிலாஸப் பிரகஸனம்

பிரஸ்தாவனை

சூத்திரதாரன்:
(நாந்தி)

இவணொரு தடையின் றெங்கணும் நிறைந்த
இணையிலா வறிவுட னிலகி
நவையறு வினைமெய் சொற்குணங் கோலம்
நவிலுமுள் ளுணர்ச்சிசேர் சுவையோங்
குவமையில் நடன முஞற்றியுங் கண்டும்
உலகுய வளித்தொரு கையிற்
கவிதிகழ் கபால மேந்திய முக்கட்
சங்கரன் காக்கநந் தமையே. (க)

ஆகா! இந்த நல்லசமயத்தில் ஒரு நாடகத்தை நடித்துக்காட்டும்படி சபையோர் ஆஜ்ஞாபித்தது எனக்கு அநுகூலமாயிற்று. என்னுடைய இளையமனைவியோடு எப்பொழுதும் பிணங்கிக் கலகமிட்டுக்கொண்டிருக்கும் மூத்தமனைவியைச் சாந்தப்படுத்திச் சந்தோஷிப்பிக்க இதுவே நல்ல உபாயமாயிற்று. ஆகவே அவளை நெருங்குவோம். (அவளிருக்கும்புறம்நோக்கி) பிரிய சகீ! இதோ அன்புடன் பார்.

நடி:

(கோபமாய்) ஓகோ! ஆர்ய! நெடுநாள்கழித்து வாலிபதசையின் குணபாரத்தால்★ மதோந்மத்தனாய்ப் பலரும் பார்த்து நகைக்கத்தக்க மத்தவிலாஸ விளையாட்டை யாட என்னிடம் வந்தாயோ?

★குணபாரம் – குணத்தின் மிகுதி. எல்லா நற்குணங்களையும் வகிப்பவன் என்று நூலாசிரிராகிய மகேந்திரவிக்கிரம வர்ம பல்லவனுக்குக் குணபரனெனக் காரணப் பெயர் உண்டு. முகவுரை பார்க்க. மத்தவிலாஸ விளையாட்டு – களிப்பு மிகுதியால் ஆடும் லீலை என்று பொருள்படுவதோடு, மத்தவிலாஸம் எனப் பெயரிய இந்நாடகம் என்றும் இருபொருள்படும்.

சூத்திரதாரன்:

ஆம். நீ சொல்லுகிறபடியே.

நடி:

ஆனால். உன்மனத்திற்கு உகந்தவளிடம் போய் விளையாடு.

சூத்திரதாரன்:

உன்னோடு விளையாடவே எனக்கு ஆஜ்ஞை.

நடி:

அவள்[1] ஏவலோ?

சூத்திரதாரன்:

ஆம் அப்படியே. மேலும் நீ கூடவந்தால், உனக்கு நல்ல சன்மானம் உண்டு.

நடி:

இது, உன்காரியமன்றோ?

சூத்திரதாரன்:

பிரியே! வாஸ்தவம். இது என் சம்பந்தமானதே. உன்னுடைய திறமையைக் கண்டு மகிழ்ந்த சபை நன்றாக அநுக்ரகிக்கும்.

நடி:

(சந்தோஷமாய்) அப்படியா, பெரியோர்களுடைய திருவருள் எனக்குண்டாகுமோ?

சூத்திரதாரன்:

உண்மையாகவே உனக்கு உண்டு.

---

1. அவள் – இளைய மனைவி.

நடி:

அங்ஙனமானால், இந்த நல்ல சமாசாரத்தைச் சொன்னதற்கு என்ன கைம்மாறு செய்யப்போகிறேன்?

சூத்திரதாரன்:

உன் பிரிய வசனமாகிற கைம்மாறை முன்னமேயே பெற்றேன். இனித்திரும்பவும் வெகுமானத்தைப் பற்றி வீண்பேச்சு வேண்டாம். இதோ பார்.

காதளாவிய கண்களிற்களிக்
    காமர் நோக்குமக் காமனார்
காதுவிற்பொரும் பூருவும்மிணை
    யாடியன்ன கபோலமும்
சோதிவாணிலா மானுமூரலுந்
    தோயுநின்முகங் கண்டதன்
மீதுமோ துகைம் மாறுவேறொன்று
    வேண்டுமோ சொலாய் நங்கையே! (உ)

நடி:

ஐயா! இப்பொழுது நடிக்கப்போவதென்ன?

சூத்திரதாரன்:

பிரியசகி! நீசொன்ன மத்தவிலாஸப்பிரகஸனமே.

நடி:

உண்மையாகவே என்கோபம் எப்படிச் சொல்லத் துண்டிற்று. – இது நிற்க. நீங்கள் சொன்ன நாடகம் யார் இயற்றியது?

சூத்திரதாரன்:

பெண்ணே! சொல்லுகிறேன். கேள். பல்லவ ராஜகுலமாகிய பூமண்டலத்தில் மேருபர்வதம்போல் விளங்குபவனும் எல்லாக் குறுநில மன்னரையும் நீதியால் வென்றவனும் பலபராக்கிரமத்தில்

இந்திரனையும் செல்வத்தில் குபேரனையும் வென்றோனுமான ஸ்ரீஸிம்மவிஷ்ணுவர்ம மகாராஜன் புதல்வன்; காமக்ரோ லோப மோக மதமாத்ஸர்ய மென்னும் அறுபகையை அறுபகையாக்கினவன்; பரோபகாரத்திற் சிறத்தவன்; மகாராஜராஜபூஜித ஸ்ரீமகேந்திர விக்ரம வர்மனே இந்த நாடகத்தை இயற்றினவன்.

உலகினின் உயிர்கள் யாவும் ஒருவனை இறுதிக் காலத்
தலைகில வணுகு மாபோ லருளறம் பெருமை யீகை
குலவிய காந்தி வீரம் குசலம் ஸத்திய முன்னான
அலகிலாக் குணங்க ளெல்லா மவனிடைப் புகுந்த வம்மா. (ரு)

பொருளி னான்மிளிர் மணிநிகர் பதங்களைப் பொழியுந்
திருவி னானிடைச் செல்வம்வேட் டணுகிய புலவர்
மருவு சொற்பொருண் மாட்சியிற் குறைபவ ரெனினும்
தருநி கர்த்தவன் தருபொருள் பொறுத்துமீள் குவரால் (ச)

நடி:

ஐயா! தாங்கள் ஏன் தாமதிக்கிறீர்கள்? இந்த நாடகம் அபூர்வமானதால் சீக்கிரம் அரங்கேற வேண்டாமா?

சூத்திரதாரன்:

ஆம்! யானோவெனில்,

கவிதை யேபொரு ளெனக்கருத காட்சியினிலிக்
கவிஞரே றனையன் காதையினி லீடு படுவேன்.

(நேபத்தியத்திலிருந்து)

'தேவஸோமா! என்னன்பே!'

யுவதி யோடுகையி லோடுபொரு ளாக வருமிவ்
யோகி கள்ளுணலி னுள்ளழிவு கொள்ளு மதுபோல்.

(இருவரும் போகின்றனர்) (ரு)

பிரஸ்தாவனை முற்றிற்று.

முதற்களம்

இடம் – காஞ்சீநகர வீதி
பாத்திரர் – கபாலியும் அவன் காதலியும்

கபாலி:

(குடிவெறியோடு) என் அன்புள்ள தேவஸோமா – உண்மைதான் –தபோ மகிமையினால் நினைத்த ரூபத்தை யெடுக்கலாமென்பது நிஜமே. இதோபார், இந்த உத்தமமான மதுபான விரத யோகாநுஷ்டான மகிமையால் நீ யொருக்ஷணத்திற்குள் திவ்ய தேஜஸோடு விளங்குகின்றாய்.

சீரமர் மரைமுகத்தில் தேன்றுளி போலும் வேர்வும்
போரமர் விழிச்சி வப்பும் புருவவில் வளைவும் யாதோர்
காரண மின்றித் தோன்று நகையுந்தார் கழன்ற தோளில்
வாரமர் கூந்தல் சோர்ந்த மாட்சியும் கண்டேன் மாதே! (சூ)

தேவஸோமை:

ஆர்ய! நான் குடித்திருப்பதுபோலப் பேசுகிறீர்களே – நீங்கள் குடித்திருப்பதுபோல.

கபாலி:

ஆர்யே! என்ன சொல்லுகிறாய்?

தேவஸோமை:

உண்மையாகவே, நான் ஒன்றுஞ் சொல்லவில்லை.

கபாலி:

அப்படியானால், நான் குடித்திருக்கிறேனா?

தேவஸோமை:

ஆர்ய! என்னைச் சூழ்ந்து பூமி கிறுகிறென்று சுற்றுகிறது. குப்புற விழுவேன்போலிருக்கிறது. இப்பொழுது என்னைப் பிடித்துக் கொள்ளுங்கள்.

கபாலி:

என்னன்பே! அப்படியே;

(அவளைப் பிடிக்கப்போய்த் தான் விழுகிறான்)

பிரியே! ஸோமதேவா, உனக்கு என்மேற்கோபமா?
நான் உன்னைப்பிடிக்கவரும்போது
நீ விலகி விட்டாயே!

தேவஸோமை:

ஆம்! ஸோமதேவைக்கு உமது மேற்கோபந்தான். அவள் பிரணயத்தை நீக்கி நீர் அவளை நமஸ்கரித்தாலும் அவள் உம்மை விட்டு விலகியே யிருக்கிறாள்.

கபாலி:

நிஜமாக நீ ஸோமதேவைதான்; (சிறிது சிந்தித்து) இல்லை. நான் சொல்லுகிறேன் – தேவஸோமா.

தேவஸோமை:

ஐயா, ஸோமதேவை உம்முடைய அன்பிற்குகந்த காதலியாதலின், நீர் என்னை என்பெயரால் அழைக்கக் கூட முடியவில்லை.

கபாலி:

ஆர்யே! என்னுடைய மதுபோதையாற் சொல்மாறாடி உன் விஷயத்தில் அபராதஞ்செய்து விட்டேன்.

தேவஸோமை:

நீரே செய்யாதது உம்முடைய நல்லதிருஷ்டந்தான்.

கபாலி:

என்ன! மதுபான தோஷம் என்னை இவ்வளவு தூரம் கெடுத்துவிட்டது! நல்லது, நல்லது. இன்று முதல் நான் ஒரு நாளும் மதுவை ஸ்பரிசிக்கப் போகிறதில்லை.

தேவஸோமை:

ஓகோ! ஸ்வாமி! உம்முடைய விருதாநுஷ்டானத்திற்குப் பங்கஞ்செய்து உமது தபஸைக் கெடுத்துக்கொள்ள வேண்டாம்! வேண்டாம்!

(அவன் காலிற் பணிகிறாள்)

கபாலி:

(ஸந்தோஷமாய் அவளைத் தூக்கிவிட்டு)

'திருர்ண[1]! திருர்ண! ! சிவாயநம: என் அன்பே!

கள்ளை யுண்ணலாங் காதலி வாண்முகங் காணலாம்
கொள்ள வேண்டு குதூகல வேஷங்கள் கொள்ளலாம்
விள்ளு றாமது மத்தனாய் மேருவில் வாங்கிய
வள்ள லார்சிரஞ் சீவியாய் வாழிநீ டுழியே! (எ)

தேவஸோமை:

ஸ்வாமி! தாங்கள் அப்படிச் சொல்லகூடாது.

மோக்ஷ மார்க்கத்தைப்பற்றி அருகத்துக்கள்[2] வேறுவிதமாக வருணித்துள்ளார்கள்.

கபாலி:

சுந்தரீ! ஆம்! ஆனால் அவர்கள் பிரஷ்டர்கள்.

காரியத்தி னோடதைச்செய் காரணம் பொருஉமெனா
ஆருயிர்ப் பொருட்டுமுன் னறைந்தபின் னமண்கையர்
தேருமின்ப மானயாவுஞ் சேருமின்ன லாலெனா
வோரிலா துரைத்தசொல்லினா லொழிந்து போவரால். (அ)

தேவஸோமை:

பாபம் சாந்தமாகட்டும்.

1. திருர்ண – கபாலிகள் வாழ்த்தும்பொழுது கூறும் ஒரு வியப்பிடைச் சொல்.
2. அருகத்துக்கள் – அருகனைப் பின்பற்றுவோர்; ஆருகதர்; சமணர்.

கபாலி:

பாபம் சாந்தமாகவேண்டும்! பாபம் சாந்தமாக வேண்டும்!! நீங்காத பிரமசரியம், மயிரைப்பறித்தல், அழுக்குடம்பு, உணவுக்கு வேளைநியமம், கந்தையான மலின வஸ்திரம் முதலானவற்றால் ஜீவன்களை வருத்துபவர்கள். இந்த ஆத்மத்துரோகிகளை விரோத பாவத்திற்கூட வாயில்வைத்துப் பேசக்கூடாது. மகாபாவம். இப்பொழுது இதுவரை இந்தத் தீயர்களைப் பற்றிப் பேசின வாயை என்ன செய்யலா மென்று யோசிக்கிறேன்.

தேவஸோமை:

கட்டாயம் அலம்பிவிடவேண்டும்.

கபாலி:

எதனால் அலம்புகிறது?

தேவஸோமை:

சாராயத்தால் அலம்புவோம். அதோ சமீபத்திற் றெரியும் கள்ளுக்கடைக்குப் போவாம்.

கபாலி:

நல்லது, அப்படியே போவோம் வா. (இருவரும் போகின்றனர்).

முதற்களம் முற்றிற்று

இரண்டாங் களம்

இடம்: காஞ்சீநகரத்தில் மற்றொரு வீதியில்
கள்ளுக்கடை வாயில்.
பாத்திரர்: கபாலி, தேவஸோமை.

கபாலி:

தேவஸோமா! இந்தக் காஞ்சீநகரத்தின் அழகே அழகு. அதோ உப்பரிகைகளிலிருந்து வரும் மிருதங்க சப்தம் மாளிகைகளின் மேல் உறங்கும் மேகங்களின் தொனிபோல் விளங்குகிறது பார். இதோ தெரியும் புஷ்பக்கடைகள் இந்தக் காலத்தை வஸந்தகால மாக்கிவிட்டன பார்த்தனையா! அழகான மாதர்களின் மேகலாபரணத்தி னொலி மன்மதனது ஜயபேரிகை நாதம் போல விளங்குவது தெரிகிறதா?

தத்துவ முணர்ந்த மேலோர்
　　தனிப்பெருஞ் சுகமென் றோதும்
நித்திய பரமா னந்த
　　நிமலவாழ் வனைத்துங் கூடி
இத்தலத் திருந்த தம்மா!
　　இந்திரி யங்க ளால்யாம்
நத்திய காம வின்பம்
　　நண்ணலற் புதமே யன்றோ? (கூ)

தேவஸோமை:

ஸ்வாமி! மகாமகிமை பொருந்திய மதுவைப் போல் ரமணீயமான இந்தக் காஞ்சிநகரம் வாருணீ[1] தேவியின் ஸ்வரூபமென்றே கருதுகிறேன்.

கபாலி:

பிரிய சகீ! இதோ பார்! இந்தக் கள்ளுக்கடை யாகசாலை போல விளங்குகிறது. அந்தக் கொடி கட்டிய தூணே யூபஸ்தம்பம். அதோ பளபளவென்று குப்பிகளில் பிரகாசிக்கும் பிராந்தியே ஸோமபானம்.

---

1. வாருணீதேவி — சமுத்திரராஜனான வருணன் மகள்; மதுவின் அதிதேவதை.

கள் விற்பவர்கள் ருத்விக்குக்கள்[1], குடிக்கும் கிண்ணங்களே சமஜங்கள்[2] முள்ளால் குத்தி நெருப்பில் பதமாய் வாட்டப்பட்ட மாம்ஸாதிகளே ஹவிஸுகள். குடிப்பவர் வார்த்தைகளே யஜுசுகள். போதையால் அவர் பாடும் பாட்டுக்களே ஸாமகானம். கள்ளையெடுக்கும் அகப்பைகளே ச்ருவங்கள்[3]. குடியிலுள்ள ஆவலே யாகாக்னி. இந்தக் கள்ளுக்கடை அதிகாரியே யாக கர்த்தா – பார்த்தனையா?

தேவஸோமை:

ஆம். அந்த யாகசாலையில் நம்மிருவருக்கும் ருத்ரபாகமான ஹவிஸ் பிக்ஷை கிடைக்கும்.

கபாலி:

அதோ! அந்த மத்தள வோசைக்குச் சரியாகச் சதிபெயர்க்கும் நடனமாதர்களின் நூபுரவொலி எவ்வளவு மநோரம்மியமாக விருக்கிறது. அவர்கள் இனிய கான வசனத்தோடு பொருந்தச்செய்யும் பலவித அபிநய அழகும் மந்தகாசத்தோடு கூடிய முக விலாசமும் என் மனத்தைக் கொள்ளை கொள்கின்றன. நழுவுகிற முன் தானையைச் சரியாக்க மேலே ஒரு கையைத் தூக்கியபொழுது இடையிலுள்ள வஸ்திரம் நழுவ, அதைத் திருத்தும்பொழுது தாளம் தவறுவதும் கழுத்திலணிந்த மாலைகள் நிலை குலைவதும் எவ்வளவு ஆநந்தமாயிருக்கின்றன! – பார்த்தனையா?

தேவஸோமை:

ஆ! மகாரஸிகர்களில்லையா தாங்கள்?

கபாலி:

இந்தக் கிண்ணங்களில் விடப்பட்ட வாருணீ தேவியாலன்றோ, பூஷணாதிகள் வெறுக்கப்படுகின்றன; ஊடல் தீருகின்றது. அது யௌவன பராக்கிரமமாகவும் லீலா விலாஸங்களில் ஜீவனாகவும் விளங்குகின்றதைப் பார் – அதிகமாகச் சொல்வானேன்?

---

1. ருத்விக் – யாகப் புரோகிதர்
2. சமஜம் – ஸோமரஸம் வைக்கும் பாத்திரம்.
3. ச்ருவம் – யாகத்தில் நெய்யெடுத்து நெருப்பில் விடும் சிறு அகப்பை.

சிவனார் தம்நுதல் விழியா லுந்திய
　　தீயால் வெந்தனன் மதன்என்ப
தவமே கூறிய பொய்யாம் அன்னவன்
　　அழலார் வெண்ணெயி னுருகிச்சொல்
உவமா னஞ்சிறி தில்லா மதுவா
　　யுண்டா ருள்ள மியைந்தோடி
நவமா கியவன லுருவா னானது
　　நண்ணிய காமா நலமன்றோ? (க0)

தேவஸோமை:

ஸ்வாமி! தாங்கள் சொல்வதே ஸரி. உலகத்திற்கு நன்மை செய்கிற லோகநாதன் உலகத்தை அழிக்கவே மாட்டான்.

(இரண்டுபேரும் கன்னங்களை உப்பும்படிச்செய்து கொண்டு வாக்கினால் படகவாத்யத்தொனியைச் செய்கிறார்கள்)

கபாலி:

தாயே! பிஷை போடு (நேபத்தியத்திலிருந்து) ஐயா! இதோ பிஷை வாங்கிக்கொள்ளும்.

கபாலி:

இதோ வாங்கிக்கொள்கிறேன். – என் அன்பே! என் கபாலம் எங்கே? (தேடுகிறான்).

தேவஸோமை:

நான் பார்க்கவில்லையே.

கபாலி:

(சிறிது சிந்தித்து) ஓகோ! அந்தக் கள்ளுக்கடையில் மறந்து வைத்துவிட்டேன் என்று எண்ணுகிறேன். நல்லது திரும்பிப்போய்த் தேடுவோம்.

தேவஸோமை:

ஆனால் ஐயா! அன்போடு உபசரித்துக் கொடுக்கப்பட்ட பிக்ஷயை வாங்காமலிருப்பது அதர்மம் ஆகுமே. இப்பொழுது என்ன செய்யலாம்?

கபாலி:

ஆபத்துக்குப் பாபம்இல்லை. நீ வைத்திருக்கும் பசுவின் கொம்பில் அதை வாங்கிக்கொள்.

தேவஸோமை:

ஆம், ஐயா, அப்படியே செய்கிறேன்.
(அவள் வாங்கிக்கொள்ளுகிறாள்; இருவரும் போகிறார்கள்).

இரண்டாங் களம் முற்றிற்று

மூன்றாங் களம்

இடம்: காஞ்சியில் மற்றோர் வீதி
பாத்திரர்: கபாலி, தேவஸோமா

கபாலி:

என்ன! அஃது இங்கும் காணோமே? (மிக்க விசனத்தோடு) ஐயா! ஐயா! ! மகேச்வர பக்தர்களே! எங்கள் மண்டையோட்டை நீங்கள் கண்டீர்களா? அவர்கள் என்ன சொல்லுகிறார்கள்? எங்கள் பிக்ஷா கபாலத்தைக் கண்டீர்களா? இவ்விடம் வைத்து மறந்து போனதாக ஞாபகம் என்ன சொல்லுகிறீர்கள்? ஆ! கெட்டேன் என் தபஸ் வீணாக அழிந்தது. நான் எப்படி மீளவும் கபாலியாவேன்?
ஓகோ – கஷ்டம்! கஷ்டம்! !

உண்ணும் போதும் அருந்தும் போதும்
உறங்கும் போதும் உயிர்த்துணை
நண்பனான கபால வோட்டினை
நான்பி ரிந்தெங்ங னுய்குவேன்? (கக)

(விழுந்து தலையிலடித்துக்கொள்ளுகிறான்)

நல்லதிருக்கட்டும் இலக்ஷணையிருக்கிறது[1]. நான் இன்னும் கபாலியே (எழுகிறான்).

தேவஸோமை:

ஸ்வாமி! கபாலத்தை யார் எடுத்திருப்பார்கள்?

கபாலி:

நன்றாக வதக்கிப் பக்குவமான மாமிசத் துண்டு ஒன்றை அதில் வைத்திருந்தேன். அதனால் அந்தக் கபாலத்தையொரு நாயாவது, அல்லது, ஒரு பௌத்த சந்நியாசியாவது எடுத்திருக்கவேண்டும்.

தேவஸோமை:

அப்படியானால் அதைத் தேடிக் கண்டுபிடிக்க இந்தக் காஞ்சீபுரம் முழுவதும் சுற்றிப் பார்ப்போம்.

---

1. இலக்ஷிணை – ஈண்டுத் தானியாகுபெயர்.

கபாலி:

அதோ யாரோ வருகிற காலடிச்சத்தம் கேட்கிறது. நாமிருவரும் சிறிது மறைந்து நின்று கவனிப்போம். (இருவரும் சிறிது விலகி நிற்கிறார்கள்)

(பௌத்தபிக்ஷு கையில் கப்பரையுடன் வருகிறான்)

சாக்கியபிக்ஷு:

என்ன ஆச்சரியம்! நமது சிஷ்யன் தனதாஸச்ரேஷ்டி செய்யும் மகாதானம் வெகுசிலாக்கியமாயிருக்கிறது. அவனிடும் பிக்ஷைபோல மற்றெந்த வீட்டிலுங் கிடைக்காது. நமக்கு இன்றையதினம் அவன் இட்ட பிக்ஷைக்கு ஸமானம், நான் எங்கும், கண்டதில்லை. என்ன நிறம்? என்ன வாசனை? என்ன ருசி? எத்தனை வகை? மத்ஸ்ய மாம்ஸ விதங்களோடும் கூடின ஷட்ரஸ ஆகாரம் திருப்தியாய் நமக்குக் கிடைத்தது. பௌத்த ஸங்கம் இருக்கும் ராஜமடத்துக்கு இனிப்போவோம். – ஆகா! பரமகருணாநிதியான ததாகதர் மகாபுத்திமான்;[1] அவர் பௌத்த ஸங்கத்தின் பொருட்டு ஏற்படுத்தின, தருமங்களில் நல்ல மாளிகைகளில் வாஸம், பஞ்சணை மெத்தைகளடுக்கிய கட்டில்கள் மேற்படுக்கை, முற்பகலில் நல்ல சாப்பாடு, பிற்பகலில் ருசியான பானங்கள், பஞ்சமுக வாஸங்களோடு[2] கூடிய திவ்ய தாம்பூலம், நயமான மிருதுவஸ்திரம் தரித்தல், என்ற நன்மைகளை யெல்லாம் உபயோகிக்க விதித்திருக்கிறான். ஆனால் ஸ்திரிகளையடைதல், கட்குடித்தல், இவை இரண்டையும் ஏன் சொல்லவில்லை? எப்படி விட்டான்? ஸவர்ஜ்ஞனும் பரதுக்க துக்கியுமான புத்த பகவான் இவற்றை யெங்ஙனம் கவனியாமல் விட்டு இருப்பான்? – ஆம்! ஆம்! இதுதான் உண்மை; உற்சாகமற்ற துஷ்டர்களான சில கிழ பௌத்த சந்நியாசிகள் நல்ல ரூப யௌவனர்களான எம் போலியர்கள் மேலுள்ள பொறாமையால், பிடக புஸ்தகங்களில் ஸ்திரீ பரிக்ரக ஸுராபான விதான பாகங்களை யழித்திருக்கவேண்டும். இப்பொழுது எந்த இடத்தில் அழியாத மூலபாடம் கிடைக்குமோ? கிடைத்தால் அதைக் கொண்டு பரிபூரணமான புத்த தருமோபதேச மொழிகளை உலகில் வெளியிட்டுப் பௌத்த ஸங்கத்திற்கு நன்மையைச் செய்வேன்.

(சிறிது போகிறான்)

---

1. ததாகதர்– புத்தர்; அங்ஙனம் வந்தவன் என்பது பொருள்.

2. பஞ்சமுகவாசம்– "த்க்கோலந் தீம்பூ தகையா லிவவங்கங் கர்ப்பூரஞ் காதியோடைந்து"

68 மத்தவிலாசப் பிரகசனம்

தேவஸோமை:

ஸ்வாமி! அதோபாரும் பாரும் அந்தக் காஷாயதாரி போகிறானே. அவன் இந்த நிர்ப்பயமான இராஜபாட்டையில் எல்லாரையும் போலின்றித் தன் அங்கங்களை யொடுக்கிக் கூசிக்கூசி அடிவைத்துக்கொண்டு இருபுறமும் மிரள மிரள விழித்த வண்ணம் அதிவேகமாகப் போகிறானே, – ஏன் அவ்விதம் போகிறான்? கவனித்துப் பாருங்கள்.

கபாலி:

ஆம், என் அன்பே! அவ்விதமேதான். மேலும் அவன் கையில் எதையோ வைத்துத் தன் உத்தரீயத்தால் மூடி யெடுத்துப் போகிறான்.

தேவஸோமை:

அப்படியாயின், ஸ்வாமி அவனைப்பற்றிக் கையிலுள்ளதைப் பிடுங்கிப்பார்த்துத் தெரிந்துகொள்வோம்.

கபாலி:

பெண்ணே, அப்படியே செய்வோம்.
(பௌத்தபிக்ஷுவின் கிட்ட அணுகி) ஓ! சந்நியாசி! நில், நில்.

சாக்கியபிக்ஷு:

எவன் நம்மை இப்படிக் கூப்பிடுகிறான்? ஆச்சரியம்! (திரும்பிப்பார்க்கிறான்; தனக்குள்) ஓகோ! இவன் துஷ்டனான ஏகம்பக் கபாலியில்லையா? இவனது மத்த விலாஸத்திற்கு நாம் லக்ஷியமாகக் கூடாது. (விரைந்து போகிறான்)

கபாலி:

என் அன்பே! இதோ என் கபாலம் அகப்பட்டுவிட்டது. ஸந்தோஷம் – என்னைக் கண்டதும் திகிலடைந்து தப்புவதற்காக விரைந்த அதுவே இவன் திருடன் என்பதற்குப் போதுமான ஸாக்ஷி.
(விரைந்துபோய்க் குறுக்கிட்டு மறிக்கிறான்)

(கோபத்தோடு) ஆ! துஷ்டா! இப்பொழுது எங்கே போவாய்?

சாக்கியபிக்ஷு:

உபாஸிக! கபாலிக! அங்ஙனம் பேசாதே – ஈதென்ன? *(தனக்குள்)* இந்த உபாஸிகை எவ்வளவு அழகுள்ளவள்!

கபாலி:

ஓ! சந்நியாசி! உன்கையில் கந்தையால் மூடி என்னவோ வைத்திருக்கிறாயே, அதைக்காட்டு பார்ப்போம்.

சாக்கியபிக்ஷு:

பார்க்க என்ன இருக்கிறது? பிக்ஷாபாத்திரம்தான்.

கபாலி:

அதனாலேதான் அதைப்பார்க்க விரும்புகிறேன்.

சாக்கியபிக்ஷு:

(கோபத்தோடு) அப்படிச் செய்யாதே! செய்யாதே! உபாஸிக! அதை நாங்கள் மறைத்தே கொண்டுபோக வேண்டும். உனக்குத் தெரியாதா?

கபாலி:

ஆம், உண்மையாகவே; இந்தமாதிரி வஸ்துக்களை மறைத்துக்கொண்டு போவதற்காகவே, புத்தர் உனக்கு அநேகவஸ்திர தாரணங் கற்பித்திருக்கிறார்.

சாக்கியபிக்ஷு:

அஃது உண்மைதான்.

கபாலி:

அது மறைபொருளான உண்மை. நிஜமான உண்மையன்றோ எனக்குத்தேவை.

சாக்கியபிக்ஷு:

போதும், போதும், இவ்வளவு ப்ரிகாசம் எனக்குப் பிக்ஷாகாலம் கடந்துபோகிறது. நான் போக வேண்டும். *(புறப்படுகிறான்)*

கபாலி:

அடே! போக்கிலி! எங்கே போகிறாய்? என் கபாலத்தைக்கொடு, *(அவன் போர்வைக் காஷாய நுனியைப் பற்றுகிறான்.)*

சாக்கியபிக்ஷு:

ஓம் நமோ புத்தாய!

கபாலி:

'நமோ கரபடாய[1] என்று சொல். அவன்தானே களவு நூல் எழுதினவன். ஆனால் இந்த விஷயத்தில் கரவடனைக்காட்டிலும் புத்தன் அதிஸமர்த்தன். அஃது எப்படித் தெரியுமா?

பார்ப்பார் உறங்குகையில் – அந்தப்
பாரதம் வேதாந்தம் பன்னியவாம்
கோப்பான வான்பொருளைப் புத்தன்
கொள்ளைகொண்டு தன்னூல் கூறினனே. (கஉ)

சாக்கியபிக்ஷு:

பாபம் சாந்தமாகவேண்டும்! பாபம் சாந்தமாக வேண்டும்!!

கபாலி:

இவ்வளவு நல்லொழுக்கமுள்ள தபசிக்கு எந்தப் பாபந்தான் தணியாது?

தேவஸோமை:

ஸ்வாமி! தாங்கள் களைத்தவர்போலக் காணப்படுகிறீர் அந்தக்கபாலம் எளிதிற்கிடைக்காது. ஆகையால் இந்தக் கொம்பிலுள்ள சாராயத்தைக் கொஞ்சம் குடித்துத் திடமாக்கிக்கொண்டு இவரோடு வாதஞ்செய்யுங்கள்.

---

1. கரபடன் – களவுநூல் செய்தவன். இவனைக் கர்ணீஸுதன் என்று கூறுப.

கபாலி:

அப்படியே!

(தேவஸோமை மதுவைக் கொடுக்கிறாள்; அவன் குடித்து)

என்னன்பே! நீயும் களைப்பைப் போக்கடித்துக்கொள்.

தேவஸோமை:

பகவானே! அப்படியே! (குடிக்கிறாள்)

கபாலி:

பெண்ணே! இவன் நமக்கு மகாபராதஞ் செய்தவன் தான். இருந்தாலும். உள்ளதைப் பிறருக்குப் பகிர்ந்து கொடுத்தல் நமது முக்கியமான கொள்கையன்றோ? ஆகவே மிகுதியிருந்தால் அவனுக்குங்கொடு.

தேவஸோமை:

தாங்கள் எப்படி உத்தரவு செய்கிறீர்களோ அங்ஙனமே செய்கிறேன். – ஐயா! நீர் வாங்கிக்கொள்ளும்.

சாக்கியபிக்ஷு:

(தனக்குள்) ஓகோ! நமக்கு நல்ல திருஷ்டம் அணுகியது போலும். ஜனங்கள் பார்ப்பார்களே என்பது தான் சங்கடம்.

(வெளிப்படையாக) வேண்டாம். அம்மா, வேண்டாம்! இஃது எங்களுக்குத்தகாது. (கடைவாயை நக்குகிறான்)

தேவஸோமை:

நாசமாய்ப்போவாய்! இவ்வளவு பாக்கியம் உனக்கு எங்கிருந்து கிட்டும்?

கபாலி:

என் அன்பே! அவன் தன் மனத்திலுள்ள ஆசைக்கு விரோதமாகப் பேசுகிறான் – இதற்கு வாயூறுகிறதால் அவன் பேச்சுக் குளறுகிறான்.

சாக்கியபிக்ஷு:

இப்பொழுதுகூட என்மேற் கருணையில்லையோ?

கபாலி:

கருணை இருந்தால் எப்படி வீதராகன்[1] ஆவேன்.

சாக்கியபிக்ஷு:

ஆனால், விருப்பமில்லாதவன் வெறுப்புமில்லாதவனாகவும் வேண்டுமே. உனக்குக் கோபமேன்?[2]

கபாலி:

என் சொத்தைக் கொடுத்துவிட்டால் கோபமற்றவனாவேன்.

சாக்கியபிக்ஷு:

உன்னுடைய சொத்து எது?

கபாலி:

கபாலம்

சாக்கியபிக்ஷு:

என்ன? கபாலமா?

கபாலி

"என்ன? கபாலமா?" என்கிறான். தகுந்தபடி தான் பேசுகிறான்.

காண லாவதோர் கடன்மலை காசினி யெல்லாம்
பூணு மாலினாற் பொய்யென வுரைத்தவன் புதல்வன்
நாணி லாதவ! நவில்சிறு கபாலம் மறைக்க
ஏணி லாய்கொலோ வியம்பிய தற்புத மின்றே. (கங)

---

1. வீதராகன் – விருப்பமில்லாதவன்.
2. இவ்வாறு வீதராகனாகவும் ரோஷமற்றவனாகவும் ஆகத்தக்கது.

தேவஸோமை:

ஸ்வாமி! மயிலே மயிலே இறகு போடென்றாற் போடுமா? மெதுவாய்க்கேட்டால் கொடுக்கமாட்டான். ஆகையால் கையிலிருந்து வெடுக்கென்று பிடுங்கிக் கொள்ளுங்கள்; நாம் போவோம்.

கபாலி:

ஆம்! அன்பே! அப்படியே (பிடுங்கமுயலுகிறான்).

சாக்கியபிக்ஷு:

ஏ! துஷ்ட கபாலிக! நாசமாய்ப்போ!

(கையால் தள்ளிக் காலால் உதைக்கிறான்)

கபாலி:

என்ன! நான் விழுந்துவிட்டேன்.

தேவஸோமை:

தாஸ்யாபுத்ர! இதோ நீ மாண்டாய். (அவன் தலைமயிரைப் பிடித்திழுக்கப்போய்ப் பிடிப்பில்லாமல் கீழே விழுகிறாள்)

சாக்கியபிக்ஷு:

(தனக்குள்) தலையை மொட்டையடிக்கச் சொன்ன புத்தன் மகா புத்திமான். (வெளிப்படையாக) எழுந்திரு உபாஸிகே! எழுந்திரு! (தேவஸோமையைக் கையைப் பற்றித் தூக்கிவிடுகிறான்)

கபாலி:

மாகேச்வரர்களே! பாருங்கள், பாருங்கள். இந்த நாகஸேனன் என்னும்பெயருள்ள துஷ்டபிக்ஷு என் பிரியையைப் பாணிக்கிரகணம் செய்கிறான்.[1]

---

1. கையைப் பிடித்திழுக்கிறான்.

சாக்கியபிக்ஷு:

ஹா! உபாஸிக! அப்படிச் சொல்லாதே. சொல்லாதே! ஆபத்தில் அன்பு புரிவது எங்கள் தருமமன்றோ!

கபாலி:

என்ன! இதுவும் ஸர்வஜ்ஞ புத்தனுடைய தர்மமா? – நான் முன்னாடி விழவில்லையா? நல்லது, அதுகிடக்கட்டும். இப்பொழுது உன் கபாலம் என் பிக்ஷா கபாலமாகப் போகிறது, பார் (யாவரும் கலகமிடுகின்றனர்.)

சாக்கியபிக்ஷு:

துக்கம்! துக்கம்!

கபாலி:

மாகேச்வரர்களே! பாருங்கள், பாருங்கள்! பிக்ஷு என்று பெயர் பூண்ட இப்புல்லியன், என் கபாலத்தைத் திருடிக்கொண்டு தானே கூக்குரலிடுகிறான். இருக்கட்டும் – நானும் கூச்சலிடுகிறேன். ஐயோ! ஐயோ!

(பாசுபதன் வருகிறான்)

பாசுபதன்:

ஸத்யஸோம! ஏன் அலறுகிறாய்?

கபாலி:

ஐயா! கீரிப்பிள்ளை போன்றவரே! பிக்ஷு என்ற பெயர் வகித்த இந்தத் துஷ்ட நாகஸேனன் என் கபாலத்தைத் திருடிக்கொண்டு கொடுக்கமாட்டேன் என்கிறான்.

பாசுபதன்:

(தனக்குள்) நாம் செய்ய நினைப்பது கந்தர்வ வழக்கமே. இந்தத் துராத்மா –

கையி லேந்திய புல்லினைக் காட்டியே
காலி யாவினை யீர்க்குமக் காட்சிபோன்
மெய்யிற் போர்வை விசித்துள காசினை
விளங்கக் காட்டியிப் பெண்ணை யிழுக்கிறான். (கசு)

இவள் இந்நாவிதன் வைப்பாட்டியாயினும் என் அன்புக்குப் பாத்திரமாகிறாள். – ஆதலால், அந்த அயோக்கிய துஷ்ட்னைத் தூண்டிவிட்டு என்பகையை யொழிக்கிறேன். (வெளிப்படையாய்) எ! நாகஸேனா! இவன் சொல்லுகிறபடி தானா?

சாக்கியபிக்ஷு:

ஐயா! தாங்களும் இவ்விதமே சொல்லுகிறீர்களோ? எங்களுடைய தர்மங்களில் முக்கியமானவை, பிறராற் கொடுக்கப்படாததை எடுத்துக்கொள்ளாமை ஒன்று; பொய் சொல்லாமை ஒன்று; பிரமசரியம் தவறாமை ஒன்று; கொலை செய்யாமை ஒன்று; வேளை தவறி உணவு உண்ணாமை ஒன்று; இவையெல்லாம் மனத்தில், எங்கள் குருவின் உபதேசத்தால், நிலைத்திருக்கின்றன. புத்தம் சரணம் கச்சாமி.[1]

பாசுபதன்:

நல்லது, ஸத்யஸோமா! அவர்கள் தருமம் அத்தகையது; நீ இதற்கு என்ன சொல்லுகிறாய்?

கபாலி:

ஏன், எங்கள் தர்மம் பொய் சொல்லக்கூடாது என்பது.

பாசுபதன்:

இருவர் கொள்கையும் சரி; இவ்விரண்டிற்குள் ஒருவன் தீர்மானிப்பது எங்ஙனம்?

சாக்கியபிக்ஷு:

புத்தனது உபதேசத்தைப் பிரமாணமாகக் கொண்ட ஒருவன் சாராயக்கிண்ணத்தைத் திருடினான் என்று தீர்மானிப்பது எக்காரணம் பற்றி?

---

1. புத்ததருமத்தைச் சரணமடைகின்றேன்.

பாசுபதன்:

ஆம். ஹேதுவாதம் செய்பவனுக்கு பிரதிஜ்ஞா மாத்திரத்தினால் சித்தாந்தம் செய்யமுடியாது.

கபாலி:

பிரத்யக்ஷ விஷயத்தில் ஹேதுவைச் சொல்வது பயனற்றது.

பாசுபதன்:

பிரத்யக்ஷம் என்கிறாயே! அஃது எப்படி?

தேவஸோமை:

ஸ்வாமி! அந்தக் கபால பாத்திரத்தைக் கந்தையால் மூடி அவன் கையில் வைத்திருக்கிறான்.

பாசுபதன்:

ஐயா! கேட்டீரா?

சாக்கியபிக்ஷு:

ஓ! ஐயா! இந்தக் கப்பரை என்னுடையதேயன்றி வேறு எவருடையதுமன்று.

கபாலி:

அப்படியானால் அதைக்காட்டு.

சாக்கியபிக்ஷு:

இதோபார், (காட்டுகிறான்)

பாசுபதன்:

மாகேச்வரர்களே! பாருங்கள்! பாருங்கள்!! இந்தக் கபாலியின் அநியாயத்தையும் இந்தக் கௌரவமுள்ள சாக்கிய பிக்ஷுவின் நல்லொழுக்கத்தையும்.

சாக்கியபிக்ஷு:

கொடாததை எடாதொழிவது புத்ததேவனுடைய ஆஜ்ஞை. பொய் சொல்லாதது புத்ததேவனுடைய ஆஜ்ஞை.

(கபாலியும் சாக்கியபிக்ஷுவும் கூத்தாடுகிறார்கள்)

சாக்கியபிக்ஷு:

சீ! கெட்டாய், வெட்கப்படவேண்டிய காலத்தில் கூத்தாடுகிறாயே.

கபாலி:

ப்பூ! எவன் கூத்தாடுகிறான்? (நாற்புறமுஞ்சுற்றிப் பார்த்து) ஆகா! திருட்டுப்போன என் பிக்ஷாபாத்திரத்தை மீளப் பார்த்ததால் உண்டான குதூகலமாகிய தென்றலால் அசைகிற சந்தோஷமாகிய கொடியினது அபிநயங்களைக் கண்டு நான் கூத்தாடுவதாக இவன் நினைத்துவிட்டனன். இது நிச்சயம்.

சாக்கியபிக்ஷு:

ஐயா! இதை நீர் பாராமலிருப்பது எந்தக் காரணத்தினால்? இதன் நிறம் இன்னதென்று நீர் தயவு செய்து பாரும்.

கபாலி:

இது விஷயமாகச் சொல்லவேண்டியது என்ன இருக்கிறது? எனக்குத் தெரியவில்லை – மண்டையோடு காக்கையினும் கறுப்பாயிருக்கிறது.

சாக்கியபிக்ஷு:

அப்படியானால், இது என்னுடையதென்று நீயே ஒப்புக்கொண்டுவிட்டாய்.

கபாலி:

நிறமாறாட்டஞ் செய்யும் உன் ஸாமர்த்தியம், உண்மையாகவே ஒப்புக்கொள்ளப்பட்டது பார்.

சந்தமரை யின்வெளிய தந்துவி னியன்ற
அந்துகிலம் நின்னரிய ஆற்றலின் விசும்பிற்
பந்தியிருள் சிந்தியெழு பானுவினை மானச்
செந்துவர் நிறம்பெறத் திரித்தறி யேனோ. (கரு)

இன்னும்,
புறம்பும் உள்ளும் பொதிதர நீங்கலா
நிறங்கொள் செந்துவ ராடையி னின்றனை
திறமி தாயின்நிற் சேருங் கபாலநின்
னுறவி னால்நிறம் மாற லொழியுமோ? (கசு)

தேவஸோமை:

ஆகா! துர்ப்பாக்கியமுள்ள நான் கெட்டேன். எல்லா லக்ஷணங்களோடுங்கூடிப் பிரமகபாலத்திற்குச் சமானமாய்ப் பௌர்ணமி சந்திரனையொத்து விளங்குகிறதும் எப்பொழுதும் மதுவாசனை வீசுவதுமான இந்தக் கபாலத்திற்கு இந்த அசேதன் பிக்ஷுவின் அழுக்குத் துணிச்சேர்க்கையால் இந்தக் கருநிறம் வந்துவிட்டதே, என்ன செய்வேன். (அழுகிறாள்)

கபாலி:

பெண்ணே! துக்கப்படாதே. அழவேண்டாம். மீளவும் அது சுத்தமாக ஆய்விடும். உயர்ந்த வஸ்துக்கள் மாசடைந்த காலத்திலும் பிராயச்சித்தத்தினால் பரிசுத்தமடைகின்றன. உதாரணமாக,

பிறைமதி யணிந்த பெம்மான்
பிரமனார் தலையைக் கிள்ளும்
உறுபெரும் பாவம் நீங்கி
உய்ந்தமை யுணர்கி லாயோ?
மறையறி துவஷ்டா வீன்ற
மைந்தனைக் கொன்ற வானோர்
இறையவன் நூறு யாகம்
இயற்றியே புனித னானான். (கஎ)

ஹா! பப்ருகல்பா! சரிதானே.

பாசுபதன்:

நீ சொல்வது சாஸ்திர ஸம்மதமானது.

சாக்கியபிக்ஷு:

நல்லது. நீர் சொல்லுகிறபடி நான் வர்ணத்தை மாற்றிவிட்டாலும் இந்தக் கப்பரையின் அமைப்பையும் அளவையும் யார் மாற்றினார்கள்?

கபாலி:

ஐயா! நீங்கள் மாயாவமிசத்திற் [1] பிறந்தவர்களில்லையோ?

சாக்கியபிக்ஷு:

எவ்வளவுநேரம் உம்மோடு வாதுசெய்வது? ஐயா இதை வாங்கிக்கொள்ளும்.

கபாலி:

இந்தவிதமாகவே புத்தனாலும் தானபாரமிதை நிறைவேற்றப்பட்டது.

சாக்கியபிக்ஷு:

இந்த நிலையில் எனக்கு என்னஆதாரம்?

கபாலி:

நிஜமாக புத்த தரும சங்கங்களே.

பாசுபதன்:

இந்த வியவகாரம் என்னால் தீர்க்கமுடியாது. ஆகவே நாம் நியாயஸ்தலம் செல்வோம்.

தேவஸோமை:

அப்படியானால், ஐயா! கபாலத்திற்கு நமஸ்காரம்.

---

1. கௌதமபுத்தன் மாயாதேவியின் புதல்வனாதலின் இங்ஙனம் கூறினன்.

பாசுபதன்:

உன் அபிப்பிராயம் என்ன?

தேவஸோமை:

இந்த பிக்ஷு பலமடங்களிலிருந்தும் வரும் வருமானத்தினால் ஏராளமான திரவியம் வைத்திருக்கிறான். அதன் சகாயத்தால் அவன் இஷ்டம்போல நியாயாதிபதிகளின் வாய்க்குப் பூட்டிடுவன். நானோ பாம்புத்தோலும், திருநீறும் செல்வமாகக்கொண்ட ஒரு ஏழைக்கபாலியின் சிஷ்யை. நியாயஸ்தலத்திற்குப் போகும்படி எனக்கு என்ன செல்வம் இருக்கிறது?

பாசுபதன்:

அப்படியில்லை;

நேரிய வலிய பார நிலவிய சீர்த்த சாதி
சேரிய வகைமை சான்ற நிமிரிய தூண்கள் சேணிற்
காருறை மாடந் தாங்குங் கவினிய பரிசில் நீதி
யோரிய உணர்வின் மிக்கோர் உலகினில் ஒளிரு வாரால்(கஅ)

கபாலி:

போதும், போதும்; நியாயவழியிற் செல்பவன் ஒன்றுக்கும் அஞ்சவேண்டியதில்லை.

சாக்கியபிக்ஷு:

நல்லது ஐயா! நீர் முன்னாகப்போம்.

பாசுபதன்

ஆம்! ஆம்!
(யாவரும்போகின்றனர்)

மூன்றாங்களம் முற்றிற்று

நான்காம் களம்

இடம்: காஞ்சியில் மற்றொரு வீதி
பாத்திரம்: பைத்தியக்காரன்

பைத்தியக்காரன்:

இதோ; இதோ; வெறிநாய்! நெருப்பில், வாட்டிப்பதமாக வதக்கப்பட்ட மாமிசத்தோடு கபாலத்தை யெடுத்துக்கொண்டு ஓடுகிறாயே! தேவடியாள்மகனே! எங்கே ஓடுகிறாய்? – அதோ இப்பொழுது கபாலத்தை வைத்துவிட்டு என்னைக் கடிக்க எண்ணி எதிரில் ஓடி வருகிறாயா? (நாற்புறமுஞ் சுற்றிப்பார்க்கிறான். கையில் ஒரு கல்லை எடுத்துக்கொள்கிறான்) இந்தக் கல்லால் இதன் பற்களையுடைத்துப போடுகிறேன். – என்ன கபாலத்தைப் போட்டு விட்டு ஓடுகிறாய்! ஓகோ! பைத்தியம்பிடித்த துஷ்டநாயே! இவ்வளவு சூரனான என்னிடம உன்கோபம் செல்லுமா? உனக்குக்கூட ரோஷமா? ஊர் திரிகிற பன்றிமேலே ஏறிக்கொண்டு ஆகாசத்தில் கிளம்பின ஸமுத்திரம் இராவணனைக் கொன்றது! இந்திரன் பிள்ளையான திமிங்கிலம் பலாத்காரமாகப் பிடிக்கப்பட்டது. அடே, கொட்டைச் செடியே! என்ன சொல்லுகிறாய்? பொய் பொய் என்றா? அடே, நீண்டு பருத்த உலக்கை போன்ற கைகளுள்ள இந்தத் தவளை எனக்கு ஸாக்ஷி. என்ன! மூன்று உலகமும் அறிந்த பராக்கிரமம் உள்ள எனக்குச் சாக்ஷிகூடத் தேவையா? நான் இப்படிச் செய்கிறேன் – நாய் தின்று மிகுந்த எச்சில் மாமிசத்தை நான் தின்கிறேன்! (சாப்பிடுகிறான்) ஹோ! ஹோ! (கத்துகிறான்) கண்ணீரால் செத்தேன். செத்தேன் – (அழுகிறான்) யாரடா நீ என்னையடிக்கிறாய்? (சுற்றுமுற்றும்பார்க்கிறான்) துஷ்டப்பயல்களே! நான் யாரோ ஒருத்தனுக்கு மருமானில்லையா! பீமசேனனுக்குக் கடோற்கசன் போல. இதையும் கேள்.

(பாடுகிறான்)

அம்மம்ம நானென்ன செய்வேன் – ஆகா!
அஞ்சி நடுங்கி யலைந்துளம் நைவேன் – அம்.

சூலங்கள் கைகளி லேந்தி – நூறு
சுட்டிப் பிசாசுகள் கூடிப் பலவாம்
கோலங்கள் பூண்டென் வயிற்றில் – வெகு
கும்மாள மிட்டாடிக் கொண்டா னடிக்கும்

ஆளை யடிக்கும் கொடிய – பெரும்
அச்சமுண் டாக்கும் புலியொரு நூறும்
காளஸர்ப் பம்மொரு நூறும் – வாயாற்
கக்கிக்கக் கித்திக்கு முக்கிட்டு நிற்பேன். (கசு)

என்ன, தொந்தரவு செய்கிறார்கள்! என்னை மன்னியுங்கள்! மன்னியுங்கள்!! குழந்தைப் பிரபுக்களே! இந்த மாமிசத்துண்டுக்காக என்னைத் தொந்தரவு செய்யாதீர்கள் (எதிரில் பார்க்கிறான்) என்ன! ஓகோ! நமது ஆசாரியர் சூரநந்தி வருகிறாரே! அவரிடம் ஓடுகிறேன். (ஓடுகிறான்)

பாசுபதன்:

அடடா! இந்த பைத்தியக்காரன் இங்கே வருகிறான். இதோ வந்துவிட்டான். (பாடுகிறான்)

களைந்தெறிந்த பலவிதமாங் கந்தைகளாற்
பொத்துண்டு கழித்த சாம்பல்
அளைந்ததெருப் புழுதிபடிந் தனுங்கியதார்
கிடந்தசைய அடர்ந்த ரோமம்
தளைந்துபுற முகளவெச்சிற் சோறுவிழை
தருகாகம் தழுவிச் சார
வளைந்துவரும் பித்தன்மயற் குவியனர
வுருக்கொண்ட மாண்பு போல்வான். (உ0)

பைத்தியக்காரன்:

இவர் கிட்டப்போகிறேன். (நெருங்குகிறான்) சுவாமி! இந்தக் கபாலத்தைப் பெற்றுக்கொள்ளுங்கள். இந்தக் கிராமத்துச் சண்டாளனுடைய மரியாதையான நாயினிடமிருந்து கிடைத்தது. இதை வாங்கிக்கொள்ளுங்கள்.

பாசுபதன்:

தக்க யோக்கியனைப் பார்த்துக் கொடு.

பைத்தியக்காரன்:

மகாப்பிராமணா! தயவு செய்யவேண்டும்.

சாக்கியபிக்ஷு:

இந்த மகாபாசுபதர் இதற்குத் தகுந்தவர்.

பைத்தியக்காரன்:

(கபாலியை, நெருங்கிக் கபாலத்தை கீழேவைத்தும் பிரதக்ஷிணம் செய்து நமஸ்கரிக்கிறான்). மகாதேவமூர்த்தி! அன்புடன் தயவுசெய்யவேண்டும். கைகூப்பித் தொழுகிறேன்.[1]

கபாலி:

நம்முடைய கபாலம்! பார்த்தையா!

தேவஸோமை:

ஆம்! ஆம்! அதுதான்.

கபாலி:

கடவுளுடைய திருவருளால் மறுபடியும் கபாலியாய் விட்டேன்.
(எடுக்க முயற்சிக்கிறான்)

பைத்தியக்காரன்:

தேவடியாள் மகனே! விஷத்தைச் சாப்பிடு!
(கபாலத்தைப் பிடுங்கிக்கொண்டு போகிறான்.)

கபாலி:

(அவனைப் பின்தொடர்ந்து)
இந்தக் காலதூதன் எனது உயிரைக் கொண்டுபோகிறானே! பெரியோர்களே! அவனைப் பிடிக்க உதவிபுரியுங்கள்.

இருவரும்:

ஆகா! அப்படியே ஸகாயம் செய்கிறோம்.
(யாவரும் வழிமறிக்கிறார்கள்)

---

1. அஞ்சலியஸ்தனாகிறேன்.

கபாலி:

அடே! நில்! நில்!

பைத்தியக்காரன்:

என் என்னை வழிமறிக்கிறார்கள்?

கபாலி:

எங்கள் கபாலத்தைக் கொடுத்துவிட்டு ஓடிப்போ.

பைத்தியக்காரன்:

ஏ! மூடா! இது ஸ்வர்ண பாத்திரமாச்சே! தெரியவில்லையா?

கபாலி:

ஸ்வர்ணபாத்திரமானால் யார் செய்தது?

பைத்தியக்காரன்:

ஸ்வாமி! நான் சொல்லுகிறேன். அந்தப் பீதாம்பரதாரியான தட்டான் செய்தான். இது ஸ்வர்ணபாத்திரம்.

சாக்கியபிக்ஷு:

என்ன சொல்லுகிறாய்?

பைத்தியக்காரன்:

இது ஸ்வர்ண பாத்திரம்.

சாக்கியபிக்ஷு:

பைத்தியக்காரனா?

பைத்தியக்காரன்:

திரும்பித்திரும்பிப் பைத்தியக்கார சப்தம் காதில் விழுகிறது. இதை வாங்கிக்கொண்டு பைத்தியக்காரனைக் காட்டு.
(கபாலத்தைக் கபாலி கையிற் கொடுக்கிறான்).

ந.பலராம ஐயர்   85

கபாலி:

(கபாலத்தை வாங்கிக்கொண்டு) அவன் அந்தச் சுவருக்குப் பின்புறம் இருக்கிறான். சீக்கிரம் தொடர்ந்து போ.

பைத்தியக்காரன்:

அநேக நமஸ்காரம். *(வேகமாய் ஓடுகிறான்)*

சாக்கியபிக்ஷு:

என்ன ஆச்சரியம்! என் விரோதிக்குண்டான லாபத்திற்குச் சந்தோஷமடைகிறேன்.

கபாலி:

(கபாலத்தையணைத்துக்கொண்டு பாடுகிறான்)

உள்ளவின்ப மெல்லாம் உடன்கொண் டொளித்தாய்நீ
கள்ளனலை யோவென் கபாலமே கண்வளராய்! *(உக)*

திண்ணமே தீங்கின்று சேமமாய் மீண்டாயே
கண்ணேயென் செல்வக் கபாலமே கண்வளராய்! *(உஉ)*

நற்றவனும் நானே நடேசனருள் பெற்றேனே
கற்றவர்க ளேத்துங் கபாலமே கண்வளராய்! *(உங)*

தேவஸோமை:

பகவானே! சந்திரனோடு கூடின ராத்திரிபோலச் சுவாமியைப் பார்க்கிற என்னுடைய கண் இப்பொழுது ஆநந்தம் அடைகிறது.

பாசுபதன்:

ஐயா! உமது அதிருஷ்டத்தைக் கண்டு மகிழ்கிறேன்.

கபாலி:

உண்மையாக ஆநந்தம் உங்களுக்கே.

பாசுபதன்:

(தனக்குள்) இன்று இந்தப்பிக்ஷு புலிவாயில் நின்று தப்பினான். 'நிர்த்தோக்ஷிகளுக்குப் பயமில்லை' என்ற வசனம் உண்மை. (வெளிப்படையாக) என் நண்பனுக்கு உண்டான நன்மையைக் கருதிப் பரமாநந்த மடைகிறேன். குணவாயிற் கோட்டத்துப் பகவானுடைய தூமகாலத்தை[1] எதிர்பார்த்து நிற்கிறேன். இன்றுமுதல்,

(பாடுகிறான்)

பாசுப தேசற்கும் பார்த்தனு கும்பண்டு
பாரினி லுண்டான போரினைப்போல்
நேசமா கிப்பகை நீங்கி யிருவரும்
நீடூழி தோறுநீர் வாழியரோ. (உசு)

கபாலி:

நண்ப, நாகசேனா! செய்த குற்றத்தை மன்னித்து என்னைப் பொறுத்தருள்க.

சாக்கியபிக்ஷு:

இது கேட்டுக்கொள்ள வேண்டிய தில்லையே. உன்னை மகிழ்விக்க நான் என்ன செய்யவேண்டும்?

கபாலி:

ஐயா! நீர் என் குற்றத்தைப் பொறுத்தருள்வதைக் காட்டிலும் வேறு என்ன வேண்டும்?

சாக்கியபிக்ஷு:

நான் உத்தரவு பெற்றுக்கொள்கிறேன்.

கபாலி:

ஐயா! வந்தனம். மீளவும் சந்திக்கவேண்டும்.

---

1. தூமகாலம் – தூமவேளை, தூமகால மென்பன ஒரு பொருளன; ஸ்மசானத்தில் பிணமெரிக்கும் புகைசூழ்ந்துள்ள காலத்தில் அங்குச் சஞ்சரிக்கவேண்டுமென்பது பாசுபதரின் மதவிதிகளுள் ஒன்று.

சாக்கியபிக்ஷு:

அங்ஙனமே.

கபாலி:

என் அன்பே! நாமும் போவோம்.

(யாவரும் செல்லுகின்றனர்)

நான்காம்களம் முற்றிற்று

பரதவாக்கியம்

மன்னுயிர்கள் மகிழ்சிறக்க வழிவ ழாது
வன்னியவி யேற்றிடுக வந்த ணாளர்
பன்னுமறை யொலிபயில்க பசுக்கள் மல்கிப்
பல்குகவிவ் வுலகுபிறப் பொழுக்க மேவித்
துன்னுகநன் முயற்சிசசி யுடுக்க ளுள்ள
துணையுமிடர் தவிர்கபகை யடக்கி நாளும்
நன்னரா சாட்சிபுரி சத்ரு மல்லன்[1]
நலங்குலவிப் புகழ் நிலவி வாழ்க மாதோ.

சுபம்

திருச்சிற்றம்பலம்

---

1. சத்ருமல்லன் - மகேந்திர விக்கிரம பல்லவனின் பட்டப்பெயர்களுள் ஒன்று.

மத்த விலாசப் பிரகசனம்

அல்லது

சம்பந்தர் கால சமயிகள் நிலை

(திரு. தி.கி.நாராயணசாமி நாயடு அவர்கள்)

நாடகத்தா லுன்னடியார் போனடித்து நானடுவே
வீடகத்தே புகுந்திடுவான் மிகப்பெரிதும் விரைகின்றேன்.

– திருவாசகம்

முன்னுரை

வடநூல் நாடகவகைகள் தசரூபகங்களென்ப: அவற்றிலொன்று பிரகசனம் என்பது "இது சுத்தம், விகிர்தம், சங்கீர்ணம் என மூவகைப்படும். சுத்தப் பிரகசனத்திலே பாஷண்டர், விப்பிரர், சேடன், சேடி என்னும் இன்னோர் தோற்றிப் பொருத்தமான வேஷமும் பாஷையும் தோன்ற நகையை விளைக்கும் நகைப்புக் குறிப்பு மொழிகளைக் கூறி நடிப்பர். காமுகாரதியோர் தோற்றிக் காமக் குறிப்புத் தோன்ற நடிப்பது விகிர்தப் பிரகசனம்; தூர்த்தர் பலர் தோற்ற அறுவகை நகைக் குறிப்பும், வீதியென்னும் மற்றொரு நாட்டிய வகையின் இலக்கணமும் பெற்று வருவது சங்கீர்ணப் பிரகசனம்" ஈண்டு எடுத்துக்கொண்ட மத்தவிலாசப் பிரகசனம் சுத்தப் பிரகசனத்தைச் சார்ந்தது.

நகைச்சுவை நாடகமாகிய பிரகசனத்தின் இலக்கணத்தை திரு.வி.கோ. சூரியநாராயண சாஸ்திரியார்,

முனிவர் தேவர் முதுமறை யந்தணர்
எனுமிவ ரிடைவர விழிவு நிந்தையும்
பெறவெறும் போலிக ளூறுதலை மக்களாச்
சாத்து வதியே கைசிகி தந்து
நகைச்சுவை தன்னை மிகுத்துக் காட்டி
ஒன்றே யாத லிரண்டே யாதல்
அங்கங் கொண்ட தரும்பிர கசனம்

என நாடகவியலில் நுவலுதல் காண்க.

ஓர் அங்கத்தில் நான்கு களங்களில் முடிந்த இச்சிறிய நாடகத்தினை ஆக்கியவன் அப்பர் பெருமானால் சைவ சமயம் திரும்பிய பல்லவ மன்னனாம் முதல் மகேந்திரவர்மன். இதில் ''பாசுபத மதத்தினாராகிய துறவியொருவரையும், ஒருகாபாலிகரையும், அவர்தம் மனைவியாரையும், ஒரு பௌத்தபிக்குவையும், உரையாடவிட்டு அவர் தம்மை யெல்லாம் ஏளனஞ் செய்திருக்கிறது."★ ''இது நகைப்புண்டாக்கத்தக்க நாடகம். இந்த நாடகத்தைப் படித்தால் மகேந்திரன் காலத்தில் மக்களின் நடைகள்,

★ மதங்க சூளாமணி - சுவாமி விபுலாநந்தர்.

வழக்கங்கள் எவ்வாறு இருந்தன என்று அறிந்து கொள்ளலாம். மற்றைய நாடகங்களைப் போல் புராண கதைகளைப் பற்றி யல்லாமல் மக்களின் வாழ்க்கை முறைகளைக் காட்டி எழுதியது"★.

இவ்வடமொழி நாடகத்தை முதன்முதல் திருவநந்தபுர வடமொழி நூல் நிரலில் 1917ல் 55வது நூலாக கணபதி சாஸ்திரிகள் அச்சிட்டுதவினர். இதனை ஜெர்மனி நாட்டு லீப்சிக் *(Leipzig)* நகர வாசியான டாக்டர் கே.ஹெர்ட்டல் 1924ல் அவர் தம் மொழியில் *(Dr. J.Hertel's Die Streiche Des Beraus Chten)* பெயர்த்தனர். கீழ்நாட்டுக் கலைக்கழக ஆராய்ச்சி மடல் என்ற பருவ இதழில் பார்நட் துரைமகன் ஆங்கிலத்தில் 1929–ல் ஆக்கினர். *(The Bulletin of The School of Oriental Studies London institution: Vol.V.Part IV L.D.Barnett)*

இக்களிக்கூத்து பௌத்த, பாசுபத, காபாலிக சமயிகளைக் கொண்டு நிகழ்தலின் அவர்தம் சமயசாரத்தை சிவஞான முனிவர் பாடியத்துள் தொகுத்துரைத்ததை ஈண்டு பொழிப்பாகத் தருதும்.

சமயங்கள்

சமயங்களெல்லாம் புறப்புறச் சமயம், புறச்சமயம், அகப்புறச் சமயம், அகச்சமயமென நான்கு வகைப்படும். அவற்றுள், புறப்புறச் சமயம், உலகாயதம், நால்வகைப் பௌத்தம், ஆருகதமென்பன. புறச்சமயம் தருக்கம், மீமாஞ்சை, ஏகான்மவாதம், சாங்கியம், யோகம், பாஞ்சாரத்திர மென்பன. அகப்புறச் சமயம் பாசுபதம், மாவிரதம், காபாலம், வாமம், வைரவம், ஐக்கியவாத சைவமென்பன; அகச்சமயம் பாடாணவாத சைவம், பேதவாத சைவம், சிவசமவாத சைவம், சிவசங்கிராந்த சைவம், ஈசுவரவிகாரவாத சைவம், சிவாத்துவித சைவமென்பன.

பாசுபதர் முதலிய ஐவரும் வேதம், சிவாகமம் இரண்டற்கும் பொதுவகையாற் பிரமாணங் கொள்ளினும், அவ்விரண்டற்கும் புறமாகிய பாசுபத முதலிய நூல்கட்குச் சிறப்பு வகையாற் பிரமாணங் கோடலானும், வேதம், சிவாகமம் இரண்டினும் ஆகா என விலக்கப்பட்டனவற்றை ஆசரித்தலானும், ஐக்கியவாத சைவர் வேதம், சிவாகமம் இரண்டற்கும் சிறப்புவகையாற் பிரமாணங் கொண்டு, அவற்றில் விலக்கியன ஒழித்து விதித்தவழி ஒழுகுவாராயினும் எல்லாப் பெருங்கேட்டுக்கும்

★ பல்லவர் சரித்திரம், 13 ம் பக்கம் - பி. தி.சீநிவாச அய்யங்கார்.
மாணிக்கவாசகர் காலம், 668ம் பக்கம் - மறைமலையடிகள்.

மூலகாரணமாகிய ஆணவ மலத்துண்மை கொள்ளாமையானும், அதினுண்மை சாதிக்கும் சிவாகம வாக்கியங்களை இகழ்தலானும் அவ்வறுவகைச் சைவமும் அகப்புறச் சைவமென வேறு வைத்து எண்ணப்பட்டன.

பௌத்தமாவது:- உலகத்துப் பிறந்து, இறந்து, உழன்று சீ‌ல முதலியவற்றான் நல்லுணர்வு தோன்றி முழுதுணர்ந்து முத்திபெற்றுத் தன்னைப் போல் பிறருமுணர்ந்து உய்தற் பொருட்டுக் கருணையினால் பிடகநூல் செய்தவன் புத்தக்கடவுள்; அந்நூலிற் கூறும் பொருள்களாவன: ஞானமே ஆன்மா எனப்படும்; அது நீரோட்டம் போலத் தொடர்ச்சியாய்க் கணந்தோறுந் தோன்றி அழியும்; அங்ஙனம் தோன்றி அழியுங்கால், முன் மான்மதம் வைத்தெடுக்கப்பட்டு ஒழிந்த பெட்டியின் பின் வைக்கப்படும் பொருளிலும் அதன் வாசனை பற்றுதல்போல முற்கணத்தின் அழிவெய்தும் ஞானத்தில் தோன்றிய வாசனை, பிற்கணத்தில் தோன்றும் ஞானத்தில் பற்றுதலால் அறிவு முதலியன நிகழும்; மற்றும் உள்ள பொருளெனப்பட்டவை யெல்லாங் கணந்தோறும் தோன்றி அழியும்; இந்த ஞானத்தில் தோன்றிய வாசனை அழிவதே முத்தி என்பதாம். ஞானங் கூடக் கெடுதல் முத்தி என்பாருமுளர்.

இப்பௌத்த மதத்தர் மாத்தியமிகர், யோகசாரர், சௌராந்திகர், வைபாடிகரென நால்வகைப்படுவர். இந்நால்வரும் முறையே எல்லாப் பொருளுஞ் சூனிய மெனவும், புறப்பொருள் சூனிய மெனவும் புறப்பொருளுண்மைவழி யவையான் அறியப்படுமெனவும், புறப்பொருள் காட்சிப் பொருளாமெனவுங் கூறுப. இந்நால்வரும் ஆதிபுத்தனுடைய மாணாக்கர்கள்.

அகப்புறச் சமயமாறனுள் பாசுபதமாவது:- ஆன்மாக்கள் பலவாய், நித்தமாய், வியாபகமாய்க் காரிய காரணக்கூட்டு உறவால் தோன்றும் ஞானத்தால் தனித்தனி வேறாயுள்ளன. இவ்வான்மாக்களுக்கு ஆணவமலம் என்பதொன்றில்லை. மாயை, கன்மம் என்று இரண்டால் பந்தமுற்று இன்பதுன்பங்களை அனுபவிக்கும். இவற்றின் உவர்ப்புத் தோன்றிச் சாத்திர முறையானே தீக்கை பெற்றவன்பால் ஈசனுடைய ஞானம் போய்ப்பற்றும், அப்போது, குடும்பத்தின் பாரம் புத்திரர்பால் வைத்தொழித்து, துறவறத்தில் செல்வார்போல, ஈசனுந் தன்னுடைய குணங்களை அவன்பாற் பற்றுவித்து, தான் அதிகாரத்தின் ஒழிவு பெற்று இருப்பன் என்பதாம்.

காபாலமாவது:- ஆன்மாக்கள் பந்தமுற்றுச் சுகதுக்கங்களை அனுபவிக்கும். சாத்திர முறையே தீக்கை பெற்றுப் பச்சைக் கொடி ஒன்று

கைக்கொண்டு நாடோறும் மனிதர் தலையோட்டில் ஐயமேற்றுண்பர். உன்மத்தராய்ச் சிவனாவேசித்தல், எல்லாக் குணங்களும் பெற்றுச் சிவ சமமாவர் என்பதாம்.

இச்சமயிகளை அப்பர் பெருமானும் நமது தேவாரத்திற் கூறி அருளுதல் காண்க.

> விரிசடை விரதிகள் அந்தணர்
> சைவர் பாசுபதர் கபாலிகள்
> தெருவினிற் பொலியும்
> திருவாரூர் அம்மானே!

இந்நாடகத்தை இயற்றியவன் முதல் மகேந்திரனே என்பதற்கு நாடக முன்னுரையில், நாடகாசிரியன் சிம்மவிஷ்ணு வர்மனான பல்லவ மன்னன் மகன் என்றும், முடிவுரையில் சத்ருமல்லன் என்ற இவனது விருதுப்பெயர் வருதலானும், மாமந்தூரிலுள்ள இவனது கல்வெட்டில் இந்நூல் பெயர் காணப்படுதலாலும், குணபரன், மத்தவிலாசன் என்ற பட்டக்கிளவிகள் இந்நாடகத்தின் நடுவண் இரட்டுற மொழியும் நயத்துடன் பயந்து வருவதானும், எழுவாயில் வரும் 'வ்யாப்தாவ நிபாஜநம்' என்ற தொடர் அவனது பட்டப்பெயராய அவநிபாஜநனைக் குறிப்பதானும் தெளிவு.

துப்ராய், பார்னட், கீத், மறைமலையடிகள், பி.தி. சீநிவாச ஐயங்கார், டாக்டர் கிருஷ்ணசாமி ஐயங்கார், கோபாலன் இன்ன ஆசிரியர்கள் இந்நாடகத்தைப் புகழ்ந்து சிறப்பித்ததை யுன்னி இத்தமிழ் மொழிபெயர்ப்பு மூலத்தைத் தழுவி எழுதப்பட்டது. பிராகிருத நடையை வாயுரை நடையில் வைக்கப்பட்டிருக்கிறது.

> நகவே தகும் எம்பிரான் நீசெய்த நாடகமே
> – திருவாசகம்.

(கீழ்வருவன இந்நாடகத்தைக் குறித்த ஆராய்ச்சியுரைக் குறிப்புகள்)

L.D.Barnett.

But within this loosely jointed frame work there is much rollicking fun of the knock about kind, with no small measure of wit and humour. The characters are vigorously drawn; especially the tipsy Kapalin with his unfailing flow of logic and theology and the Buddist monk with his leanings towards wine and beauty and his desire to find scriptural warrant for them, while the damsel's shrewish feminity is cleverly sketched, and the poor lunatic babbles and acts with a consequent inconsequence that reminds the reader of Lewis Carroll. Altogether the little play is a remarkably smart product of the picaresque genre, replete with mirth and satire.

'The Sanskrit Drama' by A.B.Keith.

Page 185 "The author undoubtedly shows a considerable knowledge of the tenets of the Buddhists, and the play is not unamusing, though the subject is much too trival for the pains taken to deal with it. The style is certainly appropriate to the subject matter; it is like that of Harsha, simple and elegant, while many of the verses are not without force and beauty. .... There is, as in all the later Prahasanas, a certain incongruity between the triviality of the subject matter and the elaboration of the form but the king has the merit of avoiding gross vulgarity which marks normally the later works of this type."

"Short as the play is, it shows a variety of Prakrits, for of *the dramatic personae* only the Kapalin and the Pasupata speak Sanskrit, while the madman, the Buddhist, and Devasoma talk in Prakrit."

Dr. S.Krishnaswami Iyangar

A Sanskrit burlesque ascribed to him and called Mattavilasa Prahasana is not merely evidence of what may be regarded as partiality for Sanskrit literature, but is also throws considerable light upon religious condition of the times. The purpose of the work is to bring into ridicule the votaries of the various cults that prevailed at the time. An ascetic Pasupata, a Kapalika and his wife, and a Buddhist mendicant are brought into colloquy in the play and held up to ridicule. The omission of the jain in this group may be led to the inference that at the time he composed the work Mahendra was a jain, and might thus lend support to the Saiva tradition that rather late in his life he was converted to Saivism by the SAINT APPAR.

That a work of the character of Mattavilasa Prahasana should be composed in Kanchi for the purpose for which it should have been intended, is evidence of a certain degree of prevalence of Sanskrit learning.

(Some Contributions of South India to Indian Culture, University of Calcutta, 1923, p 204.)

Light thrown on contemporary life by the work :

The little play is full of interest to the student of religious history as it affords valuable material regarding the extinet Kapalika Faith, and the vices of Sakya Bikshus and the views regarding the teachings of the Buddha held by the followers of other religions, such as Kapalikas. "From the Mattavilasa prahasana it becomes very clear that to a Kapalika the Kapala is as essential as is a sacred thread to a Brahmana. If he loses it he should provide himself with another in a stated time. He should cover his body with ashes and make himself hideous, and drink liquor from skull of a human being .... one of his articles of faith is that the effect always resembles to a certain extent, the cause therefore, from the practice of the austerities in this life one cannot obtain bliss in another life since austerities and bliss are opposite nature. The Kapalikas carried in addition to the Kapala, a cow's horn both for blowing during their worship and drinking from. The people of this faith associated freely with women Kapalikas . . . The opinions held by the particular Kapalika, Bhatya soma of our play, regarding the sakyabikshus, are that the sakyabikshus indulged freely in animal food and fattened themselves pecuniarily by being the managers of several Viharas, and led a comfortable life, against all the rules of their order; they covered themselves only to conceal their foibles. Their teacher Buddha, did nothing more than steal his doctrines from the Vedanta and the Mahabaratha of the Brahmans, and compiled therefrom his doctrines. The mention of Buddhas, Bikshus, Kapalikas and Pasupatas, in his burlesque by Mahendravarman I, as among the inhabitants of Kanchipuram bear out the surmise that Buddhism flourished there till atleast the seventh century A D and that the statement of HIUEN TSANG regarding the existence in Kanchipura of a large number of Viharas find support in this work of Mahendravarman.

R.GOPLAN, M.A.,

(The Pallavas of Kanchi - Page 94)

மகேந்திரவர்மன் வடமொழியில் இயற்றிய மத்தவிலாசம்

களிக்கூத்து

நடாத்துநர் : i. சூத்திரதாரன். ii. நடி.

நாடக பாத்திரங்கள்

பெயர்	விபரம்	சுருக்கம்
சத்தியசோமன்	கபாலி	கபா
பப்ருகல்பன்	பாசுபதன்	பாசு
நாகசேனன்	புத்த சந்நியாசி	புத்த
தேவசோமா	கபாலிபரத்தை	தேவ
பித்தன்	பைத்தியக்காரன்	பித்த

இடம் : காஞ்சீபுரத்துப் பல விடங்களில்.

முன்னுரை

சின்மயா காயம் திகழ்தரு கபாலி;
தன்திருக் கூத்தே சாற்று மூவுலகின்
தோற்றமும் காப்பும் துடைத்தலு மென்னச்
சாற்று முத்தொழிலின் தன்மையு மாகும்;
அண்டமெவ் வெவையும் அசைத்திடு சூத்திரம்
பண்டைய உரை, உடை, படிவமும், கூத்தும்,
குணம் எனும் இவைகளே கோதிலா விறைவன்
திருவுள எழுச்சியாற் றீவிரமாக
மருவிய வுயிர்களின் மனவுணர் வனைத்தும்
தாக்குவ துண்மை; தானே யனைத்தும்
நோக்கவும் உரியன்; நுனிப்பரு மவனை
அறிவுறு மறிவும் அவனியில் விரிந்த
நிறைதரு வியாபக நிலையையு மெய்தி
கீர்த்தியும் பெருகிக் கிளர் நிலையடைய
சீர்த்தியால் அவனருள் சேர்வதா குகவே.

கட்டி:- ஆ! இளையாளிடம் யாருக்கும் அன்பு அதிகமிருப்பது இயற்கையே. ஆனால், என் மூத்தாளுக்கு அது பிடிக்கவில்லை. அதுவும் இயற்கைதான். இருப்பினும் அவள் ஊடலைத் தணிக்க இப்பொழுது தக்க தருணம் வாய்த்துளது. அவளைப்போய்ப் பார்ப்போம்.

(அரங்கின் உள்ளே நோக்கி) பெண்ணே! இப்படி வா.

(நடி வருகிறாள்)

நடி:- *(சினந்து)* என்ன இன்று இளமை திரும்பி குண பாரத்தால் மத்த விலாசனாய் என்னைக் களிக்கூத்தாட அழைக்கிறீரா?

கட்டி:- ஆமாம். பெண்ணே! அப்படித்தான்.

நடி:- அப்பபடியானால் அவளுடன் ஆடலாமே, உம்முடைய ஆசை நாயகியுடன்.

கட்டி :- நான் உன்னுடன் ஆடவேண்டு மென்றுதான் எனக்குக் கட்டளை.

நடி :- உம், இளையாளின் கட்டளையா?

கட்டி :- அப்படித்தான் வைத்துக்கொள்வோமே. நீ நடிப்பதால் அவையினரின் நன்மதிப்புப் பெறுவாய்.

நடி :- அது உன்னுடைய நோக்கம்.

கட்டி :- உண்மைதான், பெண்ணே! நீ அடையும் நன்மதிப்பு என்னைச் சார்ந்தே.

நடி :- (உவகை பூத்து) அப்படியானால் இங்குக் குழுமியிருக்கும் விழுமியோரின் அருள் எனக்குக் கிட்டி விட்டதா?

கட்டி :- அதிலென்ன ஐயம். நீ அவர்தம் அருள் அனைத்தும் பெற்றாய்.

நடி :- இந்த நற்செய்தியைச் சேர்த்தமைக்கு என்ன கைம்மாறு செய்யவல்லேன்?

கட்டி :- எனக்குக் கைம்மாறும் வேண்டுமோ? என் அன்பே! உன் பங்கய மலர்முகத்தின் பளிங்கொளி நகையைக்கண்டும், துங்கிய புருவவில்லும் சுழித்தெழக்கண்ட பின்னும், மங்கையே! எந்தனுக்கு மற்றுளபரி செதற்கு? தங்கையில் வெண்ணெய்வைத்து நெய்க்கழுவார்கள் போல.

நடி :- ஐயனே! இப்பொழுது எதை நடிக்கப்போகிறீர்?

கட்டி :- ஏன்! நீதான் சற்று முன்பு சாற்றினாயே; மத்த விலாச நகைச்சுவை நாடகத்தைத்தான்.

நடி :- நான் கோபத்தில் சொன்னது உண்மையாய் விட்டது! நல்லது இருக்கட்டும். நாடகத்தை இயற்றிய நாவலன் யாரோ?

கட்டி :- சொல்வேன் கேளாய். பாவாய்! அவன் ஒரு விழுமிய மன்னர் மன்னன். அரும்பெரும்பகைவரை அடர்த்தவன். தன் குடிகளைப் பாராட்டுவதில் பஞ்ச பூதத்தை ஒத்தவன். சிம்மவிஷ்ணு வர்மன் பெற்றெடுத்த கான்முளை; மகேந்திர விக்கிர வர்மன் என்னும் பெயரான். பல்லவகுல நடுநாயகம். ஆட்சி முறையில் ஆற்றல் சால் வேந்தன். இந்திரர்க்கு நிகரான ஆக்கமும் ஆற்றலுமுடையோன்; கொடைவன்மையில் குபேரனே எனின் மிகையாகாது.

நடி:- பின் ஏன் ஐயா தாமதம்? இது ஒரு புதிய நாடகமாயிருத்தலின் விரைவில் நடத்துதல் நலமாகும்.

கட்டி:- ஆம்; இசையே என் ஆக்கம் (உள்ளே இருந்து) "தேவ சோமா! என் கண்ணே!" அதோ கையில் கபாலத்தோடு தன் பரத்தையின் கைபற்றி நடந்து வரும் துறவியின் உள்ளம் கள்ளால் களிப்பதுபோல் என் உள்ளம் நாடகக் கவியின் குணதிசயங்களைக் கூறக்கூறக் குளிர்ந்தது. (போதல்)

முதற்களம்

பொய்ம்மையார் கலியிற் புகலிட மின்றிச்
செம்மையார் அறிவும், சிந்தையில் ஈகை
இரக்கம், தகைமை, எழில், உயர் கலைத்திறன்
பெருக்குமுட் டூய்மை, பிழைபடா வாய்மை
துணையிலா வலிமை தோமறு வணக்கம்
இணையிலா இவனை இருப்பிட மாகக்
கொண்டன வன்றியு மண்டல மனைத்தும்
ஐம்பூதங் களால் ஆகிய தன்மைபோல்
இம்பர் நற்குணங்கள் இவனுரு வாயதால்
ஆழ்சுரங் கத்தில் அவிர்தரும் பல்வகை
வீழ்மணிக் குலங்கள் மிளிர்வது போல
நவநவ மான உவமைதீர் வழக்கில்
கவிச்சுவைப் புலவர் காதலித் தேற்கும்
பெருவிருந் தாகப் பெட்புறு மொழிகள்
நகைச்சுவை ததும்ப நவில்திற முடையோன்.

கபா:- (தன் பரத்தையான தேவசோமாவுடன் வருகிறான்; குடிவெறியில்) தேவ சோமா! என் அன்பே! உண்மைதான் செய்த தவப்பயனால்தான் வேண்டியாங்கு வேண்டிய வேடம் ஏற்கலாமென்ற உண்மை உன்னிடத்தில் கண்டேன். நீ பரமவிரதம் அனுட்டித்தவளாகையால் கண்ணிமைப் பொழுதில் உன் உருமாறி ஒப்பற்ற அழகி ஆனாய்.

தேவ:- என் ஐயா! நீ சொல்ரது பாத்தா நான் குடித்திருக்கிறாப்பில இருக்கே.

கபா:- என்ன சொல்லுகின்றாய்? என் கண்ணாட்டி!

தேவ:- என்ன சொல்ரன். நான் ஒண்ணு சொல்லலியே.

காப:- அப்படியானால் நான் குடித்திருக்கிறேனோ?

தேவ:- ஐயா! தரை கிரு-கிரு-கிரு-கிருண்ணு சுத்துது. ஐயோ! நான் கீழே பொத்துணு விழப்போரேன். என்னைப்பிடிச்சுகோயெ.

கபா:- இதோ என் கண்ணே! (அவளைப் பிடிக்கப்போய்த் தானும் தடுமாறிக் கீழே விழுகிறான்). என்ன சோமதேவி! என் மேல் உனக்குக் கோபமா? நான் உன்னைப் பிடிக்கவரும்பொழுது நீ சரேலென்று ஒதுங்கிவிட்டாயே.

தேவ:- ஆம் -ஆம் சோமதேவிக்கு ஒன்மேலே சலிப்புத் தான். நீ அவள் காலில் போய் விழுந்து என்னை மன்னீ இண்ணு சொன்னாலும், அவ உன்கிட்ட வரமாட்டேங்கிறா.

கபா:- நீ சோமதேவி அல்லவா? (நிதானித்து) இல்லை இல்லை. தேவசோமா.

தேவ:- சோமதேவி உன்னுட செல்வக் கொழுந்தெ. அதனாலே உனக்கு என் பேர் சரியாகூட சொல்லமுடியலே.

கபா:- என் குடிவெறியில் ஏதேதோ உளறிக்கொட்டி உன் மனதைப் புண்படுத்தினேன். இக்குடி என்னைக் கெடுத்து பாதாளத்தில் தள்ளிவிட்டது. சரி, சரி. இன்று தொட்டு இனிமேல் இக்கொடிய குடியைக் கையால் தொடுவதேயில்லை. இது உறுதி.

தேவ:- ஓ! ஐயா! ஐயா! இது என்னா இது. உங்க சந்நியாசத்தை இந்த சபதத்தால் கெடுக்காதிங்க. எனக்காகவாவது நீங்க அதை விடக்கூடாது. (தேவசோமா கபாலி காலில் விழுகிறாள்).

கபா:- (உவகையோடு அவளைத் தூக்கி அணைத்து) த்றிர்ண! த்றிர்ண! த்றிர்ண! என் பிரியே! சிவனைப் பணிவோம்.

தேவ:- ஓ! ஐயா! இதென்ன பேச்சு! இத்தானா மோச்சத்துக்கு வழி? ஆருகதர் வேறு தினுசா சொல்ராங்களே.

கபா:- ஆமாம் பெண்ணே! ஆனால் அவர்கள் நாஸ்திகர்.

தேவ:- பாபம் சாந்தியாகட்டும்.

கபா:- பாபசாந்தி! உண்மையாய் அப்பாவிகளின் பெயரை நிந்தனையிலும் நாவால் நவிலலாகாது. பெரும் பாதகர்கள். பிரமசரிய நோன்பு நோற்று உடலை வருத்துபவர்கள். தலை மயிரை அழிப்போர். மாசு பிறக்கியமேனியர்கள். துவராடை மூடிய மெய்யினர்கள். இந்நாத்திகர் பேச்சுப்பேசி என் நாவும் நாற்றமெடுத்தது. நான் அதைக் கழுவிப் பரிசுத்தமாக்கவேண்டும்.

தேவ:- அப்படியானால் வா இன்னொரு கடைக்குப் போவோம்.

தேவ:- அப்படியே போவோம். பெண்ணே! *(போதல்)*

முதற்களம் முற்றும்

இரண்டாம் களம்

காஞ்சியின் மற்றொரு தெரு.

கபா:- இக்காஞ்சீபுரம் என்ன உன்னதம் ! ஒப்பு உவமை இல்லாத உயர்திரு நகரம்! அதன் பேரிகை முழக்கம் ஒருபாலும் சேணோங்கிய கோபுரத்தைச் சென்றடைந்த முகிற்கூட்ட முழக்கம் மற்றொரு பாலும், என்ன! எங்கணும் முழக்கம்! வசந்த காலமே வந்துற்றதென ஐயுறும்படி மலர்மாலை செறிந்து பொலியும் கண் கவரும் கடைகள் நிறைந்தது இவ்வூர். மதிமுகமடவார்கள் இடை பிறங்கும் மேகலையின் ஒலி, காதற் கடவுளாம் மன்மதன் ஜெயித்தான் ஜெயித்தான் என்று முழங்குவதுபோலிருக்கிறது.

தேவ:- ஐயா! காஞ்சீபுரம், வாருணிதேவி மாதிரி அவ்வளவு அழகாயிருக்குது.

கபா:- பிரியே! அதோ அங்கே பார். அந்தக் கள்ளுக்கடை யாகசாலைபோல் விளங்குகின்றது. கடைப்பெயரெழுதியுள்ள கம்பமே யூபஸ்தம்பம். அங்கு விற்கும் கள்ளே சோமபானம். அங்கிருக்கும் குடியர்களே புரோகிதர்கள். அவர்கள் குடிக்கும் கலயமே சோமபாத்திரம். அவர்கள் நெருப்பிலிட்டு வாட்டிய ஊனே அவிசு. அவர்கள் வெறியில் பேசும் பேச்சே யஜுர் மந்திரங்கள். அவர்கள் போதையில் பாடும் பாட்டே சாமகானம். அவர்கள் கள்முகக்கும் அகப்பையே நெய் வார்க்கும் தர்வி. அவர்களுக்குக் குடி வேட்கையே யாகாக்கினி; கடை முதலாளியே எஜமானன்.

தேவ:- ஆமாம். நம்ம இங்கே வாங்கற பிச்சையே ருத்திரன் பங்கு.

கபா:- ஆஹா! அக்குடியர்களின் களிக்கூத்து எவ்வளவு சிருங்காரம்! தம்பட்டங்கள் ஒருபுறம் அடிக்கவும் அதற்குத்தக அவர்கள் ஆடுவதும் பாடுவதும் மேல் கலை சரிவதும், அதைப் பிடித்துக் கொள்ளும்போது தாளம் தவறுவதும், அவர்கள் கழுத்தின் மாலை கசங்குவதும் என்ன அழகு!

தேவ:- ஓ! ஒங்க அழகு வருணனே ஒயுங்கா இருக்குதே!

கபா:- அம்மதுவாம் வாருணி தேவியைக் கலத்தில் பெய்தவுடன் அணிகளேன்? ஆபரணங்கள் தாம் ஏன்? அதுவல்லவோ காதலர் ஊடல் தீர்க்கும் அருமருந்து? இளம் காளையர்க்கு ஆற்றலளிப்பதும் அதுவே. மேலும் எவ்விதமான இன்பத்திற்கும் அது உயிர் போன்றது.

ஈசனார் கண்ணில் வெந்தான் அநங்கவேள் எனவே நூலோர்
பேசிய உரையும் பொய்யே பெய்தருதைலம் போல
தேசிகன் உருகி மேனி திரிந்து நம்மிதயம் தன்னில்
ஆசையாய் ஒழுகி நின்றான் எனக்கொளல் அமைவதாமே. *(8)*

தேவ:- ஆமா ஐயா! நீ சொல்ரத்தான் சரி. உலகத்துக்குக் கடவுளான சிவன் அந்த மாதிரி செஞ்சிருக்கவே மாட்டான். (இருவரும் வாயில் காற்றடைத்துக் கன்னத்தைக் கைகளால் அறைந்து மிருதங்க ஒலிபோல் ஒலி எழுப்பி);

கபா:- தாயே! பிச்சை! தாயே! பிச்சை!
(நாடகமேடை உள்ளிருந்து)
'யாரப்பா' பிச்சை! இதோ வாங்கிக்கொள்!

கபா:- வாங்கிக்கொள்கிறேன் பெண்ணே! என் கபாலம் எங்கே?

தேவ:- நான் பாக்கலயே.

கபா:- (சிறிது சிந்தித்து) ஆ! அக்கள்ளுக்கடையில் வைத்து மறந்து வந்தோம் போலும்! நல்லது, வா, மீண்டும் போய்ப்பார்க்கலாம்.

தேவ:- ஆனால் ஐயா! இட்ட பிச்சையை வாங்காமெ போலாமா? போனா பாவமுணு சொல்லுவாங்களே. இப்போ என்ன செய்ரது?

கபா:- ஆபத்துக்குப் பாவமில்லை. நீ வைத்திருக்கும் மாட்டுக் கொம்பில் வாங்கிக்கொள்.

தேவ:- அப்படியே ஐய்யா! (அவள் வாங்கிக் கொள்ள இருவரும் கபாலத்தைத் தேடிப் போகிறார்கள்).

இரண்டாம் களம் முற்றும்.

மூன்றாம் களம்

காஞ்சியில் கள்ளுக்கடையின் பக்கம்.

கபா:- *ஐயோ! கபாலத்தை இங்கேயும் காணோமே!*

(பரபரப்புடன்)

ஓ! மாகேஸ்வரர்களே! என் பிக்ஷா பாத்திரத்தை இங்கே கண்டீர்களா? அப்பெரியோர்கள் என்ன சொல்லுகிறார்கள்? "இல்லை. நாங்கள் பார்க்கவில்லை யென்றா? "ஐயகோ! நான்கெட்டேன்; என் துறவும் வீணானது. கபாலமில்லாமல் நான் எப்படி கபாலி ஆவேன்! ஓ! துக்கம்!

ஊறு கள்ளையு மூனையு முட்கொள
நாறு தூய்மையில் நல்லுப காரமாய்
தேறு கப்பரை போயது தீர்விலா
தேறு நண்பனி மூந்ததை யொக்குமே.
(தரையில் புரண்டு தலையிலடித்துக் கொண்டு)

பாதகமில்லை. அது ஒரு இலச்சினையே. அதை இழந்தால் கபாலிகனென்ற பட்டத்தை நான் இழந்துவிடவில்லை.

(அவன் எழுகிறான்)

தேவ:- *ஐயா! பின்ன அந்த ஓட்டை யார் எடுத்திருப்பா?*

கபா:- பெண்ணே! வதக்கின இறைச்சித்துண்டமொன்று அதிலிருந்தது. ஆகையால் அவ்வோட்டை ஒரு நாயாவது அல்லது புத்த சந்நியாசியாவது எடுத்திருக்கவேண்டும்.

தேவ:- அப்பொண்ணா நாம் காஞ்சீபுரத்தைத் தெருத் தெருவா சுத்தி அதைத் தேடுவோம் வா.

கபா:- சரி, போவோம். பெண்ணே!

(இருவரும் போகிறார்கள். ஒரு புத்த சந்நியாசி கையில் திருவோட்டுடன் வருகிறான்.)

புத்த:- ஆ! வணிக குல நாயகன் தனதாசச் செட்டி செய்யும் தர்மத்தை வெல்ல மற்றெவராலும் முடியாது. இதோ! என் கையிலிருக்கும் பலவகை மீனும் இறைச்சியும் நிறைந்து பார்ப்பதற்கும், நுகர்வதற்கும், சுவைப்பதற்கும் ருசிகரமான சோறு அவன் கொடுத்ததே. நாம் இப்பொழுது நம் பள்ளிக்குப் போவோம்.

(உலாவிக்கொண்டு தனக்குள்ளே)

ஹா! நம்பெரும் கருணைக் கடலாம் இறைவன் புத்தன், சங்கத்தை வகுத்து, அதன் அங்கத்தினராகிய சந்நியாசிகள் மாட மாளிகையில் வசிக்கலாமென்றும், பஞ்சுமெத்தையில் துஞ்சலாமென்றும் முற்பகலில் வயிறாரவுண்ணலாமென்றும், பிற்பகலில் மணங்கமழும் பானவகைகளை அருந்தலாமென்றும், பஞ்சவாசனை நிறைந்த தாம்பூலம் தரிக்கலாமென்றும், மெத்தென்றவுடைகளை அணியலாமென்றும் விதித்து, அவன் சிற்றின்பத்தையும் மதுபானத்தையும் மாத்திரம் ஏன் விலக்குவானேன்? இல்லை! எல்லாம் அறிந்தவனயிற்றே; இதை மாத்திரம் எப்படி மறந்திருக்க முடியும்? நான் நினைக்கிறேன். அந்த ஊக்கம் குன்றி உடல் உலர்ந்து வஞ்சக நெஞ்சத்தராம் கிழ புத்த சந்நியாசிகள் என்னைப்போல் இளமையும் வனப்பும் வாய்ந்த சந்நியாசிகளின் மேலுள்ள பொறாமையினால் பெண்ணையும் குடியையும் குறித்த விதிகளை நம் திரிபிடக புத்தகத்திலிருந்து அழித்திருக்க வேண்டும். இதைப் பற்றி ஐயப்பாடே இல்லை. இத்திரிபிடகத்திற்கு மூலமெங்குளதோ? அது கிடைத்தால் புத்தனின் உண்மைப் போதனையை உலகிற்குக் காட்டி என் போன்ற இளைய சந்நியாசிகளுக்கும் இன்பத்தை அளிப்பேன். *(உலாவுகிறான்).*

தேவ:- பார் ஐயா! பார்! அதோ அந்த காவிவேட்டி போத்திகிட்ட பைய்யல் பார்! அவன் கைகால் முடக்கிகிட்டு கள்ளன் மாதிரி இப்படியும் அப்படியும் பாத்துகிட்டு, பூனை மாதிரி பையப்பையக் காலை எடுத்து வச்சிகிட்டு போரான் பாத்தியா?

கபா:- ஆம் பெண்ணே! சரிதான். அதோடுகூட அவன் கையில் எதையோ மேலாடையால் மறைத்துச் செல்கிறான்.

தேவ:- அப்படினா, அவனைப் பிடிச்சி அது என்னாணு பார்க்கலாம்.

கபா:- அப்படியே செய்வோம் பெண்ணே! *(முன்னால் வந்துகொண்டே)*

ஓ! சந்நியாசி! நில்!

புத்த:- யார் என்னை இம்மாதிரி விளிப்பது? யாராயிருக்கலாம். (நின்று திரும்பிப் பார்த்து) ஓ! அவன் ஏகம்பத்தில் வசிக்கும் போக்கிரி கபாலி அல்லவா! நல்லது, அவன் குடிவெறிக்கு நான் உட்படமாட்டேன். (ஓடப்பார்க்கிறான்)

கபா:- அகப்பட்டுவிட்டது; என் கபாலம் அகப்பட்டுவிட்டது! என்னைக் கண்டவுடன் அவன் மிரண்டு ஓடுவதே அவன் திருடன் என்பதற்குப் போதியசான்று.

(முன்னால் ஓடி வழிமறைத்து)

அடே! அயோக்கியா! இப்பொழுது எங்கே போவாய்?

புத்த:- இல்லை! நண்ப! கபாலி! நீ அப்படிப் பேசுதல் அடாது. ஈதென்ன? என் அழகிய நங்காய்! (தனியாக)

கபா:- ஓ! சந்நியாசி! அதென்ன காண்பி பார்ப்போம்? உன் கையில் என்ன இருக்கிறதென்று நான் அறியவேண்டும்.

புத்த:- அதில் என்ன இருக்கு பார்ப்பதற்கு? கேவலம் ஒரு திருவோடு.

கபா:- அதைத்தான் நான் பார்க்கவேண்டு மென்கிறேன்.

புத்தி:- இல்லை நண்ப! அப்படிச் சொல்லாதே. நாங்கள் அதை மூடித்தான் கொண்டு போகவேண்டும். அதுவும் உனக்குத் தெரிந்தது தானே?

கபா:- ஆமாம் உண்மைதான். இந்த மாதிரிப் பொருள்களை ஒளித்துக்கொண்டு போவதற்காகத்தானே உங்கள் புத்தன் உங்களை நீண்ட உடையைத் தரிக்க விதித்திருக்கிறான்!

புத்த:- அது வுண்மைதான்.

கபா:- அது பாதி வுண்மை. ஆனால் உனக்கு முழு வுண்மையும் தெரியவேண்டும்.

புத்த:- சரி, சரி; போதும் உன் கேலி. பிச்சைப்பொழுது போகிறது. நான் செல்லவேண்டும்.

(பக்கலில் நகருகிறான்)

கபா:- *அடே! போக்கிரி! எங்குப் போவாய்?* என் கபாலத்தைக்கொடுத்து விட்டுப் போ.

(அவன் உடையைப் பிடித்து இழுக்கிறான்).

புத்த:- *புத்தனே! போற்றுவோம்!*

கபா:- கபடனைப் போற்று என்று சொல்! அவன்தானே, களவு நூல் இயற்றியவன். ஆனால் புத்தன் அவனுக்கு அப்பன்

அந்தணர்கள் கண்கள் அயர்ந்திருந்த காலையினில்
தந்திரமாய் புத்தன் சரக்கறையை முந்தி
உபநிடத பாரதத்தினொண் பொருள்கள் வெளவி
அபகரித்து வைத்தான் அறி.

புத்த:- *பாபம் சாந்தி! பாபம் சாந்தி!*

கபா:- இந்தத் தூய்மையான துறவிக்கு எந்த பாபம்தான் சாந்தியாகாது!

தேவ:- *ஐயா!* நீங்க நினைத்ததுபோல தெரியுது. அந்த மண்டை ஓடு லேசா கிடைப்பதா தோணலே. இந்தக் கொம்பிலெ இருக்கிற கள்ளைக் குடிச்சு கொஞ்ச திடப்படுத்திக்கிட்டு அவங்ககூட சண்டை போடுங்க.

கபா:- அப்படியே *(தேவசோமா கள்ளைக் கொடுக்கக் கபாலி வாங்கியுண்கிறான்)* பெண்ணே! நீயும் கொஞ்சம் சாப்பிடு, துவண்டு போயிருக்கிறாய்.

தேவ:- *ஐயா!* உங்க சித்தம் *(அவளும் குடிக்கிறாள்)*

கபா:- இந்தப் பயல் நம் துரோகிதான். இருப்பினும் எதையும் எல்லோரோடும் பகிர்ந்து வுண்ணவேண்டுமென்பது நம்மதக் கொள்கை. ஆகையால் எஞ்சியிருப்பதை அத்துறவிக்கும் கொடு.

தேவ:- *ஐயா!* உங்க உத்தரவு. *(புத்த சந்நியாசியைப் பார்த்து)* இந்தாங்கோ *ஐயா!*

புத்த:- *(தனக்குள்ளே)* என்ன அதிர்ஷடம்! ஆனால் யாரேனும் பார்த்துவிடுவார்களென்ற ஒரு பயம்தான். *(அவளைப் பார்த்து)* இல்லை *அம்மா!* அப்படிச் சொல்லாதே, அது என் போன்றவர்களுக்குத் தகுதியல்ல. *(வாயைச் சப்புகொட்டுகிறான்)*

தேவ:- போ! தொலை! இந்த மாதிரி அதிர்ஷடம் உனக்கு எங்கே கிடைக்கப் போவுது?

கபா:- பெண்ணே! அவன் நாவில் நீர் சொட்டுகிறது; அதனால் சொல் குழறுகிறது.

புத்த:- இன்னும் உங்களுக்கு என்மீது இரக்கமில்லையா?

கபா:- இரக்கமிருந்தால் நான் எப்படி முற்றும் துறந்த முனிவனாவேன்?

புத்த:- அப்படியானால் முற்றும் துறந்த முனிவர்க்கு முனிவு ஏன்?

கபா:- என் பொருளைக் கொடுத்துவிட்டால் எனக்கு உன்மேல் முனிவென்ன?

புத்த:- உன் பொருள் எது?

கபா:- கபாலம்.

புத்த:- என்ன! கபாலமா?

கபா:- என்ன! கபாலமா? என்று கேட்கிறான். இம்! இதில் வியப்பென்ன? உலகமே பொய்யென்ற புத்தன் புதல்வன் நீ. அவன் கடல், மலை, ஆறு எல்லாவற்றையும் மறைத்திருக்க உனக்கு இந்தச் சிறிய கபாலத்தை மறைப்பதற்கு முடியாதா என்ன?

நிலைகொள் பூதங்கள் நிற்பன யாவையும்
மலைவ தென்ன மறுத்திடும் புத்தனார்
நிலவு மைந்த னெனப்படு நீபலிக்
கலம றைத்துக் கழறல் அரியதோ?

தேவ:- ஐயா! மயிலே மயிலென்ன இறகு போடாது. அவங்கிட்டெருந்து வெடுக்குனு பிடிங்கிக்குங்க.

கபா:- பெண்ணே! அதுதான் சரி, அப்படியே செய்கிறேன்.

(அவன் கையிலிருந்து ஓட்டைப் பறிக்கப் பார்க்கிறான்).

புத்த:- போடா! போக்கிரி கபாலி! (அவன் கையை உதறிவிட்டு அவனை உதைக்கிறான்)

கபா:- நான் எப்படி விழுந்தேன்!

தேவ:- டே! நீ செத்தே. (சந்நியாசியின் தலையைப்பற்றி இழுக்க எத்தனிக்க மொட்டைத் தலை கையில் பிடிபடாமல் கீழே விழுகிறாள்.)

புத்த:- (தனக்குள்ளே) தலையை மொட்டை அடிக்கச் சொன்ன புத்தன் திரிகால ஞானி! (உரக்க) அம்மா! எழுந்திரு, அம்மா! எழுந்திரு. (தேவசோமியைக் கைகொடுத்துத் தூக்கி விடுகிறான்)

கபா:- பாருங்கள் மாகேஸ்வரர்களே! பாருங்கள்! இந்த நாகசேனன் என்ற போலிச் சந்நியாசி என் நங்கையைப் பாணிக்கிரகணம் செய்கிறான்.

புத்த:- நீ அப்படிச் சொல்லாதே. துன்பத்தில் விழுந்தோரைக் கைதூக்கி விடுவது எங்கள் மதக் கொள்கை.

கபா:- இதுதான் உங்கள் வாலறிவானாம் புத்தனுடைய மதமோ? நான் முன்னே விழவில்லையா? பரவாயில்லை. இப்பொழுது உன் மண்டையோடு என் திருவோடு ஆகப்போகிறது பார்.

(எழுந்து சண்டை யிடுகிறான்.)

புத்த:- ஓ. அனிச்சம். துக்கம். அனர்த்தம்.

கபா:- பாருங்கள் மகேஸ்வரர்களே! பாருங்கள்! இப்போலி புத்த சந்நியாசி என் கபாலத்தை எடுத்துக்கொண்டது மல்லாமல் ஓலமும் இடுகிறான். நல்லது நானும் கூவுகிறேன். "ஒரு பிராமணனைக் கொல்லுகிறார்கள்! ஒரு பிராமணனைக் கொல்லுகிறார்கள்"!

(ஒரு பாசுபதன் வருகிறான்)

பாசு:- ஐயா! சத்திய சோமரே ஏன் கூச்சலிடுகிறீர்?

கபா:- ஓ, பப்ருகல்பா! இந்த நாகசேனனென்ற திருடன் என் கபாலத்தை எடுத்துக்கொண்டு கொடுக்கமாட்டேன் என்கிறான்.

பாசு:- (தனக்குள்ளே) நாம் செய்ய நினைக்கும் நியாயம், காத்திருந்தவன் பெண்டாட்டியை நேற்று வந்தவன் கொண்டு போனானென்ற நியாயம்தான். இச்சந்நியாசிக் குடிலன் பசும் புல்லைக் காட்டி எனது பசுவை இழுப்பதுபோல தன் கையில் காசைக் காட்டி மனதிற்கு உவந்த இவளைக் கவரப் பார்க்கிறான். ஆகையால் நான் இக்கபாலியைத்

தி.கி.நாராயணசாமி நாயுடு   109

தூண்டிவிட்டு என் காரியத்தை நிறைவேற்றிக்கொள்கிறேன். (வெளிப்படையாக) நல்லது நாகசேனா! இவன் சொல்கிறபடிதானா?

புத்த:- என்னையா! நீரும் அப்படிப்பேசுகிறீர்! ஈயாததை எடாதது எங்கள் மதக் கொள்கை. பொய்மையே புகலாதது எங்கள் மதக் கொள்கை பிரமச்சர்யம் வழுவாமலிருப்பது எங்கள் மதக் கொள்கை உயிர் செகுத்துண்ணாதது எங்கள் மதக் கொள்கை. ஆகையால் எம்முடைய சமயந்தான் எனக்குப் புகலிடம்.

பாசு:- நல்லது, சத்திய சோமா! அவர்கள் நெறி அப்படி. இதற்கு நீ என்ன சொல்கிறாய்?

கபா:- எங்கள் நெறி, பொய்மையே புகலக் கூடாதென்பது.

பாசு:- இருவர் சொல்வதும் சரிதான். இதனை எப்படி மத்தியஸ்தம் செய்வது?

புத்த:- புத்த சமயத்தைச் சேர்ந்த எனக்கு இக்கபாலியினுடைய கள் கலயம் எதற்காக?

பாசு:- உண்மைதான். ஆனால் அப்பொருள் உனக்கு வேண்டுவதில்லை என்று சொன்னதினால் நீ எடுக்கவில்லையென்று எப்படிப் புலனாகிறது?

கபா:- அவன் எடுத்தது வெள்ளிடை மலைபோல் யாவர்க்கும் தெரிந்திருக்க, எடுக்கவில்லையென்று காரணம் காட்டுதல் பயனற்றது.

பாசு: நீ வெள்ளிடை மலைபோல் என்று சொன்னதின் கருத்து யாது?

தேவ: ஐயா! அந்த ஓட்டை அவன் துணியில் மறைத்து வைத்திருக்கான்.

பாசு:- சந்நியாசி கேட்டாயா?

புத்த:- ஓ! ஐயா! இந்தக் கப்பரை வேறு யாருடையதுமல்ல.

கபா:- அப்படியானால் காண்பி, பார்ப்போம்.

புத்த:- ஆகட்டும் (கப்பரையைக் காண்பிக்கிறான்)

பாசு:- மகேஸ்வரர்களே! பாருங்கள்! கபாலி செய்யநினைத்த தீங்கையும் இச்சந்நியாசியின் செம்மை நெறியையும்!

புத்த:- ஈயாததை எடாதது எங்கள் மதக்கொள்கை. பொய்மையே புகலாதது எங்கள் மதக்கொள்கை. குறித்த காலம் தவறி வுண்ணாதது எங்கள் மதக் கொள்கை. ஆகையால் எம்முடைய சமயந்தான் எனக்குப் புகலிடம். *(கபாலியும் சந்நியாசியும் கூத்தாடுகிறார்கள்)*

புத்த:- *சீ!* வெட்கமில்லாமல் கூத்தாடுகிறான்.

கபா:- *ப்பு! யார் கூத்தாடரா? (முற்றும் சுற்றிப்பார்த்து)* இந்த சந்நியாசி நான் கூத்தாடுகிறேன் என்று நினைத்துக்கொண்டான். ஆனால் நான் அல்ல. என்னுடைய ஆனந்தமென்ற மெல்லிய கொடி காணமற்போன கபாலத்தைக் கண்டதால் உண்டான உற்சாகமென்ற தென்றலால் அகப்பட்டு இங்குமங்கும் அசைகிறது.

புத்த:- இக்கப்பரையைச் சரியாய்ப் பார்க்கமாட்டேன் என்பதற்குக் காரணம் யாது? ஐயா! பெரிய மனதுசெய்து இதன் நிறத்தைப் பார்க்கவேண்டும்.

கபாலி:- அதைப்பற்றி நான் என்ன சொல்லக்கிடக்கு? எனக்குக் கண் தெரியவில்லையா? இந்தக்கபாலம்காக்கையிலும்கருமையாயிருக்கிறது.

புத்த:- ஆகையால் இது என்னுடையதுதான் என்று இப்பொழுது நீயே ஒத்துக்கொண்டாய்.

கபாலி:- உண்மைதான்; நீ நிறத்தை மாற்றுவதில் தேர்ந்தவனென்று ஒப்புக்கொண்டேன். இதோ நீ அணிந்திருக்கும் ஆடை, தாமரை நூல்போல் வெள்ளை வெளேரென்று இருந்ததை வைகறையில் செவ்வானமிட்டதுபோல் சிவக்கச் செய்துவிடவில்லையா? மேலும் காஷாயத்தால் உள்ளும் புறமும் மூடியிருக்கும் உன்னை அடைந்த மாத்திரத்தில் அந்தக் கபாலத்தின நிறம் வேறாவதில் விந்தையென்ன?

> தாமரை நூலன்ன தவளவுடை செவ்வான
> மாமிது போலுள்ளம் அமையுமெனில் – காமுறுவெண்
> சங்கனைய கபாலம் தன்னிறந்தான் மாறுவதிங்
> கென்புதுமை யேதுமிலை யே.

தேவ:- ஐயோ! ஏழைநான் கெட்டேன். பிரம்மாவுட நேர்த்தியான கபாலம், சந்திரனைப்போல பளபளப்பும் சதா கள்ளு நாற்றமும் வீசிய எங்க கபாலம், இந்த வீணாபோன பயல்தொட்டு இம்மாதிரிப் போச்சே.

(இவள் அழுகிறாள்)

கபாலி:- இல்லை என் கண்ணே! அழாதே. அதை மறுபடியும் பரிசுத்தப்படுத்தி விடலாம். தேவர்களும் பிராயச்சித்தத்தினால் தங்கள் பாபவிமோசனம் ஆகி புனிதராகிறார்களென்று நம் வேதம் கூறும். உதாரணமாக நம் கடவுள், பிறை அணிந்த பெம்மான் நான்முகனின் தலையைக் கிள்ளிவிட்ட பாபமும், தேவர்க்கதிபதியான இந்திரன், துவஷ்டாவின் மகனான விருத்திரனைக்கொன்ற பாவமும் பிராயச்சித்தத்தால் தீரவில்லையா? ஏ பப்ருகல்பா! அப்படித்தானே?

பாசு:- உன் கூற்று வேதத்திற்கு ஒத்ததே.

புத்த:- நல்லது. நானே நிறத்தை மாற்றிவிடடேனென்று வைத்துக் கொண்டாலும் இக்கப்பரையின் உருவத்தையும் பருமனையும் யார் மாற்றினார்!

கபா:- நீங்களெல்லாம் மாயாதேவியின் வம்சமல்லவா!

புத்த:- உன்னோடு எவ்வளவு நாழி இந்த வழக்கு; இந்தரா எடுத்துக் கொள்.

கபா:- இதான் புத்தனுடைய கருணை வெள்ளம்.

புத்த:- இந்த என் பரிதாப நிலையில் எனக்கு யார் துணை?

கபா:- புத்தன்! தர்மம்! சங்கம்! மும்மணிகள்தாம்.

பாசு:- இந்தச் சண்டை என்னால் தீர்க்க முடியாது. ஆகையால் நாம் நீதிமன்றம் போவோம் வாருங்கள்.

தேவ:- அப்படியானால் ஐயா! அந்தக் கபாலத்திற்கு ஒரு கும்பிடு.

பாசு:- உன் கருத்து என்ன?

தேவ:- ஏ! இந்த மனுஷன்! பள்ளியில் வரும் வரும்படியால் கொழுத்த பணக்காரன். அதைக்கொண்டு நீதிமன்றம் அதிகாரிகளுக்கு வாக்கரிசி போட்டுவிடுவான். நானோ பாம்புத்தோலும் சாம்பலுமே அஸ்தியாயுடைய ஓர் ஏழைக் கபாலியின் அடிமை. நான் வழக்குக்குப் போக காசு எங்கே யிருக்கு?

பாசு:- அப்படியல்ல. நம் நீதிபதிகள் கருங்கல் தூண் அனையர். நேர்மையும் நடுநிலைமையும் தூய்மையும் உறுதியும் வாய்ந்த மனத்தினர்; நற்குடிப் பிறந்தோர்.

கபா:- போதும், போதும். நல்லவன் எதற்கு நாண வேண்டும். போவோம்.

புத்த:- நல்லதய்யா, நீவிர் முன்னே போம்.

பாசு:- அப்படியே.

(எல்லோரும் செல்கின்றனர்).

மூன்றாம் களம் முற்றும்

நான்காம் களம்

(பித்தன் வருகிறான்.)

பித்தன்:- அதோ! அதோ! அந்தக் கொடிய நாய்! வதக்கின மாமிசம் நிறைந்த ஒரு மண்டை ஓட்டை, எங்கேயோ பொறுக்கிக் கொண்டா ஓடுகிறாய்? அதோ பார்! அந்த வோட்டைக் கீழே போட்டுவிட்டு அந்நாய் என்னைத் தின்பதற்காக ஓடி வருகிறது. (சுற்றுமுற்றும் பார்க்கிறான்) இந்தக் கல்லால் அதன் பல்லை உடைக்கிறேன் பார். ஆஹா! ஓட்டைப் போட்டு விட்டு ஓடுகிறாயா பைத்தியங்கொள்ளி நாயே! என் தைரியத்தைப் பார்த்து உனக்கு என்மேல் கோபமா? நாட்டுப் பன்றியின் மேல் ஏறிகிட்டு சமுத்திரம் என்ன செஞ்சிதா, மானத்து மேலே குதிச்சி ராவணனை அடிச்சி, தள்ளி, சகரமகன் திமிங்கிலத்தைப் பிடிச்சிட்டு ஓடியாந்துடுச்சா? ஓ! ஓகோ! ஏ! எருக்குஞ் செடி! நீ என்ன சொல்றே? பொய், பொயிண்ணா? இந்த உலக்கை கையும் காலு மிருக்கிற தவளை தான் எனக்கு சாக்ஷி. மூன்று லோகத்திலும் என் வல்லமை தெரிஞ்சிருக்கா? எனக்கு சாக்ஷியும் வேணுமா? அதான் நான் செய்யப்போறேன். அதோ அந்த நாய் திண்ணுட்டு மீதி வைச்சிருக்கிற கறி துண்டை நான் திங்க போரேன். (அதைத்தின்று பயந்தவன் போல் கூச்சலிடுகிறான்) ஐயோ! ஐயோ! நான் செத்தேன் 'அழுது செத்தேன்' (அழுது கொண்டே சுற்றுமுற்றும் பார்க்கிறான்) நீ யார் என்னை அடிக்கிறே? துஷ்ட பசங்களா! நான் யார் தெரியுமா? கடோத்கஜன். வீமசேனனுக்கு மருமகன் போல நான் ஒருத்தனுக்கு மருமகனில்லையா? கேளுங்க! ஒரு ஆயிரம் பிசாசு கையிலே எச்ச துப்பிகிட்டு என் வயிற்றிலே சவாரி செய்து கிட்டு ஆயிரம் பாம்பும் புலியும் என் வாயிலிருந்து நான் துப்புறேன். ஐயோ! என்ன தெந்தரவு? பொறுத்துகணும்; பொறுத்துகணும். சிறுகனவான்களே! இந்த கறித்துண்டுக்காக என்னைத் தொந்தரவு செய்யாதிங்க. (நீதி மன்றத்திற்குப் போகிறவர்கள் அவ்வழி வருகிறார்கள். அவர்களைக் கண்டு) அதோ! என் ஐயன்! சூரநந்தி யிருக்கிறான். நான் அவன் கிட்ட போறேன் (ஓடுகிறான்.)

பாசு:- அதோ பாருங்கள்! அந்த பித்தன் இப்பக்கம் ஓடி வருகிறான். அதோ வந்து விட்டான். கந்தலையும் கிழிசலையும் கட்டிக் கொண்டு தலை பரட்டையா சாம்பலில் புரண்டு உடலில் புழுதி படர, எருக்கமாலை கழுத்திற் புரள, காக்கைக் கூட்டம் புடை சூழ எச்சிலைப் பொறுக்கி யுண்டு குப்பமேடே நடந்து வந்தது போல் வருகிறான் பாருங்கள்.

பித்த:- நான் அவர்கிட்டே போறேன். (பாசுபதனை சமீபித்து) ஐயா! இந்த ஓட்டை வாங்கிகிட்டு பொறுத்தருளண்ணு. இதை நான் ஒரு பறையனோட கண்ணியமான நாய்கிட்ட யிருந்து பிடுங்கிட்டு வந்தேன்.

114 ❁ மத்தவிலாசப் பிரகசனம்

பாசு:- *(பக்கத்திலிருப்போரை ஒரு பார்வை பார்த்து)* இதைத் தக்க மனிதரைப் பார்த்து கொடு.

பித்த:- உயர்குல பிராமமணனே! இதை வாங்கிகணு.

கபா:- இந்தப் பாசுபதன் இதைப் பெற்றுக்கொள்ளத் தகுந்தவன்.

பித்த:- *(கபாலியை அணுகிக் கபாலத்தைத் தரையில் வைத்து அவனை வலம் வந்து அவன் காலில் விழுந்து)* பெரியசாமி! இதை வாங்கிகணு. உங்களைக் கும்பிடுகிறேன்.

கபா:- நம் கபாலம்.

தேவ:- ஆமாம்.

கபா:- நம் சிவனருளால் நான் மீண்டும் கபாலியானேன் *(அதை எடுக்கப் போகிறான்.)*

பித்த:- கூத்தியார் மகனே! விஷத்தைச் சாப்பிடேன்! *(கபாலத்தைப் பிடுங்கிக்கொண்டு போகிறான்).*

கபா:- *(அவனைப் பின் தொடர்ந்து)* இந்த காலதூதன் என் உயிரைப் பிடித்துக்கொண்டு போகிறான்! ஐயா! பெரியோரே! துணை செய்யவேண்டும்!

பாசு:- நாங்கள் உமக்கு உதவி செய்வோம் *(பித்தன் வழியை எல்லோரும் மறைக்கிறார்கள்).*

கபா:- ஏ! நில்! நில்!

பித்த:- ஏன் என் வழியை மறைக்குறாங்கோ?

கபா:- என் கபாலத்தைக் கொடுத்து விட்டுப்போ.

பித்த:- அடே மண்டு! கபாலமா! இது பொன் கிண்ணமல்லவா?

கபா:- அது பொன் கிண்ணமென்றால் அதைச் செய்தது யார்?

பித்த:- ஐயா! சொல்றேன். தட்டான் செய்தது. அந்த பொன்போல் துணிகட்டிகிட்டு இருக்கிற மனுஷன்தான் இந்தப் பொன் கிண்ணத்தைச் செய்தது.

புத்த:- என்ன சொல்கிறாய்?

பித்த:- இது ஒரு பொன் கிண்ணம்.

புத்த:- இவன் பித்தனா? இவனுக்கும் பயித்தியமா?

பித்த:- பயித்தியம்! பயித்தியம்! என்று சும்மா சும்மா என் காதில் கேக்குது. இதை எடுத்துக்கிட்டு பயித்திக்காரனைக் காட்டு (கபாலியிடம் கபாலத்தைத் தருகிறான்).

கபா:- (அதை எடுத்துக்கொண்டு) அதா! அந்த மதிலின் பின்னால் அவன் ஒளித்துக்கொண்டு இருக்கின்றான் ஓடு.

பித்த:- நான் உங்களுக்கு நமஸ்காரம். (போய்விடுகிறான்).

புத்த:- என்ன அதிசயம்! என் எதிரியின் அதிர்ஷ்டத்திற்கு நான் பெரிதும் ஆனந்திக்கிறேன்.

கபா:- (கபாலத்தை மார்போடு இறுகத் தழுவி) இந்நாளாக துறவறத்தினின்றும் எட்டுணையும் பிசகாது வாழ்ந்து வந்தேன். என் இறைவன் சிவனுக்கே தொண்டு செய்தேன். ஏ! என் அருமைக் கபாலமே, உன்னைக் கண்ட மாத்திரத்தில் என் துறவும் பறந்தது; என் இறைவனாம் சிவனும் மறைந்தான். எல்லாம் என் ஆனந்தத்திற்கே.

சிவனடி தொண்டே யாற்றிச் சிதைவிலா துறவு பூண்டேன்
தவநெறி உறைந்தேன் நின்றன்தனை எதிர்கண்டகாலை
அவமதாய் மறைந்த தந்தோ! அவையெலாம் கணத்தேஎன்னில்
கவர்திறக்கபாலமே! நின்றனக்கு இணைகழறலாமோ?

தேவ:- ஐயா! உங்களையும் உங்க கையிலே யிருக்கிற கபாலத்தையும் பாத்தா அந்திவானத்திலே சந்திரன் கிளம்பினது போலிருக்கு. காக்ஷியைக் கண்டு என் கண் குளிருது.

பாசு:- ஐயா! உங்கள் அதிர்ஷ்டத்தைப் பார்க்க எனக்கு மெத்த திருப்தி.

கபா:- ஐயா! திண்ணமாக இந்தச் சந்தோஷம் உங்களையும் சார்ந்ததே.

பாசு:- (தனக்குள்) 'நல்லவன் எதற்கும் அஞ்சவேண்டுவதில்லை' என்பது உண்மைதான். அதற்கு இந்த புத்த பிக்ஷு இன்று இப்புலிவாயினின்று மீண்டதே தகுந்த சான்று. (வெளிப்படையாக) இப்பொழுது என்

நண்பனே! ஆனந்தத்தைக் கண்டு ஆனந்தித்தேன். இனிமேல் நம் இறைவனான சுடலை யாடியின் தூமகாலத்தை எதிர்பார்ப்போம். நீங்கள் இருவரும் பகை ஒழிந்து கிராதனனான சிவனும் அருச்சுனனும்போல் தோழமை கொண்டிருப்பீர்களாக. (பாசுபதன் போய்விடுகிறான்).

கபா:- நாகசேனரே! இப்படி வாரும். நான் உமக்கேதும் பிழை செய்திருந்தால் மன்னிக்கவேண்டும்.

புத்த:- இதற்கு வேண்டுகோள் எதற்கு? என்னால் உமக்கு ஆகவேண்டுவது ஏதாவது இருப்பின் சொல்லும்.

கபா:- நீர் என்னை மன்னிப்பதைவிட எனக்கு வேறு என்ன வேண்டும்?

புத்த:- நான் போய்வருகிறேன்.

கபா:- போய்வாருங்கள் ஐயா. மறுபடியும் தங்களைச் சந்திக்கவேண்டும்.

புத்த:- அப்படியே. (போகிறான்)

கபா:- என் கண்ணே! தேவசோமா! நாம் போவோம் வா.

பரதவாக்கியம்

மன்னுயிர் செழித்திட, மாமறை வேள்வியின்
துன்னிய ஆகுதி சூழ்ந் தெழுந்திடுக!
ஆன்பால் பெருக! அந்தணர் ஓதுக!
வான்பால் மதிகதிர் வழக்குறு மளவும்
நீதியும் கடமையும் நிலவுவ தாகுக!
உலகெலாம் துன்ப மொருவி யதாகி,
இலகிய வின்பம் இசையொடு மெய்த
சத்துரு மல்லன் தனியர சாட்சி
நித்தியமாக நிலவுக! அரச
பத்தியும் பெருகிப் பரவுக வினிதே!.

முற்றும்

மத்த விலாசம்

பல்லவ வேந்தனான முதல் மகேந்திரவன்மன்
எழுதியது

மொழிபெயர்ப்பாசிரியர்:
சித்தாந்த கலாநிதி ஔவை சு.துரைசாமிப் பிள்ளை

முன்னுரை

மத்த விலாசம் என்பது கட்குடியன் நாடகம் எனப் பொருள்படுவதாகும். இச்சிறு நாடகம் தென்னாட்டை யாண்ட வேந்தர் பெருமானான முதன் மகேந்திரவன்மனால் வடமொழியில் இயற்றப்பட்டது. இது திருவனந்தபுரத்துச் சமஸ்கிருத நூல் வெளியீடுகளுள் ஒன்றாக 1917ல் பிரம ஸ்ரீகணபதி சாஸ்திரி யவர்களால் வெளியிடப்பெற்றது. இது டாக்டர் *J.*ஹெர்ட்டேல், *L.D.*பார்னெட் என்ற மேனாட்டறிஞர்களால் தங்கள் மொழிகளில் மொழிபெயர்க்கப்பட்டுளது.

இந்நாடகத்தை எழுதிய முதன் மகேந்திரவன்மன், பல்லவவேந்தருள் கி.பி.ஏழாம் நூற்றாண்டில் காஞ்சிமாநகரைத் தலைநகராகக் கொண்டு ஆட்சி புரிந்த பெருவேந்தனாவன்.

ஆந்திர வேந்தர்களான சாதவாகனர்கள் வீழ்ந்தபின்பு தென்னாட்டில் சிறப்புற்றவர்கள் பல்லவர்கள். அந்நாளில் தொண்டை நாட்டின் வடபகுதியில் சளுக்க மன்னர்கள் ஆட்சி செய்து வந்தனர். அவருள் இரண்டாம் புலிகேசியென்பான் வடபுலவேந்தனான அருஷ வர்த்தனனைவென்று சூழவிருந்த குறுநில மன்னர்களை யடக்கிப் பல்லவர் கைப்பட்டிருந்த தன் வேங்கிநகரை மீளப்பெற்று வெற்றி வீறு கொண்டு விளங்கினான். பின்பு, அவன், தனக்காக வேங்கி நகர்க்கண் இருந்து ஆட்சி செய்யுமாறு தன் தம்பி விஷ்ணுவை நியமித்துத் தென்னாட்டில் தன் திறல் விளங்கச் செய்யும் கருத்தினனாய்த் தொண்டை நாட்டிற்குப் படை கொண்டு வந்தான். அந்நாளில் காஞ்சிநகர்க்கண் இருந்து ஆட்சி செய்த பல்லவ வேந்தன் சிம்ம விஷ்ணுவின் புதல்வனான முதன் மகேந்திரவர்மன். அவன் புலிகேசி பொரவந்தபோது, அரசெய்திய அணியனாய் இளையனாய் இருந்தமையின் சளுக்கப்படைக்குத் தோற்றுத் தென்னாடடைந்து தங்கினான். தென்னாட்டுத் தமிழ்மறவரைத் திரட்டித் தமிழ்ப்படை யொன்றைத் திரட்டிக்கொண்டு காஞ்சிமாநகரைக் கைப்பற்றி நிற்கும் புலிகேசியைப் புல்லலூர் என்னுமிடத்தே ஏறட்டுப்பொருது புறந்தந்து ஓடச்செய்து பண்டேபோல் காஞ்சி நகர்க்கண்ணிருந்து தன் பல்லவ வரசியலைப் பண்புற நடாத்தினன்.

தொடக்கத்தில் மகேந்திரன் சைனசமயத்தை மேற்கொண்டு சமண்பள்ளிகள் பல நிறுவி அவற்றின் கண் சைன முனிவர் இருந்து ஜின தருமத்தை வளர்க்குமாறு ஏற்பாடு செய்தான். திருச்சிராப்பள்ளி முதலிய இடங்களிற் காணப்படும் பள்ளிகள் இவனுடைய அரசியலாதரவால் தோன்றின. இதுபற்றியே முதன் மகேந்திரன் “சைத்தியகாரி” என்று அவர்களால் சிறப்பிக்கப்பெற்றான். பல்லவ வேந்தர்கள் வடமொழி

வளர்ச்சியில் பேரூக்க முடையவர்; அம்மொழியில் புலமையும் பெற்றிருந்தவர்; அதனால் முதல் மகேந்திரவர்மன் வடமொழிக் கலையில் புலமை சிறந்திருந்தான். அவன் காலத்தே நாட்டில், காபாலம், பாசுபாதம், பௌத்தம் முதலிய சமயங்கள் நிலவின. அவற்றை எள்ளி நகையாடும் இயல்பும் இவ்வேந்தன் பால் இருந்தது. இவனே, சிவ நெறிக்கண் சிறந்த சமய குரவராக விளங்கும் திருநாவுக்கரசரைத் தொடக்கத்தில் கல்லிற்கட்டிக் கடலிற்றள்ளுதல் முதலிய செயல்களால் ஒறுத்துப் பின்னர்த் திருவருளால் நல்லறிவு பெற்றுச் சைவவேந்தனானான். அதன் விளைவாக இவ்வேந்தன் திருச்சிராப்பள்ளியில் இருந்த சமண் முனிவர்களைப் போக்கி இன்றும் இனிய காட்சிவழங்கி நிற்கும் திருக்கோயிலைக் கட்டிச் சிவவழிபாடு நிலவச்செய்தான். இவ்வாறே திருவதிகையில் உள்ள குணபரேச்சரமும் செங்கற்பட்டைச் சேர்ந்த வல்லத்திலுள்ள மகேந்திரவன்ம வாசலெனப்படும் திருக்கோயிலும் இவனால் கட்டப்பெற்றனவாம். அக்காலம் சைவ வைணவர்கள் சமயக் காழ்ப்பின்றி இணைந்து சிறந்த இன்பக்காலமாதலின், சைவனான மகேந்திரன், மகேந்திரவாடி, மண்டகப்பட்டு முதலிய இடங்களில் திருமால் கோயில்களைக் கட்டினான். இறுதியில் புத்த சமண சமயங்களில் காழ்ப்பின்றி வேண்டும் நலங்களை அவற்றிற்கும் செய்து உதவினான்.

முதல் மகேந்திரன் ஓவியக்கலை, சிற்பக்கலை, நாடகக்கலை, இசைக்கலை முதலிய கலை வளர்ச்சியில் பேரீடுபாடுடையன். சித்தண்ணல் வாயில் முதலிய இடங்களிலுள்ள ஓவியங்களும் மண்டகப்பட்டிலுள்ள "தக்ஷிண சித்திர"மும், மத்தவிலாசமென்னும் இந்நூலும், குடுமியான்மலை இசைக் கல்வெட்டுக்களும் பிறவும் இவனுடைய கலை வளத்துக்குச் சான்று கூறுகின்றன. வாதாபி கொண்ட முதல் நரசிங்கவன்மன் இவற்கு மைந்தன்.

முதல் மகேந்திரனுக்கு அவனிபாஜனன், சத்துருமல்லன், குணபரன், விசித்திரசித்தன், லலிதாங்குரன், மத்தவிலாசன், சைத்திய காரி யென்பன முதலிய பல சிறப்புப் பெயர்களுண்டு.

மத்தவிலாசம்: சத்திய சோமனென்னும் காபாலியொருவன் கள்ளுண்டு மயங்கிப் பெண்ணொருத்தியுடன் களித்தாடி வருகின்றான். அவனது மயக்கத்தில் அவன் வைத்திருந்த கபாலத்தை நாயொன்று கவர்ந்தோடி விடுகிறது. அதனை யறியாமல் அவன் எதிரே வந்த புத்தனொருவனைக்கண்டு தன் கபாலத்தைக் களவாடிக் கொண்டவன் அவனே என்று கலாய்க்கின்றான். இருவரும்

நெறிவழுவிய பாசுபதனொருவனைக் கண்டு தம் வழக்கை யாராய்ந்து முறைவழங்குமாறு வேண்டுகின்றனர். முடிவில், பித்தனொருவன் நாயினிடமிருந்து அக்கபாலத்தைக் கொண்டு வரக்கண்டு அக்காபாலி அதனைப் பெற்று மகிழ்ந்து செல்கின்றான். இதுவே மத்த விலாச நிகழ்ச்சியின் சுருக்கமாகும்.

பிராமணருக்குப் பூணூல் போலக் காபாலிகட்குக் கபாலம் இன்றியமையாதது; ஒருகால் அது கெடுமாயின், குறித்த காலத்திற்குள் வேறொன்று தேடிக்கொள்ளல் வேண்டும்; காபாலி தன்மேனி முற்றும் சாம்பற்பூசிக் காண்பார் அருவருக்கத்தக்க காட்சி யுடையனாதல் வேண்டும்; அவன் கள்ளருந்தலாம்; அருந்துங்கால் அவன் அக்கள்ளைக் கபாலத்திற் பெய்தருந்து வானாயின் குற்றமன்று; காரணத்தின் பண்பும் செயலும் காரியத்தின் பாலும் பெறப்படும். வரக்கடவ துறக்கவாழ்வு இம்மை வாழ்வின் காரியம். இம்மை வாழ்வில் உண்பனவுண்டு இன்பநுகர்ச்சி யெய்தாதார்க்குக் காரியமாகிய துறக்கவாழ்வில் இன்பமில்லை. காபாலிகள் கபாலத்தோடு பசுவின் கொம்பு ஒன்றையும் ஏந்திச்செல்வர். தமது வழிபாட்டின்கண் அதனை வாய்வைத்தூதி வழிபடுவர். அதனாலேயே தண்ணீரை முகந்து குடிப்பர். பெண்ணொடு கூடி வாழ்வது காபாலிகட்கு விலக்கன்று.

புத்த சாக்கியர்கள் ஊனுணவுகொள்வர்; புத்த விகாரங்களில் தலைவர்கள் உயர்வகை யுணவுண்டு உடல் கொழுத்திருப்பர். அப்புத்த விகாரங்கள் பொன்னும் பொருளும் நிறைந்து செல்வ நிலையங்களாகத் திகழ்கின்றன. அவர்களிற் பலர் அந்நிலையங்களில் சமய வொழுக்கங்கட்கு மாறானவற்றைச் செய்வர்; தங்கள் உடலை மூடிக்கொள்வதெல்லாம் தம் தீயொழுக்கத்தை மறைத்தற்பொருட்டு, அவர்களுடைய இறைவனான புத்த பெருமான் வேதாந்தங்களிலிருந்தும் பாரதத்திலிருந்தும் சிறந்த தத்துவகருத்துக்களைத் திருடித்தாமே புதிது படைத்ததாகப் பிறராற் கூறப்படுவர்.

இவற்றிடையே, ஜைன சமயத்தவர்களைப் பற்றி மகேந்திரவன்மன் ஒன்றும் கூறுகின்றானில்லை. இதனால், இந்நாடகத்தை அவன் ஜைன தருமத்தை மேற் கொண்டிருந்த காலையில் எழுதியிருக்க வேண்டுமெனக் காணலாம்.

இவனுடைய சிறப்புடைய பெயர்களுள், காப்புச் செய்யுளின் நான்காமடியில் அவனிபாஜனன் என்பதும், இறுதியில் சத்துருமல்லன் என்பதும், நாடகதபனத்தில் நடியின் கூற்றில் குணபரன், மத்த விலாசன் என்பனவும் காணப்படுகின்றன.

மத்த விலாசம்
முதல் மகேந்திரவன்மன் எழுதியது

(Translated by Siddhantha Kalanithi Avvai.S. Duraiswamy Pillai, Research Department)

நடர்கள்

சத்தியசோமன் – காபாலி.

பப்புருகல்பன் – பாசுபதன்.

நாகசேனன் – புத்தன்.

பித்தன் – சூத்திரதார்.

தேவசோமா – காபாலியின் பணிமகள்

நடி.

இடம்: காஞ்சிமா நகர்

(நாந்திக்குப்பின் சூத்திரதாரன் வந்து)

சூத்திரதாரன்: (நாந்திக்குப்பின் நடிகர் தலைவன் வருகிறான்) மூவுலகையும் ஆட்டுவிக்கும் முதல்வன், திவ்ய காபாலி; அவனுடைய ஆடல் எங்கும் பரந்தது; மொழி, உடை, உடல், செயல், குணம் எல்லாம் அவன் விளையாட்டு. அவனது இச்சை வழியே உணர்வுகள் எழுகின்றன. தன் நாடகத்தைத் தானே காண்பவன்; வரம்பில் அறிவன். அவன் அருளால் உலகமுழுதும் உன் புகழ் பரவுக.[1] ஆகா, என் முதல் மனைவியின் புலவியை நீக்குதற்குக் கைகண்ட வழியொன்றைக் கண்டுகொண்டேன். அவள் இளையாளொடு எப்போதும் பிணங்குகிறாள். சபையோர் என்னை இந்த நாடகத்தை நடத்தும்படி பணித்தமையால் இது தக்க வாயிலாயிற்று. அவளையழைத்து வருகிறேன். (திரைப்பக்கம் பார்க்கிறான்) நடி, எங்கே காணோமே.

நடி: (கோபமாய்) கடைசியாய் மத்தவிலாசத்தைக்[2] காட்ட வந்துவிட்டீர்களோ?

சூத்: நன்றாய்ச் சொன்னாய், அதுதானடி.

நடி: அப்படியானால் ஆடும்; யார்மேல் உமக்கு அதிக ஆசையோ அவளோடே ஆடும்.

சூத்: சே சே, நான் உன்னோடு ஆட வேண்டுமாமே.

நடி: யார்? அவளுடைய ஏற்பாடோ?

சூத்: ஆமாம் ஆமாம். மேலும், நீ வந்து ஆடுவாயானால் உனக்குப் புகழ்.

நடி: எனக்கென்ன? நீர்தான் முக்கியம்; உமக்குத்தான் புகழ், பரிசு எல்லாம்.

சூத்: நீ சொல்வதும் சரிதான். எப்படியென்றால், நீ நன்றாய் ஆடப்போகிறாய், சபையோர் உன்னுடைய ஆட்டங்கண்டு மகிழ்ந்து என்னைப் பாராட்டப் போகிறார்கள்.

நடி: அப்படியா? அப்படியானால் இதோ அவையோர் பாராட்டைப் பெற்றுவிட்டேன், பாரும்.

---

1. வியாப்தாவனி பாஜனம்:- இதன்கண் மகேந்திரனுடைய சிறப்புக்களுள் ஒன்றான அவனி பாஜனன் என்ற பெயர் குறிப்பாகக் காட்டப்படுகிறது.
2. மத்த விலாசம்: - மத்த விலாச (இளமை நலம் கனிந்தோ) னென்ற சிறப்புப் பெயரையுடையவன் எழுதியது; கள்மயக்குற்றோன் வரலாறு; கள்மயக்குற்றோன் செய்கை; மத்தம் - இளமைச் செருக்கும் ஆம்.

சூத்: *நிச்சயமாய்ப் பெற்றுத்தான்விட்டாய்.*

நடி: சரி சரி. இந்த ஒரு நல்ல சேதி சொன்னீர்களே உமக்கு என்ன பரிசு தருவது!

சூத்: நல்ல சேதிக்காக என்ன பரிசு தருவது என்று வீண்காலம் போக்க வேண்டா, அதோ பார், பிரியே, உன் முகத்தைப் பார்க்கிறேன். என்ன அருமை! புன்னகை தவழும் முகம். என்ன மந்தகாசம்! வளைந்த புருவம். இதைவிடத்தான் நான் வேறே உன்பால் எதை வேண்டுவேன்.

நடி: நல்லது. இப்பொழுது என்ன நடிக்கப் போகிறீர்?

சூத்: ஏன்? நீ தான் முன்பே சொல்லிவிட்டாயே: மத்த விலாசம் என்று.

நடி: மெய்யாகவே என் கோபத்தால் நான் பேசிவிட்டாலும் அதை நடிக்க என் மனமும் விரும்புகிறது. அஃதிருக்கட்டும். இந்த நாடகத்தை எழுதின புலவர் யார்? அவர் சிறந்தவர் போலிருக்கிறதே.

சூத்: நடி! கேள்! அகப்பகை ஆறும்[1] அடக்கினவன் யாவன், பிறர்க்கு நன்மை செய்யும் வகையில் ஐம்பூதங்களை யொப்பவன் யாவன், அவன் மகேந்திரவன்மன் என்னும் புலவன்; சிம்ம விஷ்ணுவின் புதல்வன்! நிலவலயத்து நடு நிற்கும் நேமி மால் வரை போலும் பல்லவ குலத்தில் பிறந்தவன். கொள்கையாற் சூழவுள்ள வேந்தரெல்லாரினும் மேலோன்; வெற்றியிலும் செல்வத்திலும் ஆகண்டலன்[2]; செல்வத்தாலும் கொடையாலும் மன்னாதி மன்னர்க்கெல்லாம் ஒளியாக விளங்குபவன். மேலும்;

(பாட்டு)

அறிவும் ஈகையும் அருளும் தகைமையும்
வண்மையும் புலமையும் வஞ்ச மின்மையும்
மெய்மையும் விறலும் மேதகு மென்மையும்
எனவரும் நல்லியல் பிடம்பெறா துழந்தன
துன்னுதற் கமைந்த சூழ லிவனென
மன்னிய வென்னும் மாண்குணன்[3] ஊழி

---

1. அகப்பகை ஆறு : காமம், வெகுளி, உலோபம், மயக்கம், மதம், மாறுபாடு என்பன.
2. ஆகண்டலன் - இந்திரன்.
3. நல்லியல்புகள் இடம் பெறாது உழந்து சூழல் - இவன் என் மன்னியன் என்னும் மகண்குணன். உழந்தன – வருந்தின, சூழல் - இடம், மன்னிய - நிலைபெறத்தங்கின.

இறுதியில் எல்லாம் ஒடுங்குங் காலை
காரண முதலிற் கலந்துநின் றாங்கே[1]

அல்லதூஉம் அவனே

அமிழ்துபொதி செஞ்சொல் லாரறி வாளன்
ஆழமுந் தெளிவும் அமையா வாயினும்
செய்யுட் பயன்கொளும் பெய்மணியா கரன்.

நடி: அப்படியா? அப்படியானால் ஏன் சுணக்கம். இது புதுமையான நாடகமாதலால், இந்த நாடகம் திண்ணமாக அவையோர்க்கு இன்பம் தரும்; உடனே நடிப்பது தான் தக்கது.

சூத்: ஆமாம்.

(பாட்டு)

என்பெருஞ் செல்வம் எழிற்புலவ ரின்பாடல்
மன்புகழ்க்கு வாயில்என் மனங்கவரு மன்னோ

(உள்ளிருந்து)

தேவசோமா, அன்பே.

குறுநகையா ணல்கும் குளிர் நறவ மாந்தி
மறுகில்வரு காபாலி செல்வமகன் மண்டைபோல்.

(சூத்திரதார் போகிறான்)

காபா: *(தள்ளாடி)* தேவசோமா, அன்பே, ஒருவன் தவத்தால் தன்னையடக்கி வேண்டிய சித்தியெல்லாம் பெறலாம் என்பது உண்மையே. ஆனால் நமது பரம விரதத்தால் கண்ணும் மனமும் கவரத்தக்க அழகு கைவரப் பெறலாமல்லவா? உன்முகம் எப்படி விளையாடுகிறது பார், வேட்டுவன் வில்போல் புருவம் வளைகிறது; அதன்மேல் வியர்வை அரும்புகிறது; காரணம் இன்றியே நகை தோன்றுகிறது. கடைக்கண் சிவந்துள்ளது; விழிகள் சுழலுகின்றன; மருண்ட பார்வை. தோளிலணிந்தமாலை சரிந்து அசைகிறது; குழல்கள் சரிகின்றன.

1.காரியப்பொருள்கள் ஒடுங்குங்கால் காரணமாகிய முதலில் ஒடுங்கும்; விரிந்த காரியப்பொருள்கள் இறுதியில் காரணத்தில் ஒடுங்கியயைவதுபோல நற்குணம் பலவும் மகேந்திரன் பால் ஒடுங்கின என்பது.

தேவ: தலைவ, நான் குடித்திருப்பதாக நினைக்கிறீரா, என்ன? குடித்தவள் போல நினைத்துப் பேசுகின்றீரே.

காபா: பெண்ணே, நீ என்ன சொல்லுகிறாய்?

தேவ: நான் ஒன்றுமே சொல்லவில்லை.

காபா: அப்படியானால் நான் குடித்திருக்கிறேனா?

தேவ: தலைவரே, இந்த நிலம் சுற்றுகிறதே; நன்றாய்ச் சுற்றுகிறதே. நான் விழுந்துவிடுவேன்போ லிருக்கிறது, என்னைப் பிடியுமே.

காபா: சரிசரி. அன்பே (அவளைப்பிடித்துக்கொண்டே தடுமாறி விழுகிறான்). சோமதேவி[1], கண்ணே, என்மேல் சினமோ? நான் நெருங்க நெருங்க விலகி விலகிப் போகிறாயே.

தேவ: ஆமாம், சோமதேவி கோபமாய்த்தான் இருக்கிறாள். அதனால்தான் நீ என்ன நயம் பண்ணினாலும் அவளெதிரில் வீழ்ந்து கும்பிட்டாலும் விலகியே போகிறாள்.

காபா: சரி, நிச்சயமாய் நீ சோமதேவிதானே (நினைத்து) இல்லை, இல்லை நான் தப்பாய்ச் சொல்லிவிட்டேன் நீ தேவசோமா.

தேவ: சோமதேவிதான் உமக்கு ஆனவள்; அதனால்தான் நீங்கள் என் பெயரைக் கூப்பிடமாட்டேன் என்கிறீர்கள்.1

காபா: இந்த மயக்கந்தான், காதலி, உனக்கு என்மேல் கோபம்கொள்ளச் செய்தது; இதனால் என் பேச்சிலும் தவறுதல் உண்டாக்கிவிட்டது.

தேவ: நல்லகாலம் நீங்கள் தப்புச் செய்யவில்லை யல்லவா?

காபா: எப்படி குடிமயக்கம் என்னைக்கெடுக்கிறதோ தெரியவில்லையே. சரி சரி. இன்றையிலிருந்து குடிப்பதையே விட்டுவிடப்போகிறேன்.

தேவ: ஐயோ, காதலா! வேண்டா வேண்டா, எனக்காக உங்களுடைய தூய சமய வொழுக்கத்தைக் கைவிடவேண்டா? (காலில் விழுகிறாள்)

1.தேவசோமாவைத்தான் களிமயக்கத்தால் சோமாதேவியென வாய்பிழைக்கின்றான் காபாலி; அப்பிழை வாயிலாகத் தேவசோமா, சோமாதேவியென வேறொருத்தி அவனுக்கு வைப்பு உண்டெனப்படைத்துக்கொண்டு பூசல்தொடுக்கின்றாள்.

126 மத்தவிலாசப் பிரகசனம்

காபா: *(அவளை எடுத்துத்தழுவி)* தீரீர்னா, தீரீர்னா,[1] சிவசிவா, காதலி. ஓ நீ நன்றாய் அழகாய் உடுத்திக்கொள், நன்றாய்க்குடி, மான்விழியால் என்னைப்பார். இதுவே முத்திநெறியென இயம்புவர்.

(பாட்டு)

மேவரிய முத்திக் கிதுநெறியென் றேவிளம்பும்,
மூவருக்கு மேலாம் முதல்வன்றாள் வாழியவே.

தேவ: சுவாமி, இந்தமாதிரி இனிப்பேசக்கூடாது. ஆருகதர் முத்திக்கு வழி வேறு சொல்லுகிறார்கள்.

காபா: ஆம், மாதே, நீ சொல்வது சரி. ஆனால், அவர்களெல்லாம் நம் சமயத்துக்கு மாறுபட்டவர்கள். எப்படியென்றால், அவர்கள் காரியத்தின் குணம் காரணத்திற்கும் உண்டென்பர்; இன்பமெல்லாம் துன்பம் போலக் காரியம் என்பர்; இதனால், பாவம், அவர்கள் தங்கள் கொள்கையைக்கொண்டே தங்களுக்குக் கேடு செய்துகொள்ளுகிறார்கள்.

தேவ: அட பாவமே.

காபா: பாவம் பாவம். அந்தப் பாவிகளின் பெயரை வசையாகக் கூடச் சொல்லக்கூடாது. உயிர்களுக்கு எவ்வளவு கொடுமை சொல்லுகிறார்கள் தெரியுமா? துறவு துறவு என்று துறவறம் பேசுவர்; தலைமயிரைத் தாங்களே பறிப்பர்; உடம்பெல்லாம் அழுக்குப் படிந்திருப்பர்; உண்பதற்குக்கூடக் காலம் குறிப்பர்! அழுக்குடை உடுப்பர்; இப்படிப் பல காரியங்களைச் செய்வர். இதோ பார், அவர்களைப் பற்றிப் பேசியதனால் என் நா அழுக்காய்விட்டது. அதை இப்பொழுது கழுவவேண்டும்.

தேவ: அப்படியானால் நாம் வேறொரு கள்ளுக் கடைக்குப் போவோம்.

காபா: அதுதான் சரி *(தெருவிற் செல்கின்றனர்)* ஆ, காஞ்சிமா நகரின் அழகே அழகு. மாடங்களின் தலையில் தங்கும் மேகங்களின் முழக்கமும் முழவு முழக்கமும் கலந்து எவ்வளவு பெருமுழக்கத்தைச் செய்கின்றன; அங்காடிகளில் விற்கப்படும் பூக்களைக் கூட்டினால் ஓர் இனிய வசந்த காலத்தையே உண்டுபண்ணி விடலாம். மகளிர் காலிலணியும் சிலம்புகளின் ஒலி மலரம்புடைய மாரனை வென்றோமெனைத் தருக்கி

1.திரீர்னா - அரஹர, வாழ்க வாழ்க எனப்பொருள்படக் காபாலிகள் வழங்கும் குறிப்புமொழி.

முழக்கும் வெற்றி முரசின் வீரமுழக்கம் போலன்றோ விளங்குகின்றது: அந்தமில் இன்பத் தழிவில் வீடு; ஆன்றவிந்தடங்கிய சான்றோர் அஃகியகன்ற அறிவுக்கண் கொண்டு காணும் பேரின்பம் நிலைபெறும் வீடு இக்காஞ்சியேயாகும். உடலுக்கு உணவு; மகளிர்க்கு மைந்து.

தேவ: தலைவரே,

மறுவின்றித் தீவிய காஞ்சிமா நகர் காணுங்காலை
மறுவில் போகத்து வாருணி[1] போல்வது

காபா: அதோ பார். பார் பார், அதோ தோன்றும் கள்ளுக் கடையைப் பார். சிறந்த யாகசாலைபோலத் திகழ்கிறது.

(பாட்டு)

நொடை[2] நவின் றெடுத்த போகுயர் நெடுங்கொடி
வேள்வு[3] புகன்றெடுத்த வியனெடும் யூபம்;
சொரிதரு கள்ளே தொய்யாச் சோமம்;
கள்ளுண் மாக்களே மறைகரை நாவினர்;
கள்முகந் தளிக்கும் கட்கின் மொந்தை
எள்ளறு சோம மெடுத்துச் சொரி பாண்டில்[4]
சூழ்வந்து மகிழும் துணைபுணர் களிகள்
ஆவுதி வழங்கும் அருந்தோ மாக்கள்
அன்னோர் வழங்கும் அருமொழி காணாய்
மின்னே யசுபுகல்[5] மெய்ம்மறை யாகும்;
பாட்டெலாஞ் சாமம் பாண்டில் சுருவம்
வேட்கை வேட்கும் வெவ்வழல் அன்றே
எண்ணின் கண்ணொடை யாளன்[6]
இயல் நெறி முற்றிய இயமா[7] னன்னே.

1.வாருணி - வருணன் மகள்; குடிக்கப்படும் மதுவகைகளுள் ஒன்று.

2.நொடை - விலை

3.வேள்வு - வேள்வி

4.பாண்டில் - அகப்பை

5.யசு - யசுர்வேதம்

6.கண்ணொடையாளன் - கள்விற்போன்.

7.இயமானன் - வேள்வி செய்யும் தலைவன்.

தேவ: ஆமாம். அன்ப,

(பாட்டு)

அருத்தியில் நாம் ஏற்கும் அருங்கட் பலியே
உருத்திர பாகமாம்[1] ஓர்

காபாலி: ஆ. குடியர் ஆடும் கூத்துப் பார்ப்பதற்கு எவ்வளவு நன்றாயிருக்கிறது. பார்; அந்தக் கூத்து தண்ணுமையிசைக்கு ஏற்ப, ஆடுவது நேர்த்தியாக இருக்கிறது. அவர்களுடைய அவிநயமும் பேச்சும் கண்ணும் எத்துணை வகையில் மாறி இயங்குகின்றன! மேலாடை தூக்கிய கையில் கட்டப்பட்டிருக்கிறது. கீழாடை நழுவும்போது அதைச் சரிப்படுத்துங்கால் தாளம் சிறிது தவறுகிறது. கழுத்தணிகள் முறை மயங்கி யலைகின்றன.

தேவ: ஒ, நீங்கள் நாட்டியக்கலையில் நல்ல பயிற்சியுள்ளவர்போல இருக்கிறதே.

காபா: ஆ, அதோபார்.

(பாட்டு)

கழன்றுதிர்ந்தன அணிகள் பல்வகை கன்னி வாருணியாயின;
கைகலந்த பிணங்கு காதலர் கன்னி வாருணியாயினர்;
அழன்றெழுந்தனர் மைந்தர் மைந்தி னமைந்த வாருணியாயின;
அன்பரன்புறு வாழ்க்கையாம் விளையாடல் வாருணியாயின.

கண்ணுதல் நெற்றிக் கண்ணால் காமனைக் காய்ந்தானென்பார்,
எண்ணுங்கால் பொய்யே சொன்னார் உண்மை வேறறியார் பாவம்,
பண்ணவன் கண்ணார் தீயால் எண்ணெயாய்[2] உருகிநின்று
எண்ணுடை நமருட் காம எரியினை வளர்க்குமாலோ.

தேவ: சாமி நீர் சொல்வதுதான் சரி. உலகருள் முதல்வன், உலகிற்கு நன்மை புரிந்து மகிழும் அவன் தான் அருளிய இந்த உலகை யழிப்பானா! *(தாடையில் அடித்துக்கொள்கிறார்கள்)*

---

*1.*உருத்திபாகம் - உருத்திர மூர்த்திக்கு வழங்கும் பாகம்

*2.*மூலத்தில் "சிரேகம்" என்ற சொல், எண்ணெய் என்றும், காதல் என்றும் கவர் பொருள்பட நிற்கிறது.

காபா: அம்மா, பிச்சை;

(உள்ளிருந்து) இதோ வாருங்கள், சாமி, பிச்சை; வாங்கிக்கொள்ளுங்கள்.

காபா: இதோ வருகிறேன் அம்மணி; (மருண்டு) எங்கே என் திருவோடு.

தேவ: நான் பார்க்கவில்லையே.

காபா: (நினைத்து) ஆஆ. அதோ அந்தக் கள்ளுக்கடையில் வைத்து மறந்துவிட்டேன் என்று நினைக்கிறேன். நல்லது, நாம் திரும்பிப்போய்ப் பார்ப்போம்.

தேவ: சரிதான் சாமி, பிச்சைபோட அன்பாகக் கூப்பிட்டார்களே, அதை வாங்காவிட்டால் தப்பல்லவா? நாம் என்ன பண்ணுவது?

கோபா: ஆவத்துக்குப் பாவமில்லை, அதைப் பசுவின் கொம்பில்[1] வாங்கிக்கொள்.

தேவ: சரி, சாமி, அப்படியே வாங்கிக்கொள்கிறேன் (வாங்கிக்கொண்டு வர இருவரும் பலியோட்டைத் தேடிப்போகிறார்கள்)

காபா: என்ன இது; இங்கேயும் அது காணப்படவில்லையே. (அச்சத்துடன்) மகேஸ்வரர்களே! மகேஸ்வரர்களே![2] நீங்கள் என் பலியோட்டைப் பார்த்ததுண்டா? (தனக்குள்) அவர்கள் என்ன சொல்லுகிறார்கள்; காணவில்லை என்கிறார்களோ? ஐயோ, எனக்குக் கேடு வந்து விட்டதே! என்னுடைய தவமே ஒழிந்ததே! இனி நான் எப்படி காபாலியாக முடியும்? ஓ. என்ன துன்பம்!

(பாட்டு)

உண்பதற்கும் தின்பதற்கும் உண்கலனாய் உடனிருந்தாய்
பண்ணரியாய் தூயாய் பலவுதவிப் பலியோடே
பிரிப்பரிய கேண்மை பிறங்குவோர் பிரிந்தாற்போல்
உருப்பெரிய வோடிழந்து உளங்கவலை நிறைவேனோ

(கீழே வீழ்ந்து தலையிலடித்துக் கொள்கிறான்)

---

1. மண்டையோடும் பசுவின் கொம்பும் கையில் ஏந்தித்திரிவது காபாலிகட்கு இயல்பு.
2. மகேஸ்வரர்கள் - கோயில்களிலிருந்து அங்கு நடைபெறும் பணிகளைச் செவ்வையாகச் செய்வதும் செய்வோரை மேற்பார்வை செய்வதும், பலவகை நிவந்தங்களையும் கண்காணிப்பதும், பணியில் தவறுவோரை ஒறுத்து நெறி நிறுத்துவதும் செய்வர். கல்வெட்டுக்கள் இவர்களை அடிக்கடி குறிக்கும்.

நான் காபாலிதான்; அந்த ஓடு இலக்கணை மாத்திரையே[1] ஒழிய வேறில்லை காபாலி என்ற பெயர் என்னை விட்டுப்போகாது.

தேவ: சாமி, அந்த ஓட்டை யாரெடுத்துக் கொண்டிருப்பார்கள்?

கபாலி: அன்பே, அதில் சிறிது வறுத்த கறியிருந்தது. நாயோ, ஒரு புத்த துறவியோ, யாரோ எடுத்துக்கொண்டிருக்கலாம்.

தேவ: அப்படியானால், இந்தக் காஞ்சி நகர் முற்றும் சுற்றித் தேடிப்பார்ப்போமா?

கபா: அப்படித்தான் செய்யவேண்டும். வா போவோம் (போகிறார்கள்; எதிரில் ஒரு புத்த துறவி தன் உண்கலத்தை மேலாடையில் மறைத்துக்கொண்டு வருகிறான்).

புத்தன்: (தனக்குள்) ஆ, வணிகன் தனதாசனுக்கு நிகராகத் தானம் செய்பவர் யார் இருக்கிறார்கள். இன்றைக்கு அவன் சமாராதனை; எவ்வளவு உயர்ந்த உணவு; எத்தனை வகை மீன் கறி! இன்பமான நிறம்; நேர்த்தியான மணம்; இனிமையான சுவை. இப்பொழுது நான் அரசனுடைய சாலைக்குப் போகப் போகிறேன். (நடந்து கொண்டே தனக்குள்) அருட்கடலாகிய நம்முடைய நாதனான ததாகதர்[2] நமக்குச் சில கட்டளை ஏற்படுத்திவிட்டார். அழகான கட்டிடங்களில் தங்கவும், உயர்ந்த படுக்கையில் படுத்துறங்கவும், பகலில் உண்ணவும், மாலையில் இனிய பானங்களையருந்தவும், பஞ்சவாசத்தோடு[3] கூடிய வெற்றிலை போடவும், மென்மையான ஆடைகளை யுடுத்தவும் அனுமதி தந்திருக்கிறார். இவைகளை யெல்லாம் செய்தவர் பெண்ணையும் மதுவையும் ஏனோ விலக்கிவிட்டார். இல்லையில்லை, அவர்தான் எல்லாம் தெரிந்தவராயிற்றே, இதையேன் அவர் குறிக்கத் தவறிவிட்டார்? அவர் விலக்கி யிருக்கமாட்டார்; இந்தக் கிழட்டுத் துறவிகள் உண்டே, இவர்கள், இளமைத் துறவிகளான நம்மேல் பொறாமைகொண்டு இப்படி ஏற்பாடு செய்திருக்கவேண்டும்; இப்படியே ஆகமத்திலும் எழுதிவிட்டிருப்பர். இவர்களால் திருத்தப்படாத மூல ஏடு எங்கே யிருக்கிறதென்று தேடிப் பார்க்கிறேன். தேடிப் பிடித்துப் புத்தபகவானுடைய அறவுரையை எடுத்துக்காட்டி இளம் புத்தர்களுக்கு நன்மை யுண்டுபண்ணுகிறேன். (நடந்து போகிறான்).

---

1. இலக்கணை மாத்திரை: மூலத்தில் "லக்ஷிணாமாத்திரம்" என்றுளது.

2. ததாகதர்: புத்தபெருமானுக்கு ஒரு பெயர். அறநூல் கூறும் அவ்வழியே செல்பவர் என்று பொருள்.

3. பஞ்சவாசம்: தக்கோலம், இலவங்கம், சாதிக்காய், கர்ப்பூரம், ஏலம் என்ற ஐந்து, இது பஞ்சமுகவாசம் என்றும் வழங்கும்.

தேவ: சாமி, சாமி, அதோ பாரும், துவராடை வேடத்துடன் ஒருவன் சோர்ந்த நடையுடன் விரைந்து போகிறான். உடம்பைக் கூனிக்கொண்டு இந்தப்பக்கமும் அந்தப்பக்கமும் பார்த்துக்கொண்டே நன்மக்கள் நடக்கும் பெருவழியே போகிறான் பாரும்.

காபா: ஆமாம், அன்பே, அதுதான் சரி, இதைவிட என்ன? எதையோ ஒன்றை அவன் ஆடைக்குள் மறைத்துக்கொண்டிருக்கிறான்.

தேவ: ஓடி அவனைப் பிடித்து அவன் கையில் என்ன இருக்கிறது பார்க்கலாமே.

காபா: ஆமாம் அப்படித்தான் செய்யவேண்டும். (இருவரும் போய்) ஓய் சந்நியாசி! நில் நில்.

புத்தன்: யாரது என்னை இப்படிக் கூப்பிடுவது? எனக்கு வியப்பாயிருக்கிறதே.(நின்று பார்த்து) ஓ, இவன் அந்த முட்டாள் ஏகம்பத்தில் இருக்கும் காபாலி. சரி, இனி, அவனுடைய குடிவெறிக் கூத்துக்கு நாம் பொருளாகக்கூடாது. (வேகமாய்ப் போகிறான்).

காபா: அதோ, அன்பே, என் கபாலம். கிடைத்துவிட்டது! என் கபாலம்! என்னைப் பார்த்தவுடனே அவன் பயந்து ஓடுவது ஒன்றே தக்க சான்றாகிவிட்டது. (முன்னேயோடி மறித்துக்கொண்டு) தடிப்பயலே, இப்பொழுது எப்படிப் போவாய்.

புத்தன்: இப்படிப் பேசாதே, என்ன இது. (தனக்குள்) ஓ., இவள்மிக அழகாய் இருக்கிறாளே!

காபா: ஓய் சந்நியாசி, சற்று அதைக்காட்டு. உன் கையில் ஏதோ ஒன்றைத் துணிக்குள் மறைத்திருக்கிறாயே, அதை நான் பார்க்கவேண்டும்.

புத்தன்: இல்லை, அண்ணே, அப்படிச் சொல்லாதே. இதைத் தெரிந்துகொள்.நாங்கள் அதை மறைத்துத்தான் கொண்டுபோகவேண்டும்.

காபா: உண்மைதான். இப்படி மறைத்துக்கொள்ளத்தான் உங்கள் புத்த பகவான் நீண்ட அங்கி போடச் சொன்னார்போல் இருக்கிறது.

புத்தன்: அதுதான் சத்தியம்.

காபா: அது "சம்விருத்தி சத்யம்[1]" எனக்குப் பாரமார்ந்த சத்யம் வேண்டும்.

132 மத்தவிலாசப் பிரகசனம்

புத்தன்: சரிசரி, வேடிக்கை போதும். பிக்ஷாநேரமாகிறது. நான் போகவேண்டும். (அவன் சிறிது நடக்கிறான்).

காபா: மடப்பயலே, எங்கே போகிறாய். என் பாத்திரத்தைக் கொடுடா. (புத்தனுடைய ஆடையின் முன்தானையைப் பிடிக்கிறான்).

புத்தன்: புத்தசரணம் புத்தசரணம்.

காபாலி: புத்த சரணமா? கரபட சரணம்2 என்றல்லவோ சொல்லவேண்டும்; அவனல்லவோ களவுநூல் எழுதினவன். எப்படி யிருந்தாலும், புத்தன் கரபடனைவிட உயர்ந்தவனல்லவா? ஏன்? உங்கள் புத்தனார், பிராமணர்கள் கண்மூடியிருந்த சமயம் பார்த்து; அவர்களுடைய மகாபாரதத்திலிருந்தும் வேதாந்தங்களிலிருந்தும்3 பலகருத்துக்களைத் திருடித் தன் பிடகத்தை நிரப்பிக் கொண்டாரல்லவா?

புத்தன்: இந்தப் பாவம் தொலைக.

காபா: இவ்வளவு திறமையாக நடக்கக்கூடிய துறவிக்குப் பாவம் தொலையாமல் கூட இருக்குமா?

தேவ: என்ன, சாமி, களைத்துவிட்டீரா? பலியோட்டை இப்படியெல்லாம் பெற முடியுமா? இந்தச் செம்பிலுள்ள கள்ளைக் குடித்துக் களைப்பை நீக்கிக்கொள்ளும். அப்போதுதான் சரியாய்ப் போராட முடியும்.

காபா: அதுதான் சரி. (தேவசோமா கள்ளைக் கொடுக்கக் காபாலி குடித்து விட்டு) நீயும் கொஞ்சம் சாப்பிடு.

தேவ: அப்படியே, சாமி (அவள் குடிக்கிறாள்).

காபா: இவன்தான் எங்களுக்குத் தீமை செய்தான்; ஆனால் எங்கள் கொள்கைப்படி எங்களிடத்திலுள்ளதை மற்றவருக்கும் பகுத்தளிக்க வேண்டும். ஆகையால் மிச்சத்தை சாப்பிடுவது முறையல்ல.

(வாய்க்குள் எச்சில் கூட்டி விழுங்குகிறான்).

1.சம்விருத்தி, பாரமார்த்தம் எனச் சத்தியத்தைக் கூறுவர். சிக்ஷாசமுச்சயமார் எழுதிய சரந்திதேவர்; அவர் மகேந்திரவன்மன் காலத்தில் இருந்தவர்.

2. கரபடன் = நூல்களில் மூலதேவனென்றும் காரணிகன் என்றும் கூறப்படுபவன்; கரபடன் - கள்வன்.

3.வேதாந்தங்கள்; உபநிடதங்கள், பீடகம் - பீடக நூலுக்கும் கடைக்கும் சிலேடை.

தேவ: சரிதான் போம். இந்தப் பேறு உமக்கு இனி எங்கே கிடைக்கப் போகிறது.

காபா: அன்பே, அவன் பேச்சே அவன் மன விருப்பத்திற்கு மாறாயிருக்கிறது. வாய் குழறும்போதே தெரியவில்லையா? நாவில் நீருறுகிறது பார்.

புத்: இன்னும் உனக்கு என்மேல் தயவு வரவில்லையே?

காபா: தயவு இருந்தால் நான் வீதராக[1] மின்றிருக்க முடியுமா?

புத்: ஒருவன் உள்ளத்தில் விழைவில்லையானால் அவனிடம் வெகுளியும் இராதே.

காபா: என் பொருளை என்னிடம் கொடுத்துவிட்டால் என்னிடம் வெகுளி இராதுதான்.

புத்: என்பொருள் என்று சொல்லுகிறாயே, என்ன அது? எனக்கொன்றும் விளங்கவில்லையே.

காபா: என் கபாலவோடு.

புத்: என்ன, கபாலவோடா?

காபா: "என்ன, கபால ஓடா" என்கிறான்; இஃது இயற்கைதான்:

(பாட்டு)

காண்பன யாவும் கடையூழிக் காலத்தில்
ஏணழிந் துண்மை யிலதாய் இலையாம்
நிலமும் கடலும் மலையும் பிறவும்
உளவா யிலவாம் என்போன் புதல்வ
நீயும் அன்னை யாதலின்
ஓடுள தாகவும் இன்மை கூறினையே.

தேவ: சாமி, நயவுரைக்கெல்லாம் அவன் இசைந்து கொடுப்பானல்லன். மயிலே என்றால் இறகு போடுமா? அவன் கையிலிருந்து பிடுங்கிக் கொண்டு போவதே தக்கது.

1.வீதராகம் - முற்றத் துறக்கும் துறவு

காபா: அன்பே, நீ சொல்வதுதான்; சரி; இதோ *(பிடுங்குகிறான்).*

புத்: காபாலிக்கடையே, சே, விலகிநில் *(என்று தள்ளி உதைத்து விலக்குகிறான்; காபாலி கீழே வீழ்கிறான்.)*

காபா: ஏன், நான் விழுந்து விட்டேனே.

தேவ: ஓ, தாசி மகனே, பிணமாய்ப்போக, *(தாவிப்பற்றி, தலையைப் பற்ற முயன்று தானும்கீழே வீழ்கிறாள்).*

புத்: *(தனக்குள்)* புத்தபகவானுடைய அறிவே அறிவு; தலையை மழித்தல் வேண்டுமென அவர் ஏற்படுத்திய கருத்து எவ்வளவு சிறந்தது. *(வெளிப்படை)* எழுந்திரு, அம்மா! எழுந்திரு எழுந்திரு. *(கைகொடுத்து அவளை எழச்செய்கிறான்).*

காபா: மகேஸ்வர்களே பாருங்கள், இதோ பாருங்கள் நாகசேனா! இந்த மருளிப்பயல்; இவன்தான் புத்த பிக்ஷுவாம்; என் பெண்டாட்டியைப் *(கையைப்பிடித்து இழுக்கிறான் என்ற கருத்துப்பட)* பாணிக்கிரகணம் செய்கிறான் பார்த்தீர்களா?

புத்: ஏ அண்ணே, அந்தமாதிரியெல்லாம் பேசாதே. எங்கள் சமயம் துன்பத்தில் வீழ்ந்தவர்மேல் அன்புசெய்து எடுக்கும்படி கட்டளை யிடுகிறது. உண்மை.

காபா: இதுகூடவா? ஆமாம் ஆமாம். உங்கள் சர்வஞ்ஞன்[1] கண்ட சமயமல்லவா? முதலில் கீழே வீழ்ந்தவன் நான்தானே? சரி, அது போகட்டும். இனி உன் மண்டைதான் எனக்குப் பலியோடாகவேண்டும், வேறு வழியில்லை, கொடு கொடு. *(கைகலந்து சண்டை போடுகின்றனர்).*

புத்: அனிச்சியம் துக்கம் அனத்தம்.

காபா: மகேஸ்வரர்களே: பாருங்கள் பாருங்கள், புத்தனென்கிற இந்த மருளிப்பயல் என் பலியோட்டைத் திருடிக்கொண்டதுமல்லாமல் அவனே பொட்டை மாதிரியழுகிறான்; சரி, நான் மாத்திரம் விடுவேனோ; இதோ நானும் ஒருகை பார்க்கிறேன்; ஓ, அனியாயம்! பிரமாதம்! பிராமணாபசாரம்!!

(ஒரு பாசுபதன் வருகிறான்)

1.சர்வஞ்ஞன் - புத்தனுக்குள்ள சிறப்புப்பெயர்களுள் ஒன்று.

பாசு: சத்தியசோமா, ஏன் இப்படிக் கூச்சல் போடுகிறாய். என்ன சங்கதி

காபா: ஓ, பப்ருகல்பா, நாகசேனன், இந்த புத்தனென்கிற வறண்டிப்பயல் என் கபாலத்தைத் திருடிக்கொண்டு கொடுக்கமாட்டேனென்கிறான்.

பாசு: *(தனக்குள்)* கந்தருவப்பயல்களுக்கு நாம் என்ன செய்யவேண்டுமோ அது தானாகவே செய்யப்பட்டு விட்டது. இந்தக் காலிப்பயல் ஒருபிடி புல்லைக்காட்டி ஒரு பசுவை இழுத்துக்கொண்டு போவதுபோல இந்தப்பெண்ணை மயக்கி இழுத்துக் கொண்டு திரிகிறான். முதலில் அம்பட்டனுக்கு வேலைக்காரியாயிருந்து ஏய்த்தாள்; பிறகு என்னை ஏமாற்றினாள்; *(தன் கையிலிருந்து அவள் காணும்படி ஒரு காலணாவையெடுத்து வைக்கிறான்)* இந்தப் புத்தனுக்குச் சார்பாய்ப்பேசி இந்தப் பிரதியத்தியை[1] வெருட்டி விடுகிறேன். *(வெளிப்படை)* சரி, நாகசேனா, அவன் சொல்வது உண்மையா?

புத்: ஓ, சாமி, நீங்கள்கூட இப்படிப் பேசுகிறீர்களே. எங்கள் சிக்ஷாபதானிப்படி[2] ஒருவர் கொடுக்காத ஒன்றை நாங்களே எடுத்துக்கொள்ளக்கூடாது; பொய் செல்லக்கூடாது; கொலை செய்யக்கூடாது; காலமல்லாக் காலத்தில் உணவுகொள்ளக்கூடாது. புத்தம் சரணம் கச்சாமி, தர்மம் சரணம் கச்சாமி, சங்கம் சரணம் கச்சாமி.

பாசு: சரி. சத்தியசோமா, அவர்கள் கொள்கை அது. என்ன சொல்லுகிறாய்?

காபா: ஏன், எங்கள் கொள்கை பொய் சொல்லக்கூடாது என்பது.

பாசு: இருவர் கொள்கைகளும் நேர்மையாய்த்தான் இருக்கின்றன. இதற்கு எப்படி ஒருத்தர் தீர்ப்புச் சொல்வது?

புத்: புத்த தருமத்தை மேற்கொண்டவன் கள் குடிக்க வேண்டும் என்பதற்கு ஏது என்ன?

பாசு: அவர்கள் சொல்லுகிறபடி காரணவாதி பிரதிஞ்ஞா மாத்திரத்தால் தன் கொள்கையை நிறுவமுடியாதே.

1.பிரதியத்தி - பிரதிஹஸ்தி; எதிரிகையில் இருப்பவன். இது தேவசோமாவைக் குறிக்கும் வகையிலும் இருக்கிறது.

2.இது விநய பிடகம்; மகாவாகம்; முதற்காண்டகம்; 56: சிக்ஷைபத்தனுள் கொடுக்காத தொன்றை ஏலாமை இரண்டாவது சிக்ஷை; பொய்யாமை நான்காவது சிக்ஷை; கொல்லாமை முதலாவது சிக்ஷை; காலமல்லாக்காலத்துண்ணாமை ஆறாவது சிக்ஷை; இந்தச் சிக்ஷாரபதானிபத்தும் புத்த சங்கத்தவர்க்கு விதித்தனவாகும்.

காபா: பிரதியக்ஷத்தில் உண்மையாயுள்ளதற்கு ஏது காண்பது வீண்தானே.

பாசு: பிரதியக்ஷம் என்கிறாயே; எதைப் பிரதியக்ஷம் என்கிறாய்; உன் கருத்தென்ன.

தேவ: சாமி, எங்கள் கபாலம் அவன் மேலாடைக்குள் மறைக்கப்பட்டிருக்கிறது.

பாசு: (புத்தனைப் பார்த்து) கேட்டியோ.

புத்: இந்த பிக்ஷா பாத்திரம் வேறெவருடையதுமல்ல.

காபா: அப்படியானால் அதைக்காட்டு பார்ப்போம்.

புத்: ஆ, இதோ பார் (காட்டுகிறான்).

பாசு: மகேஸ்வரர்களே! பாருங்கள் இந்தக் காபாலி செய்கிற படுநிந்தையைப் பாருங்கள். இந்தப் புத்த சாதுவின் நேர்மையையும் பாருங்கள்.

புத்: மனமுவந்து கொடுக்கப்படாத ஒன்றை நாங்கள் எடுக்கக் கூடாதென்பது கட்டளை. (காபாலியும் தேவசோமாவும் குதிக்கிறார்கள்).

புத்: சே! தான் செய்த காரியத்துக்கு வெட்கப்படுவதை விட்டு வெற்றி கண்டவன்போலக் குதிக்கிறானே.

காபா: சீ, சீ, யாரடா குதிக்கிறது (சுற்றுமுற்றும் பார்த்து) நான் குதிக்கிறதாக வல்லவோ இவன் நினைக்கிறான். தொலைந்து போன கபாலம் கிடைத்ததனாலுண்டாகிய மகிழ்ச்சியாகிய தென்றல் வீசுவதால் என் உடலுக்குள் ஓடும் உவகையாகிய மென்கொடி அசைகிறதென்று இவனுக்குத் தெரியவில்லையே.

புத்: என்ன சாமி, இதைப் பார்க்காமல் இருக்கிறீரே! என்ன காரணம்? இந்தக் கபாலத்தைப் பாரும். சாமி, இதுதான் இதன் நிறம்.

கபா: இதுக்கென்ன ஒருத்தர் சொல்வது. நான் பார்க்காமலா இருக்கிறேன். இக்கபாலம் காக்கையைவிடக் கருப்பல்லவோ. உயர்ந்த ஜீவான்மாக்கள் எல்லாம் பிராயச்சித்தத்தால் பரிசுத்தமடையுமென்று சாஸ்திரம் சொல்லுகிறது. அதுபோல இதுவும் முன்போல் சுத்தமாய்விடும். இதோ பார்,

(பாட்டு)

திங்கள்முடிக் கண்ணியான் திருமலரோன் சிரமரிந்து
மங்குவித்தான் காபால மாநெறியால் மாசகன்றான்
விருத்திரன் சேய் தனைக் கொன்ற வெவ்வினையின் நீங்கினான்
அருத்தியோ டீரைம் பதுமகஞ்செய் தமரர்கோன்.

என்ன பப்ருகல்பா. நான் சொல்வது சரிதானே?

பாசு: நீ சொல்வது புராண முறைப்படி உண்மைதான்.

புத்: நீ சொல்கிறபடி நான் இதன் நிறத்தை மாற்றிவிட்டேனென்றால், இதனுடைய வடிவையும் அளவையும் யார் செய்தார்?

காபா: புத்தசான்றோராகிய நீங்களெல்லாம் மாயையின் புத்திரர்கள்[1] அல்லவா?

புத்: எவ்வளவு காலம் உன்னோடு வாதாடுவது. சாமி இதை எடுத்துக்கொள்ளுங்கள்.

கபா: இதுதான் உண்மையாக உங்கள் தானபாரமிதைபடி[2] நீ செய்ய வேண்டியது.

புத்: இந்த நிலையில் நான் வேறென்ன செய்யக்கிடக்கிறது.

காபா: புத்த சரணம், தர்மம் சரணம், சங்கம் சரணம்.

பாசு: இந்த வழக்கைத் தீர்க்க என்னால் முடியாதையா! நாம் நீதி மன்றத்துக்குப் போவதுதான் தக்கது.

தேவ: அப்படியானால் இந்தாரும். உங்கள் காபாலம் வாழ்க.

பாசு: என்ன செய்தி; என்ன உன் கருத்து.

1.புத்தருடைய தாய் பெயர் மாயாதேவி யென்பது; அதனால் புத்தர் வழிவந்தவர்களை "மாயையின் புத்திரர்கள்" என்றான். பொய்ய ரென்பதுபட இவ்வாறு கூறுதற்கும் அமையும்.

2.பாரமிதை பத்தனுள் தானபாரமிதை யென்பது ஒன்று. ஏனையொன்பதும் சீலபாரமிதை, க்ஷமாபாரமிதை வீரியபாரமிதை, தியான பாரமிதை, பிரஞ்ஞாபாரமிதை, உபாயபாரமிதை, தயாபாரமிதை, பலபாரமிதை, ஞானபாரமிதை எனவரும்.

தேவ: ஐயா, இவர்கள் மடத்துக்குப் பல சிறு மடங்களிலிருந்து அளவில்லாத பொன் வருவாய் வருகிறது. அதனால் இவர்கள் மடத்தில் பொன் பெருவாரியாய்க் கிடக்கிறது. அதைக்கொண்டு நீதியாளர் வாயை இவர்கள் அடைத்துவிடுவார்கள். நானோ ஓர் ஏழைக் காபாலியினுடைய பெண்டாட்டி; எங்கள் சொத்து இந்த பாம்புத்தோலும் திருநீறுந்தான். நீதி மன்றத்துக்குப் போவதற்கு எங்களிடம் அவ்வளவு பொன் கிடையாதே, சாமி.

பாசு: அப்படி யெல்லாம் நினைக்காதே, அம்மா.

(பாட்டு)

குடிவர லுடைமையும் கோட்ட மின்மையும்
நடுவு நிலைமையும் நயனும் மென்மையும்
திண்மையும் வாய்மையும் செம்மையும் தகைமையும்
நன்கனம் நிறைந்த நல்லோர்
மன்றம் காணாய் வழுவுரைக் கலையே.

தேவ: போதும்; போதும். குற்றமில்லாதாருக்கும் அச்சம் ஏன்?

புத்: சரி, சாமி, நீங்கள் முன்னே போங்கள்.

பாசு: ஆஹா! (போகிறார்கள், பித்தனொருவன் எதிர்வருகிறான்).

பித்தன்: *(நாயொன்று வருவதைப் பார்த்து)* அதோ அதோ அதோ!! ஓடுகிறது அந்த மடநாய். நாயே, வறுத்த கறியுள்ள கபாலமொன்றை எங்கேயோ திருடிக் கொண்டு ஓடுகிறாயா? அடிமைக்குப் பிறந்த நாயே, எங்கே ஓடுகிறாய்? அதோ அந்தக் கபாலத்தைப் போட்டுவிட்டு என்னைப் பிடிங்கித்தின்ன என் பக்கமாய் ஓடி வருகிறாயா? *(சுற்றும்முற்றும் பார்க்கிறான்)* இந்தக் கல்லால் அதன் பல்லையுடைக்கிறேன். ஆ, அந்த மண்டையோட்டைப்போட்டு விட்டு எங்கே ஓடுகிறாய்? ஆசைக்கார முட்டாள் நாயே! என்னுடைய ஆண்மையைப் பார்த்துக் கோபம் போலிருக்கு. சமுத்திர ராஜன் ஊர்ப்பன்றி மேல் ஏறிக்கொண்டு வானத்தில் பாய்ந்து இராவணனைக்கொன்று சகரன் மகன் லோகிதாசனை மீட்டு வந்தது தெரியாதா? அடடே, என்ன புதரே. என்ன சொல்லுகிறாய்; “பொய் பொய்” எந்திரக்கல்போல் காலையுடைய இந்தத் தவளையே சான்று? என் சாமார்த்தியம் மூன்றுலகத்துக்கும் தெரிந்திருக்கிறபோது, சான்று எதுக்கு? இப்பொழுது இதைச் செய்வோம். நாய் விட்டு விட்டுப்போன கறியில் கொஞ்சம் தின்கிறேனே. *(தின்றுவிட்டு மருண்டுபார்க்கிறான்)* ஐயோ நான் செத்தேன் செத்தேன் (அழுதுகொண்டு

சுற்றிப்பார்க்கிறான்) யாரடா என்னை அடிக்கிறது? (சுற்றிப்பார்க்கிறான்) டேய்! சிறுபையன்களே, நான் யார் தெரியுமா, பீமசேனன் மகன் கடோற்கசனுடைய மைத்துனன், தெரியுமா. நான் சொல்வதைக்கேள்; நூறு பூதர்கள் என் வயிற்றுக்குள் சவாரி செய்கிறார்கள்; கட்டாரியும் அம்பும் கையில் கொண்டுள்ளனர்; நான் துப்பினால் நூறு பாம்பும் புலியும் வாயிலிருந்து காட்டுவேன். அவை மிகவும் பயங்கரமானவை, தெரியுமா? அப்பா! அவை என்னை எப்படித் தொந்தரை செய்கின்றன. சிறிய பெரியோர்களே! என்னைச் சற்று மன்னியுங்கள். மன்னியுங்கள். இந்தச் சிறு கறித்துண்டுக்காக என்னை வருத்தவேண்டாம் (நேரே உற்றுப்பார்த்து) சூர கந்தி, ஏன், அதோ நம் தலைவர். அவரிடம் போகிறேன். (ஓடுகிறான்).

பாசுபதன்: ஓ, அந்தப்பித்தன் நம்மிடம் வருகிறான். அதோ, அதோ!! உடுத்தெறிந்த கந்தல் உடை, வெண்டலை; மாசேறிச் சிக்குற்று மண்பொடியும் சாம்பர்.

(பாட்டு)

தூசும் துகளும் தொழுவோர் களைந்தெறிந்த
தொங்கல் சிதர்வும் துதையுமால் எங்கணும்

காக்கை கரைந்துவரக் கையுதிர்க்கும் சோறும்
சீழ்க்கை யொலியும் தீராச் சினமும்

ஊரார் கழித்த கழிவுமிவண் ஒருருக்கொண்
டேரார் மனிதனென வந்தா லெனவருவான்.

பித்தன்: (தனக்குள்) இவ்விடம் போவோம் (வந்து) இதோபாரும், சாமி, சண்டாளன் ஒருத்தனுடைய நாய் இந்தக் கபாலத்தைத் தூக்கிக்கொண்டு ஓடியது. நான் அதை வெருட்டிவிட்டு இதை எடுத்து வந்தேன். இதை நீங்கள் எடுத்துக்கொள்ளுங்கள்.

பாசு: (பார்த்து) இதை வேறு தக்கவருக்குக் கொடு, அப்பா.

பித்தன்: (புத்தனைப்பார்த்து), ஐயா, அந்தணரே நீங்கள் எடுத்துக்கொண்டு என்னை ஆசீர்வதியுங்கள்.

புத்த: இந்தப் பாசுபதர்தான் தக்கவர்.

பித்: (காபாலி யருகு வந்து கபாலத்தின் எதிரில் நின்று சுற்றி வந்து காலில் வீழ்ந்து வணங்கி) கடவுளே, இதை எடுத்துக்கொண்டருளும். இதோ நான் கும்பிடுகிறேன்! (கைகுவித்து)

காபா: ஓ, இது நம்முடைய கபாலமே.

தேவ: ஆமாம், சாமி, ஆம்.

காபா: ஆ, கடவுளருளால் நான் இப்போது காபாலியானேன். (கையில் எடுக்கிறான்).

பித்: (சட்டெனப்பிடுங்கிக்கொண்டு) அடிமை மகனே, இதைவிட நஞ்சத்தைத் தின்னக்கூடாதோ?

காபா: (பின் தொடர்ந்து) ஐயையோ, இந்த எமன் என் உயிரைக்கவர்ந்து கொண்டுபோகிறான். ஐயா, பிடியுங்கள் பிடியுங்கள்.

பாசு: ஆகா, இதோ (பித்தனை வழி மறிக்கிறார்கள்).

காபா: அடே, நில் நில்.

பித்: ஏன் இவர்கள் வழிமறிக்கிறார்கள்?

காபா: எங்கள் கபாலத்தைக் கொடுத்துவிட்டுப்போ.

பித்: முட்டாளே, இது பொன் கபாலமாயிற்றே, இது தெரியவில்லையா?

காபா: பொன்னாயிருந்தால் இதையார் செய்தார்கள்?

பித்: நான் சொல்லுகிறேன். அந்தச் சுவன்னகாரன்தான் செய்தான்.

புத்: என்ன சொல்லுகிறாய்.

பித்: இது பொற்கபாலம்.

புத்: இவனென்ன பித்தனோ?

பித்: திரும்பத்திருப்ப பித்தன் பித்தன் என்று சொல்லுகிறாய். (காபாலியைப் பார்த்து) இதோ, இதை எடுத்துக்கொள். இப்பொழுது, பித்தன் பித்தன் யார் காட்டு.

காபா: (கபாலத்தைக் கையில்கொண்டு ஒரு சுவரைக்காட்டி) அதோ அந்தச் சுவருக்குப்பின்னே போய் மறைகிறான். பித்தன்; ஓடு, ஓடி அவனைப்பிடி.

பித்: நல்லது (ஓடுகிறான்).

புத்: *ஆச்சரியம்!* எதிரியான காபாலியடைந்த லாபம் காண எனக்கு *மகிழ்ச்சி!*

காபா: *(கபாலத்தை மார்பில் அணைத்து)*

(பாட்டு)

என்று மெங்கணு மிருந்தருள் இறைவநின் னருளே
துன்று நன்னெறி வழுவிலேன் தொழுகையுந் தூவேன்
நின்றென் கையகன் றொழிந்த சீர்க் கபாலமே நீயென்
றன்கை மேவலும் மறைந்தன னவனனி வாழி.

தேவசோமா:

(பாட்டு)

மேலை மாமலை போன்றொளிர் கின்றனை வெண்ணி
றேல மேனியி லிலங்கவெண் டலைகையி லிருந்து
மாலை மாமதி யெனவயங் கிடுமது காண
நீல மைவிழி சுழன்றுநீர் சொரியுமே நெடிதே.

பாசு: நல்லது, இழந்தபொருளை யெய்தினீர்; மிக்க மகிழ்ச்சி, அன்பரே, வாழ்க.

காபா: உண்மையே நோக்கின் இந்த மகிழ்ச்சி உம்முடையதேயாகும்.

பாசு: *(தனக்குள்)* உண்மைதானே, அறியாச் சிறியவர்க்கு அச்சமேது. நல்ல காலம். இந்தப் புத்தன் ஒரு புலி வாயிலிருந்து தப்பினான். *(வெளிப்படை)* சாமி, நீ பெற்ற மகிழ்ச்சி கண்டு நானும் மகிழ்கிறேன். கச்சி நெறிக் காரைக் காட்டுச் சுடலையில் என் சுவாமிக்கு இது தூமவேளை; நான் போய்வருகிறேன்.

(பாட்டு)

வேடனுடன் போர்செய்யும் வில்விசயன் போர்முடிவு
நாடரிய நட்பாய் நயந்தாற்போல் நீடுபுத்தன்
தன்னொடுநீ செய்பூசல் சால்புடைய காபாலம்
மன்னியநட் பாய்வளர்க மன்.

(பாசுபதன் போகிறான்).

காபா: *(புத்தனைப் பார்த்து)* நாகசேனா! நான் ஏதாகிலும் உனக்கும் பிழை செய்திருந்தால் மன்னிக்கவேண்டுகிறேன்.

புத்: இதற்காகவா ஒரு வேண்டுகோள்: உன்னை மகிழ்விக்க யான் என்ன செய்யக்கூடும்.

காபா: உன்னுடைய மன்னிப்பை யொழிய வேறே எனக்கு என்ன வேண்டியிருக்கிறது.

புத்: நல்லது, நான் போய்வருகிறேன்.

காபா: நல்லது, மறுபடியும் நாம் காணலாம்.

புத்: அப்படியே, ஆகட்டும்.

காபா: தேவசோமா, வா, நாம் போகலாம். *(போதல்).*

சூத்:

(பாட்டு)

வாழ்க அந்தணர் வானவ ரானினம்
சூழ்க வேள்விகள் தொன்மறை யோதுக
வெல்க நல்லறம் விரிசுடர் மதியமும்
பல்புகழ் ஞாயிறும் படரு நாளெலாம்
தொல்லுல கின்பமே சூழ்க பகையிருள்
பசையறக் கெடுக பரந்த பாரகம்
வசிமிகப் பல்வளம் மல்கி மன்னுயிர்
பசிபிணி யின்மையிற் பரசுக பாடுக
எத்திசை யுலகும் நிலவுக
சத்துரு மல்லன்[1] தாணிழல் எனவே.

1.சத்துருமல்லன் - முதல் மகேந்திரனுடைய சிறப்புப்பெயர்களுள் ஒன்று.

முற்றும்

துணை நின்ற நூல்கள்

மூல நாடக மொழிபெயர்ப்புகள்:

1. மஹேந்திர விக்கிரம வருமன், பலராம ஐயர்,ந., (மொ.ஆ.) மத்தவிலாஸப் பிரகஸனம் – ஒரு நாடகம், காரைக்குடிச் செந்தமிழ்க் கழகம், காரைக்குடி, 1932.

2. மகேந்திரவர்மன், நாராயணசாமி நாயடு, தி.கி., (மொ.ஆ.) மத்தவிலாசம் பிரகசனம், செந்தமிழ்ச்செல்வி, தொகுதி:12&13, பரல்கள் 7, 1,12, 1933, 34, 35.

3. மகேந்திரவர்மன், துரைசாமி, ஔவை சு.,, (மொ.ஆ.), மத்தவிலாசம், Ramanajachari, R., (ed.), Journal of the Annamalai University, Vol.XV, Annamalainagar,1950

துணைமை நூல்கள்:

4. அறவாணன், க.ப., தமிழ்ச்சமுதாய வரலாறு – சமற்கிருதக் காலம், பச்சைப்பசேல், புதுச்சேரி, 1995.

5. இராசமாணிக்கம் பிள்ளை, டாக்டர், மா., பல்லவர் வரலாறு, திருநெல்வேலித் தென்னிந்திய சைவசித்தாந்த நூற்பதிப்புக்கழகம், லிமிடெட், சென்னை, 1971.

6. கமலநாதன், கேரளத்துக் கோயில் கலைகள், சாருபிரபா பப்ளிகேஷன்ஸ், சென்னை, 2006.

7. கலையரசி, திருமதி நா.(பதி.ஆ.), உள்ளம் கவர்ந்த நாயுடு பெருமகனார் தி.கி.நா. நூற்றாண்டு வெளியீடு, திரு.வி.க. பதிப்பகம், சென்னை, 2006,

8. காசிநாதன், நடன., மாமல்லபுரம், மாணிக்கவாசகர் நூலகம், சென்னை , 2000.

9. காளிதாசன், மகாகவி. பாரதிமோகன், (பொ.ஆ.)., மாளவிகையும் அக்கினிமித்திரனும், முல்லை நிலையம், சென்னை, 2009.

10. கோசாம்பி, டி.டி., இந்திய வரலாறு – ஓர் அறிமுகம், விடியல், கோவை, 2016.

11. சர்மா, ஆர். எஸ்., பண்டைக்கால இந்தியா, நியூ செஞ்சுரி புக் ஹவுஸ் (பி) லிட், சென்னை, 2001.

12. சாம்பசிவனார், ச., உரைவேந்தர் ஔவை சு.துரைசாமி பிள்ளை, சாகித்திய அகாதெமி, புதுதில்லி, 2007.

13. சாமிநாதையர், உ.வே., புத்த சரிதம், பௌத்த தர்மம், பௌத்தசங்கம், கபீர் அச்சுக்கூடம், சென்னை, 1898.

14. சுப்ரமண்யன், ந., அமரர் ந.பலராம ஐயரவர்கள், ..., மதுரை, 1973.

15. சுப்பிரமணியன், தி.நா., பல்லவ மகேந்திரவர்மன், அல்லயன்ஸ் கம்பெனி, சென்னை.

16. சூரிய நாராயண சாஸ்திரியார், வி.கோ., நாடகவியல், உலகத் தமிழாராய்ச்சி நிறுவனம், சென்னை, 2004.

17. ஞானசம்பந்தன், அ.ச., (பதி.ஆ.), தேவாரத் திருப்பதிகங்கள், கங்கை புத்தக நிலையம், சென்னை, 2002.

18. தொல்காப்பியம், மெய்ப்பாட்டியல், மதுரை காமராசர் பல்கலைக்கழகம், மதுரை, 1986.

19. நடராஜன், நவாலியூர், வடமொழி இலக்கிய வரலாறு, கலைஞன் பதிப்பகம், சென்னை, 1999.

20. நளினி, மு., மற்றும் கலைக்கோவன், இரா., மகேந்திரர் குடைவரைகள், சேகர் பதிப்பகம், சென்னை, 2012.

21. பரதமுனிவர், ஸ்ரீராம தேசிகன், எஸ்.என்., (தமிழாக்கம்), பரதநாட்டிய சாஸ்திரம், உலகத்தமிழாராய்ச்சி நிறுவனம், சென்னை, 2001.

22. ......, பாலகிருஷ்ண ஐயர், எஸ்.ஏ., (மொ.ஆ.), மிருச்சகடிகம், உலகத் தமிழாராய்ச்சி நிறுவனம், சென்னை, 2002.

23. பாஸ மகாகவி, பிரதிமா ஸ்வப்ன வாசவதத்தம், உலகத்தமிழாராய்ச்சி நிறுவனம், சென்னை, 1999.

24. பாஸன், மகாகவி, ஹரிஹர சாஸ்திரி, ஜி., (மொ.ஆ.), ஸவப்ன வாசவதத்தம், கலைமகள் காரியாலயம், சென்னை, 1956.

25. பாஸன், மகாகவி, ஹரிஹரசாஸ்திரி, ஜி., (மொ.ஆ.), பிரதிமா நாடகம், கலைமகள் காரியாலயம், சென்னை, 1959.

26. பிள்ளை, டாக்டர், கே.கே., தமிழக வரலாறு மக்களும் பண்பாடும், உலகத்தமிழராய்ச்சி நிறுவனம், சென்னை, 2002.

27. மகேந்திர விக்கிரம வர்ம பல்லவன், ஜாண் ஆசீர்வாதம், இ., (மொ.ஆ.), பகவதஜ்ஜுக அங்கதம், கிறிஸ்தவ இலக்கிய சங்கம், சென்னை, 1979.

28. மகேந்திர விக்கிரம வர்ம பல்லவன், ஜாண் ஆசீர்வாதம், இ., (மொ.ஆ.), மத்தவிலாச அங்கதம், கிறிஸ்தவ இலக்கிய சங்கம், சென்னை, 1981.

29. மகேந்திரவிக்ரமவர்மன், கால சுப்ரமணியம், (மொ.ஆ.), மத்தவிலாசம் & பகவதஜ்ஜுகம் – பிரகசன நாடகங்கள், தமிழினி, சென்னை, 2019.

30. மஜும்தார், R.C., ராய் சௌதுரி H.C., & தத்தா ,K., இந்தியாவின் சிறப்பு வரலாறு, தமிழ்நாட்டுப் பாடநூல் நிறுவனம், சென்னை, 1976.

31. வேங்கடசாமி, மயிலை சீனி., மகேந்திரவர்மன், திருநெல்வேலித் தென்னிந்திய சைவசித்தாந்த நூற்பதிப்புக் கழகம், சென்னை,1978.

32. சிவனடி, ப., இந்திய சரித்திரக் களஞ்சியம் – இரண்டாம் தொகுதி, கலைஞன் பதிப்பகம், சென்னை, *1988*.

33. சிலப்பதிகாரம், அரும்பத உரையும் அடியார்க்கு நல்லார் உரையும், உ.வே.சா.நூல்நிலையம், சென்னை, *2001*.

34. ஜகந்நாதராஜா, மு.கு., வடமொழி வளத்திற்குத் தமிழரின் பங்கு, நியூ செஞ்சுரி புக்ஹவுஸ் (பி) லிமிடெட், சென்னை, *1994*.

35. ஸ்ரீநிவாச ஸர்மா, வடமொழி நாடக இலக்கிய வரலாறு, அண்ணாமலைப் பல்கலைக்கழகம், அண்ணாமலைநகர், *1989*.

36. ....., பல்லவர் செப்பேடுகள் முப்பது, உலகத்தமிழாராய்ச்சி நிறுவனம், சென்னை, *1999*.

ஆங்கில நூல்கள்:

37. Adya Rangacharya, *Introduction to Bharata's NatiyaSastra*, Popular Prakashan, Bombay. 1966.

38. Bhat, G.K., *Theatric Aspects of Sanskrit Drama*, Bhandarkar Oriental Research Institute, Poona, 1983.

39. Byrski, Christopher, M., *Concept of Ancient Indian Theatre*, Munshiram Manoharlal Publishers Pvt.Ltd., Delhi, 1974.

40. Gupta, Chandra Bhan., *The Indian Theatre*, Motilal Banarasidass, Banaras, 1954.

41. Gupta, Dharmendra Kumar., *Society and Culture in the time of Dandian*, Meharchand Lachhmandas, Delhi, 1972.

42. Kapila Vatsyayan, *Traditional Indian Theatre*, National Book Trust, New Delhi, 2005.

43. Keith, Berrledae, A., *The Sanskrit Drama*, Oxford University Press, 1954.

44. Lockwood, Michael., *Mamallapuram and the Pallavas*, The Christian Literature Society, Madras, 1982.

45. Lockwood, Michael., *Pallava Art*, Tambaram Research Associates, Madras, 2001.

46. Lockwood, Michael., & Vishnu Bhat, A., (Ed.& Transulated), *King Mahendravarman's Plays*, Tambaram Research Associates, Madras, 1991.

47. Mankad, D.R., *Ancient Indian Theatre*, Charatar Book Stall, Anand, 1960.

48. Sarabhai, Mallika (Ed.)., *Performng Arts of Kerala*, Mapin Publishing, Ahmedabad, 1994.

49. Tarla Mehta, *Sanskrit Play Production in Ancient India*, Motilal Banarsidass Publishers (P) Ltd., Delhi, 1995.

50. Unni, N.P., *Mattavilasa Prahasana*, Nag Publishers, Delhi, 1998.

51. Wilson, Horace Hayman., *Select Specimens of the Theatre of the HindusVolI*, Parbury, Allen And Co., London, 1835.

★★★

பின்னிணைப்பு: 1

மகேந்திரவர்மனின் சிற்பம்

மாமல்லைக் குன்றின் தெற்கே, மேற்கு மூலையில் வராகமண்டபம் என்று அழைக்கப்பெறும் குடைவரை உள்ளது. முதலாம் இராசராசனின் கல்வெட்டு இதனை 'பரமேச்சுர மகாவராஹ விஷ்ணு கிருஹம்' என்று குறிப்பிடுகிறது.

மேற்கு நோக்கி அமைந்த இக்குடைவரையின் கருவறையில் பூவராகர் காட்சியளிக்கிறார். மேலும் இங்கு திருமால், அரியரன், கங்காதரர், துர்க்கை, நாகராசர், கஜலட்சுமி ஆகியோரின் சிற்பங்கள் காணப்படுகின்றன.

வடபுறச்சுவரில் இருக்கையில் அமர்ந்த நிலையில் மன்னன் உருவமொன்று காணப்படுகிறது. அவனது இருபுறத்தும் அரசியர் இருவர் நிற்கின்றனர். மேலே 'சிம்ம விண்ணப் போத்ராதிராஜன்' என்ற பெயர்ப் பொறிப்பு பல்லவ கிரந்த எழுத்துக்களில் காணப்படுகிறது.

இச்சுவருக்கு நேர் எதிரே, தென்புறச்சுவரில் தன் துணைவியர் இருவருடன் அரசன் ஒருவன் நிற்கிறான். அவன் தன் இடது கையினால் தேவியைப் பற்றிய வண்ணம், வலது கரத்தால் கோயிலின் உள் சுட்டிக்காட்டி நிற்கிறான். மேலே 'மஹேந்திரப் போத்ராதிராஜன்' என்ற பெயர் பல்லவ கிரந்த எழுத்துக்களில் பொறிக்கப்பட்டுள்ளது.

ஔவை சு.துரைசாமிப் பிள்ளை

பின்னிணைப்பு: 2

மொழிபெயர்ப்பாசிரியர்கள்

ந.பலராம ஐயர்

கோதண்டராம ஐயருக்கும் சிவகாமியம்மாளுக்கும் 1875 ஆண்டு ஜூலைத் திங்கள் 16ஆம் நாள் பரங்கிப்பேட்டையில் பிறந்தார். கடலூரிலிருந்த நேடிவ் உயர்நிலைப் பள்ளியிலும் செயின்ட் ஜோசப் கல்லூரியிலும் பயின்று, 1892இல் சென்னைக் கிறித்தவக் கல்லூரியில் பி.ஏ. வகுப்பில் சேர்ந்து கணிதம் பயின்றார்.

அங்குத் தமிழ்த்துறைத் தலைவராக இருந்த பரிதிமாற்கலைஞருடன் நேர்ந்த உறவு, அவர் வாழ்வினை மாற்றியது. தமிழ்பால் எல்லையற்ற ஈடுபாடு கொண்டார். பரிதிமாற் கலைஞரிடம் தனிப்பட்ட முறையில் தமிழ்பயின்ற இயற்றமிழ் மாணக்கர் பன்னிருவரில் முதல் மாணக்கராகத் திகழ்ந்தார்.

கடலூர் நகர உயர்நிலைப் பள்ளியில் ஆசிரியராகப் பணியாற்றினார். 1898ஆம் ஆண்டு சிவகாமசுந்தரியை மணம்புரிந்தார். கடலூரில் அவர் ஏறத்தாழ 30 ஆண்டுகள் பணியாற்றினார்.

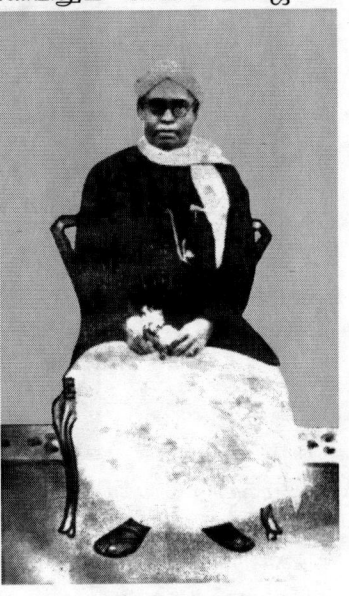

ந.பலராம ஐயர்

ஆங்கில அரசாங்கத்தின் பொருளாதாரச் சுரண்டலை வெளிப்படுத்தி 'இந்தியாவும் சுய ஆட்சியும்' என்றொரு நூலை எழுதினார்.

பரிதிமாற் கலைஞருடன் ஏற்பட்ட தொடர்பால் நாடக ஆக்கத்திலும் மேனாட்டு மரபுகளைத் தமிழில் அறிமுகம் செய்வதிலும் நாட்டம் கொண்டார். வடமொழியிலும் ஆங்கிலத்திலும் இயற்றப்பெற்ற நூல்களையும் நாடகங்களையும் தமிழாக்கம் செய்யும் முயற்சியில் ஈடுபட்டார்.

11ஆண்டுகள் காரைக்குடியில் இருந்து பின்னர் 1927ஆம் ஆண்டு அண்ணாமலைப் பல்கலைக்கழகம் நிறுவப்பட்டபோது அங்குத் தமிழ் விரிவுரையாளராகப் பணியேற்று. 1935ஆம் ஆண்டுவரை பணிபுரிந்தார். 1940ஆம் ஆண்டு இயற்கையெய்தினார்.

தண்டி வடமொழியிலியற்றிய தசகுமார காவிய மொழிபெயர்ப்பு, யௌவநாம்பிகை பிள்ளைத்தமிழ் முதலியவற்றையும் பல தனிப்பாடல்களையும் சிலப்பதிகாரக் கதை, ஆத்திசூடி நீதிக்கதைகள் போன்ற உரைநடை நூல்களையும் தசகுமார சரித்திரம், விக்டர் ஹியூவேவின் ஜீன் லால் ஜின் போன்ற மொழிபெயர்ப்பு நூல்களையும் நாடகவியல், சித்திரக்கவி, சூளாமணி ஆகியவற்றிற்கு உரைகளையும் இயற்றியுள்ளார்.

விரிவுக்குக் காண்க: ந.சுப்ரமண்யன் (பதி.ஆ.), அமரர் ந.பலராம ஐயரவர்கள் – வாழ்க்கை வரலாறும் செய்யுள் தொகையும்.

தி.கி.நாராயணசாமி நாயடு

தி.கி.நாராயணசாமி நாயடு 22.9.1906 அன்று தோன்றியவர். இவரது இளம்பருவத்திலேயே தந்தையார் மறைந்தமையால் பள்ளிப்படிப்பை இடையில் நிறுத்திட நேர்ந்தது. நிலக்கிழாராகத் திகழ்ந்தார். பெரும் செல்வந்தராக வாழ்ந்தார்.

தி.கி.நாராயணசாமி நாயடு

29.8.1950 அன்று திருமதி அலர்மேல் அம்மையாரை மணம் புரிந்தார். இரண்டு ஆண்மக்களும் மூன்று பெண்மக்களும் பிறந்தனர்.

திருப்பாதிரிப்புலியூர் ஞானியார் மடத்துடன் கொண்ட தொடர்பால் சைவத்தின்பால் ஆழ்ந்த பற்றுதல் கொண்டார். தமிழ்த்தென்றல் திரு.வி.க.விடம் கொண்ட பற்றால் அவரையே தன் சிந்தனைமுறை, செயற்பாடுகள் என அனைத்திற்கும் முன்னோடியாகக் கொண்டார்.

சைவசித்தாந்த சமாசம் எனும் பெருமன்றத்தில் தலைவர் உள்ளிட்ட பல பொறுப்புகளையும் வகித்தார். திருப்பாதிரிப்புலியூர் பாடலேசுவரர் திருக்கோயில், வடலூர் சத்தியஞானசபை முதலியவற்றிற்கு அறங்காவலராகத் திகழ்ந்தார். சமூக அமைப்புகள் பலவற்றிலும் பொறுப்புகள் ஏற்றுத் திறம்பட வழிநடத்தினார். கரந்தைத் தமிழ்ச்சங்கத்தில் ஆயுட்கால உறுப்பினராகவும் விளங்கினார்.

சைவத்திருமுறைகளில் இருந்த ஈடுபாட்டின் காரணமாக ஒவ்வொரு திருமுறையிலும் 60 பாடல்களைத் தேர்ந்து திரட்டு நூல்களையும் தேவதுதி, முருகன் துதி, தாயுமானவர், இராமலிங்கர், ஆழ்வார் பாடல்கள் ஆகியனவற்றிலிருந்து பாடல்களைத் தேர்ந்து திரட்டுகளையும் வெளியிட்டுள்ளார். தேவாரப் பண்கள் குறித்த ஒரு தனி ஆராய்ச்சிக் குறிப்பு நூலையும் ஆசார்ய ஹிருதய வியாக்கியானத் தமிழாக்கம், ஸ்ரீவசன பூஷண வியாக்கியானத் தமிழாக்கம், அரையர் சேவை, நாலாயிரப் பண்முறை முதலிய நூல்களையும் வெளியிட்டுள்ளார்.

தன்னூல்கள் மட்டுமன்றிப் பிறர்தம் நூல்கள் வெளிவரவும் பெரும்பொருள் வழங்கியுள்ளார்;

தன் சொந்த முயற்சியால் தமிழ் கற்ற இவர், சிறந்த கல்வெட்டு ஆய்வாளரும் கோயிற்கலை ஆய்வாளருமாவார்.

திரு.வி.க. போன்ற சான்றோர்கள் மட்டுமன்றிச் 'செந்தமிழே யாண்டும் சிறக்க, செழுந்தமிழர் செந்தமிழால் யாண்டும் சிறப்புப் பெறுகவென்று தீந்தமிழ்க்குத் தொண்டு செய்பவர்' என வாயாரப் பாராட்டித் தன் நூல் ஒன்றினை அவர்க்குச் சமர்ப்பணம் செய்துள்ளார் பாவேந்தர்!

இப்பெருமகனார் 27.08.1989 அன்று, தன் 83 ஆம் அகவையில் இயற்கையெய்தினார்.

விரிவுக்குக் காண்க: திருமதி நா.கலையரசி (பதி.ஆ.) உள்ளம் கவர்ந்த நாயுடு பெருமகனார், திரு.வி.க.பதிப்பகம், சென்னை72, 2006

ஔவை சு.துரைசாமிப் பிள்ளை

திண்டிவனத்திற்கு அருகிலுள்ள ஔவையார் குப்பத்தில் சுந்தரம் பிள்ளைக்கும் சந்திரமதி அம்மையாருக்கும் 5.9.1902 அன்று மகனாய்த் தோன்றினார்.

திண்டிவனம் அமெரிக்க ஆற்காடு நற்பணி உயர்நிலைப்பள்ளியில் பயின்றார். கரந்தை தமிழ்ச்சங்கப் பள்ளியில் ஆசிரியராகப் பணியிலமர்ந்தார். 1930ஆம் ஆண்டில் வித்துவான் பட்டம் பெற்றார். உலோகாம்பாள் என்னும் அம்மையாரை மணந்தார்.

ஔவை சு.துரைசாமிப் பிள்ளை

1929ஆம் ஆண்டு முதல் 1941ஆம் ஆண்டு வரை வடஆர்க்காடு மாவட்டக் கழக உயர்நிலைப் பள்ளிகளில் பணிபுரிந்தார். 1942இல் திருப்பதி திருவேங்கடவன் கீழ்த்திசைக் கல்லூரியில் ஆராய்ச்சியாளர் பணியிலமர்ந்தார்.

1943ஆம் ஆண்டு அண்ணாமலைப் பல்கலைக்கழகத்தில் சேர்ந்து எட்டு ஆண்டுகள் விரிவுரையாளராகப் பணியாற்றிய பின்னர். 1951ஆம் ஆண்டு மதுரை தியாகராசர் கல்லூரியில் பணியேற்றார்.

3.4.1981ஆம் ஆண்டு, தனது 79ஆம் வயதில் இயற்கை யெய்தினார்.

தன் வாழ்நாளில் அவர் இயற்றிய 34 நூல்களை உரைகள், ஆராய்ச்சி நூல்கள், சுருக்க நூல்கள், வரலாற்று நூல்கள், மெய்ப்பொருள் நூல்கள், கட்டுரை நூல்கள், மொழிபெயர்ப்பு, ஆங்கில நூல் என வகைப்படுத்தலாம்.

ஐங்குறுநூறு, புறநானூறு, நற்றிணை, பதிற்றுப்பத்து, திருவருட்பா மற்றும் சைவசித்தாந்த சாத்திரநூல்களுக்கு வகுத்தவுரைகளின் சிறப்புக்கருதி, ‘உரைவேந்தர்’ எனப் போற்றப்படுகிறார். சைவசித்தாந்தத்தில் அவருக்கு இருந்த ஆழ்ந்த பற்றினாலும் புலமையாலும் ‘சித்தாந்த கலாநிதி’ எனப் புகழப்படுகிறார்.

சைவ இலக்கிய வரலாறு, சேர மன்னர் வரலாறு, தமிழ்நாவலர் சரிதை மூலமும் உரையும், வரலாற்றுக் காட்சிகள் ஆகியவை அவர்தம் வரலாற்றியல் வரைவுத் திறனுக்கும் ஆய்வு நுட்பத்திற்கும் சான்றுகளாகத் திகழ்கின்றன.

விரிவுக்குக் காண்க: ச.சாம்பசிவனார், உரைவேந்தர் ஔவை சு.துரைசாமிப் பிள்ளை, சாகித்திய அக்காதமி, புதுதில்லி,2007.

பின்னிணைப்பு: 3

வடமொழி நாடக வகைகள்

வடமொழியில் நாடகம் பத்து வகைப்படும். அவற்றின் இயல்புகளை நாட்டிய சாத்திரங்கள் விரிவாகப் பேசுகின்றன. (பரதநாட்டிய சாஸ்திரம், ப.219) இலக்கண வேறுபாடுகளால் நாட்டியம் (நாடகம்) பத்து வகைப்படும். அவை, 1.நாடகம், பிரகரணம், 3.விஷ்கம்பகம் 4.வியாயோகம் 5.பாணம் 6.சமவகாரம் 7.வீதி 8.பிரஹஸனம் 9.டிமம் 10.ஈஹமிருகம் என்பனவாகும்.

1. நாடகம்

புகழ்பெற்ற கதையைக் கொண்டிருக்கும், நற்பண்புகளையும் பெருமைகளையும் உடையவன் தலைவனாவான். பெரிதும் மன்னர்களைக் குறித்தே கதையிருக்கும் பல்வகைச் சுவைகளைக் கொண்டிருப்பினும் சிருங்காரம் அல்லது வீரம் தலையாய சுவையாகும்.

2. பிரகரணம்

கதையும் தலைவனும் கற்பனையால் படைக்கப் பெறுவர். கற்பனைக் கதைகளில் ஆசிரியனது சொந்தக் கற்பனையும் கலந்திருக்கும். தெய்வீகத் தலைவர்கள் இடம் பெறாமல் விடர்கள் (தூர்த்தர்கள்), சேவகர்கள் இடம்பெற்றிருப்பர். அந்தண, அமைச்ச, வணிக குமாரர்கள் தலைவராவர். ஐந்திற்கும் குறையாமல் அங்கங்கள் இருக்கும்.

3. விஷ்கம்பகம்

நடுத்தரப் பாத்திரங்களையும் சுருக்கமான நிகழ்ச்சிகளையும் நாகரிகர்களின் உரையாடலையும் கொண்டிருக்கும்.

4. வியாயோகம்

புகழ்பெற்ற கதையையும் புகழ்மிக்க தலைவனையும் கொண்டிருக்கும். குறைந்த எண்ணிக்கையில் பெண்பாத்திரங்கள் இருப்பர். ஒரே நாளில் நிகழ்வதாகக் கதை அமையும். இராஜரிஷியே தலைவனாக இருப்பான். ஓரங்க நாடகமாகிய இதில் உவகை, நகை, சமநிலை தவிர்ந்து ஏனைய சுவைகள் இடம்பெறும்.

5. பாணம்

தன் அனுபவத்தையோ பிறர் அனுபவத்தையோ விளக்கிக் கூறி, ஒரே ஒரு பாத்திரம் மட்டும் நடிக்கும். வானிலிருந்து வருமொழிக்கு விடைகூறும் பான்மையில் அமையும். மிக்க காமத்தையும் மேலான வீரத்தையும் உணர்த்தி, ஓரங்கத்தில் அமையும்.

6. சமவகாரம்

தேவர்களும் அரக்கர்களும் மாந்தர்களாகும் இதில், பலனை அடைய மேற்கொள்ளப்பெறும் பல சூழ்ச்சிகள் (உபாயங்கள்) நிறைந்திருக்கும். மூன்று அங்கங்களைக் கொண்ட இந்நாடகத்தில் பெருமிதச் சுவை மிகுந்திருக்கும்.

7. வீதி

ஒன்றிரண்டு பாத்திரங்களைக் கொண்டு, ஓரங்க நாடகமாக அமையும். இதில் எல்லாச் சுவைகளும் நிரம்பியிருக்கும். உயர்ந்த, நடுத்தர இனக் கீழ்த்தரப் பாத்திரங்கள் எதுவாயினும் இதில் முக்கியப் பாத்திரமாக அமையலாம்.

8. பிரஹஸனம்

பதிப்புரை காண்க. (பக்.18,19)

9. டிமம்

'டிமம்' என்ற சொல்லிற்கு, மிக்க செருக்குடைய தலைவனையும் சூழ்ச்சிகளையும் உபத்திரவங்களையும் கொண்டதென்று பொருளாகும். தேவர், அரக்கர், இயக்கர்கள் தலைவராவர்; தலைவி இடம்பெறுவதில்லை. நான்கு அங்கங்களைக் கொண்டு சிருங்காரம், நகைச்சுவை தவிர்ந்த ஏனைய சுவைகளை மிகுதியாகக் கொண்டுவரும். மாயாஜாலங்கள் நிறைந்திருக்கும்.

10. ஈஹாமிருகம்

தெய்வீகத் தன்மை மிக்கோர் தலைவராவர். தெய்வக் கன்னிகைக்காகப் போர் நிகழும் இதில் குழப்பம், கலகம், சூழ்ச்சி முதலியன மிக்கிருக்கும்.

மகேந்திரவர்மன், தன் பகவதஜ்ஜுக நாடகத்தில், 'வார, இஹம்ரிக, திம, சமவக்கார, வியாயோக, பாண, சல்லாப, வீதி, உத்சிரிஷ்டிகாங்க, பிரஹஸன'எனச் சூத்திரதாரி வாயிலாக இப்பத்து வகைகளையும் குறிப்பிட்டுள்ளான்.

(மகேந்திர விக்கிரவர்ம பல்லவன், பகவதஜ்ஜுக அங்கதம், மைக்கேல் லாக்வுட், (பதி.ஆ.) ப.1.

இந்நாடக வகைகளின் பொருண்மைகளை,

1.வேண்டுதல் நாடகம் 2.ஒருதலைக்காதல் நாடகம் 3.முற்றுகை (இடல்) நாடகம் 4.தொடர்பற்றுத் துவங்கி ஒன்றாகக் கூடிவரும் நாடகம் 5.போர்ப்பூசல் நாடகம் 6.ஓர் ஆள்காதல், வீர நாடகம் 7.தொடர்பற்ற பேச்சு உரையாடல் நாடகம் 8.ஒருவர் அல்லது இருவர் காதல் நாடகம் 9.ஓரங்க நாடகம் 10.அங்கத நாடகம்

என இந்நாடக மொழிபெயர்ப்பாசிரியரான பேரா.முனைவர் இ.ஜாண்ஆசீர்வாதம் அடிக்குறிப்பில் தந்துள்ளார்.

பின்னிணைப்பு: 4

கேரளத்தில் மத்தவிலாசப் பிரஹசனம்

கேரளத்தின் கோயிற் கலைகளுள் ஒன்றான கூடியாட்டம் தொன்மைச் சிறப்பு வாய்ந்தது. இதில் ஆண்களும் பெண்களும் பங்கேற்பர். நடிகர்கள் 'சாக்கியார்' இனத்தவராயும் நடிகைகள் மற்றும் இசைக்கலைஞர்கள் 'நம்பியார்' இனத்தவராகவும் இருப்பர். பெண், 'நங்கையார்' என்றழைக்கப்படுகிறார்.

குலசேகரவர்மன் சேரமான் பெருமாள் என்னும் சேரமன்னர் இயற்றிய 'ஆட்டப்பிரகாரம்' என்னும் நூல் கூடியாட்ட விதிமுறைகளைக் கூறுகிறது.

கூடியாட்டம், சமஸ்கிருத நாட்டிய நாடகம் ஆகும். ஆட்டம் தொடங்குமுன் பெரியதொரு குத்துவிளக்கு ஏற்றப்படும்; முடியும் வரை அது எரிந்தவண்ணமிருக்கும்.

எடுத்துக்கொண்ட கதை அல்லது கதாபாத்திரம் தொடர்பான சமஸ்கிருதச் சுலோகங்களை மிக நிதானமாகப் பாடுவார். அதற்கேற்ப மிளாவில் தாளம் இசைக்கப்பெறும். நடிப்பவர் சுலோகத்தைத் திரும்பத் திரும்பச் சொல்லி, கைகளாலும் கண்களாலும் அபிநயப்பார். விதூஷகர் மேடையில் தோன்றி, மக்களுக்குப் புரியும் வண்ணம் மலையாளத்தில் சுலோகங்களின் பொருளை விளக்கியுரைப்பார். ஒரு நாளில் ஒரு காட்சியே விரிவாக நடத்தப்பெறும்.[1] மாலையில் தொடங்கி நள்ளிரவு வரை நடைபெறும்.

சாக்கியார், 72 நாடக அங்கங்களை 24 செவ்வியல் நாடகங்களிலிருந்து தேர்ந்தெடுத்து நடிக்கின்றனர். மகேந்திர வர்மனின் மத்தவிலாசமும் பகவதஜ்ஜுகமும் அவற்றுள் இடம் பெற்றுள்ளன.[2]

முக்கியமான பெரிய கோயில்களில் கூடியாட்டம் நிகழ்த்துவதற்குக் 'கூத்தம்பலம்' என வழங்கும் நிரந்தரமான அரங்குகள் அமைந்துள்ளன. நாட்டிய சாத்திரம் மூவகை அரங்கினைக் குறிப்பிட்டாலும் தற்போது கேரளத்தில் செவ்வகமான நடுத்தர அளவுடைய கூத்தம்பலங்களே காணப்படுகின்றன. மேடையின் பின்புறம் சிறிய கதவு கொண்ட ஒப்பனை

அறையும் நம்பியார் தன்பெரிய மிழவு (முழவு) இசைக்கருவியை இசைப்பதற்கான இடமும் உள்ளன.³

---

1. கமலநாதன், கேரளத்துக் கோயிற்கலைகள், பக்.14-19.

2. N.P.Unni., *Mattavilasa Prahasana.* pp.17,18

3. Mallika Sarabhai, (Ed.), *Performing Arts of Kerala,* p.106.

கூத்தம்பலம் - கிருஷ்ணன் கோயில், குருவாயூர்